காந்தியடிகளும் அவரது சீடர்களும்

ஜெயந்த் பாண்டியா

தமிழாக்கம் சு.வேங்கடராமன்

அறம்
பதிப்பகம்

காந்தியடிகளும் அவரது சீடர்களும்
ஜெயந்த் பாண்டியா ©
மொழியாக்கம்: சு. வெங்கடராமன்

முதல் பதிப்பு: டிசம்பர் 2023
வெளியீட்டு எண்: 151
வெளியீடு: அறம் பதிப்பகம்

Gandhiyadikalum Avarathu Seedarkalum
Jeyanth Pandiya ©
Translation: S.Venkataraman
First Edition: December, 2023

Published by: Aram Publication
Address: No. 3/582, Mullai street,
Kasthuribai nagar, Mullipattu village & post
Arani Taluk - 632 316
Tiruvannamalai Dt, Tamil nadu
Contact Cell No: 9150724997
e-mail: arampublication50@gmail.com

Designer: G. Murugan
Printed at: Durga printers, Chennai-14

ISBN: 978-93-91480-91-2

தமது வாழ்நாளில் வாழ்க்கைக்காகப் போராடியவர்களின் பெயர்கள் தமது நெஞ்சில் அக்கினிப் பிழம்புகளை அணிந்தவர்கள் சூரியனில் இருந்து தோன்றி சிறிது கால இடைவெளியில் சூரியனை நோக்கிப் பயணம் செய்தவர்கள் தங்களுடைய பெருமைகளால் காற்றில் தடம் பதித்துச் சென்றவர்கள்

- ஸ்டீபன் ஸ்பெண்டர்

இஷா
நந்தினி சுகுமார்
பூர்வ அஷேஷ்
ஷைவா ஆகியோருக்கு

பொருளடக்கம்

முன்னுரை

என்னுடைய இளமைப்பருவத்தில், மகாத்மா காந்தியின் மதிப்பை உணர்ந்தவனாக நான் இருக்கவில்லை. நன்னடத்தைக்குரிய அறவிதிகளாக அவர் கூறிய பதினோரு உறுதிமொழிகள், செரித்து உள்வாங்கிப் பின்பற்ற இயலாத அளவிற்கு மிகவும் தூயவையாக எனக்குத் தோன்றின. அவருடைய பெருமை சந்தேகத்திற்கு அப்பாற்பட்டதாக இருந்தபோதிலும், வலிமையற்ற மனத்துடனே நான் அந்த உண்மையை ஏற்றேன்.

இன்று நான் அதற்கு எதிர்நிலையில் இருக்கிறேன். என்னுடைய கற்பனைக்கு அப்பாற்பட்டதாக கற்பனை கடந்ததாக அவரிடம் கொண்டுள்ள என் ஈடுபாடு இன்று வளர்ந்துள்ளது. அவருடைய எழுத்துக்களில் நான் மூழ்கிச் செல்லச்செல்ல, அவரிடம் கொண்டுள்ள ஈடுபாடு என்மனத்தில் ஆழமான தாக்கத்தை ஏற்படுத்தி வருகிறது. நம் காலத்தில் அவர் ஏற்படுத்தியுள்ள அதிசயம், இனி எதிர்காலத்தில் வரும் சந்ததியினருக்கு மேன்மை தரும் கதையாக இருக்கும். அப்படி இல்லாவிட்டால், வினோபா பாவே, டாக்டர் ராஜேந்திரபிரசாத், ஜே.பி. கிருபளானி, தக்கர் பாபா, ரவிசங்கர் மகராஜ், ஜம்னாலால் பஜாஜ், நானாபாய் பட், ஜே.சி. குமரப்பா, சரோஜினி நாயுடு, ராஜகுமாரி அம்ரித் கௌர், சுசிலா நய்யார், ஆஷாதேவி அரியநாயகம், மீராபென் போன்ற, வாழ்க்கையின் பல்வேறு துறையாளர்களை அவர் பாதித்து, தூண்டி, நெஞ்சில் கனலை உருவாக்கிச் செயற்பட வைத்து, அதிசயத்தக்க வகையில் சொல்லிலும் செயலிலும் திறனுடையவர்களாக அவர்களை எப்படி ஆக்கியிருக்க முடியும்?

காந்திஜியின் சீடர்கள் எண்ணற்றவர்கள். இதைப்போன்ற சிறிய தொகுப்பில் அவர்கள் அனைவரையும் அடக்கிவிட முடியாது என்பது தெளிவு. அவர்கள் எண்ணற்றவர்கள் என்ற

உண்மையே ஒருவகையில், இத்தகைய மனிதர்களின் வாழ்க்கை என்னும் செல்வத்தை வெளிப்படுத்த வழி காட்டும் கருத்தாக உள்ளது. அவர்களுடைய படைப்புக்களிலும், வாழ்ந்து காட்டிய நடைமுறையிலும் காந்தியடிகளிடம் இருந்து தங்களை உருவாக்கிக் கொண்டமையை அவர்கள் காட்டியுள்ளனர். அவ்வாறு. அவர்களின் வாழ்க்கையை வெளிக்கொணருவதன் மூலம், இந்த உலகத்தில் புதிய காந்திய யுகம் ஒன்றை மலரச் செய்யும் இள நாற்றுக்கள் சிலவற்றை நாம் இனங்கண்டு வளர்த்தெடுக்க முடியும்.

இத்தகைய வாழ்க்கை வரலாற்றுக் குறிப்புக்களை நான் தொகுத்தபோது, ஆனந்தப் பரவசநிலையை அடைந்ததுடன், இசைப்பாடல் ஒன்றின் பேரானந்தத்தையும் உணர்ந்தேன். பல சந்தர்ப்பங்களில் என் கண்கள் குளமாயின. அத்தகைய உணர்வு பூர்வமான சந்தர்ப்பங்களை உருவாக்கித் தந்தமைக்காக நேஷனல் புக் டிரஸ்டிற்கு உண்மையிலேயே நான் நன்றி கூறக் கடமைப் பட்டுள்ளேன். அந்த நிறுவனம்தான் மனநிறைவும் மகிழ்ச்சியும் தரும் இப்பணியை எனக்கு அளித்தது. இந்த நூலின் கையெழுத்துப் படிகளை முழுவதுமாகப் பார்த்துத் தந்ததுடன், சில உயர்ந்த ஆலோசனைகளையும் கூறி உதவிய ஸ்ரீமகேந்திர வி.தேசாய் அவர்களுக்கும் நான் நன்றிக்கடன் பட்டுள்ளேன்.

எந்த ஆதாரங்களிலிருந்து இக்குறிப்புக்கள் திரட்டப்பட்டன என்று காட்டுவதற்காக, ஒவ்வோர் இயலின் இறுதியிலும் குறிப்புகள் தரப்பட்டுள்ளன. குறிப்புக்களில் பட்டியலிடப்பட்டுள்ள எழுத்தாளர்கள், வெளியீட்டாளர்கள் அனைவருக்கும் என் நன்றி உரியது. இந்த நூலிற்கு வேண்டிய புகைப்படங்களைத் தந்துதவிய அகமதாபாத், சபர்மதி ஆசிரமத்திலுள்ள காந்தி நினைவு அருங்காட்சியகத்தின் இயக்குநர் ஸ்ரீ அம்ரித்மோடி அவர்களுக்கு என் இதய பூர்வமான நன்றி என்றும் உரியது.

இந்த நூலில் ஏதும் தவறுகள் அல்லது கூறப்படும் முறையில் பிழைகள் இருக்குமானால் அவற்றுக்கு நானே பொறுப்புடையவன்.

ஜெயந்த் பாண்ட்யா

ஜனவரி, 1993 அகமதாபாத்

1. மகாத்மா காந்தி அவரது புலன் உணர்வும் செயல்முறையும்

“மனிதனின் செயற்பாடுகளின் முழுமையான சுழல்வீச்சு இன்று பிரிக்க முடியாததாக உள்ளது. வாழக்கையை சமூகம், பொருளாதாரம், அரசியல், தூய சமயநிலை என ஒவ்வொன்றையும் தனித்தனிப் பகுதியாக இனங்காண முடியாது. மனிதஇனச் செயற்பாட்டிலிருந்து தனித்துப் பிரித்தெடுக்கப்பட்ட எந்தச் சமயமும் இருப்பதாக எனக்குத் தெரியவில்லை. எல்லா விதமான செயல்களுக்கும் அடிப்படையான அறப்பண்பைச் சமயம் அளிக்கிறது. சமய அடிப்படை சார்ந்த அறப்பண்பு இல்லாதவிடத்து, புதிரும் சீற்றமும் நிறைந்த, ஒன்றையும் குறிக்காத, வெற்று ஆரவாரமாக வாழ்க்கை ஆகிவிடும்.”

மகாத்மா காந்தியடிகளின் சொற்கள் இவை. மனிதவாழ்வின் முழுமையிலும், சமுதாயத்தின் நல்லறிவு நிலையிலும் அவர் நம்பிக்கை கொண்டிருந்தார். கூட்டிணைந்த முழுமையுடையதாக வாழக்கை அவருக்குத் தென்பட்டதே அல்லாமல், மனம்போன போக்கில் எந்தவிதக் கட்டுப்பாடுமின்றிப் பிரிக்கக் கூடியதாகக் காணப்படவில்லை. மிகுந்த கவனத்துடனும் நியாயத்துடனும் பின்பற்றவேண்டியதாக, இயற்கை கொடுத்த கொடையாக, வாழ்க்கையை அவர் கருதினார். தகுதியும் மதிப்புமுடையதாக வாழக்கூடிய முறையில் வாழ்க்கை முன்னமே முடிவு செய்யப் பட்டுள்ளது. அவ்வாறு செய்வதற்கு ஏற்ப, ஒரு திட்டத்துக்கு உட்பட்டதாக அல்லது வரையறுத்த அமைப்பிற்கு உட்பட்டதாக அது இருத்தல் வேண்டும். அடிப்படையான சில விதிகளாலும் விரும்பத்தக்க விழுமியங்களாலும் நடத்தப்படுவதாக வாழ்க்கை இருக்க வேண்டும்.

பெரிதும் பேணி வந்த சில ஒழுக்க நியதிகளுக்கும், மதிப்புகளுக்கும் ஒத்திசைந்த வாழ்க்கையைக் காந்தியடிகள் வாழ்ந்து காட்டினார்.

அவருக்கு வாழ்க்கை என்பது கடவுள் கொடுத்த கொடையாகும். பொருள் நிறைந்ததாகவும் ஒன்றிணைந்ததாகவும் வாழ்க்கை இருக்க வேண்டும் என அவர் விரும்பினார். முழுவதும் ஒத்திசைந்ததாக அவர் வாழ்க்கையைக் கருதினார். இந்த ஒன் றிணைப்பையும் நோக்கத்தையும் பிரதிபலிப்பதாக அவருடைய போதனைகளும் சீர்திருத்தத் திட்டங்களும் அமைந்தன. உயர் குறிக்கோளும் சீரிய நோக்கமும் ஒன்றுபட்ட அடிப்படை ஒன்றை அவருக்கு இந்தக் குணங்கள் உருவாக்கித் தந்தன. புறத்தோற்றத்தில் மட்டும் இந்த ஒருமைப்பாடு அவரிடம் காணப்படவில்லை. ஒரு குறிப்பிட்ட அமைப்பிற்குள் மட்டும் அவற்றைக் குறுக்கிவிடும் அளவிற்குக் காந்தியடிகளுக்கு விருப்பம் இருந்ததில்லை; அதற்கு நேரமும் இருந்ததில்லை. கல்வித் துறையில் குறிப்பிடப்படும் 'அறிவு ஜீவியாக அவர் ஒருபோதும் இருந்ததில்லை. தன்னைச் சுற்றிலும் உள்ளவற்றைக் கூர்ந்து கவனித்து, கோட்பாடு ஒன்றை உருவாக்கி நிலைநாட்டவல்ல அறிஞராகவோ தத்துவவாதியாகவோ அவர் இருக்கவில்லை. அவர் ஒரு ஒப்பற்ற செயல்வீரர். பல்வேறு துறை களைப் பற்றி அவர் எழுதியுள்ள எழுத்துக்கள், மனிதர்களை முனைப்புடன் விரைந்து செயலாற்றத் தூண்டுபவை; அறிஞர்கள் பலரும் கூடிக் கலந்து உரையாடுவதற்குரிய முனைவர் பட்டத்துக் கான ஆய்வேடுகள் அல்ல.

காந்தியடிகளின் சிந்தனைகள் பலவும் குறிப்பிடத்தக்க சிறப்புக்கள் உடையவை, புரட்சிகரமானவை. ஒரு படைப்பாக்க உள்ளத்திலிருந்து அவை வளர்ந்துள்ளன. அவருடைய காலத்திய சவால்கள், அத்தகைய படைப்பாக்கச் செயற்பாட்டை அவர் மனத்தில் உருவாக்கின; அச்சவால்களை எதிர்கொண்டு போராடி வெற்றிகொள்ள அவருடைய மன உறுதி உதவியுள்ளது. புதிய சிந்தனைக்கும் கண்டுபிடிப்பிற்கும் தடையாக அமையக்கூடிய வரலாற்று முன் நிகழ்வுகளோ சான்றுகளோ எதுவும் அவருக்கு இல்லை. வாழ்க்கையுடன் கொண்டிருந்த நேரடித் தொடர்பே அவருடைய சிந்தனைத் தெளிவை உருவாக்கியது. வாழ்க்கை என்னும் ஆசானிடம் அனுபவப்பூர்வமாக அவர் பெற்ற கல்வியே அவரை உருவாக்கியது. ஆன்மீக நெறியுடன் விளங்கிய சான்றோர் களையும் சமூக மறுமலர்ச்சியாளர்களான செயல்வீரர்களையும் தனக்கு முன்னோடிகளாக அவ்வப்போது அவர்

நினைவு கூர்ந்து போற்றுவார்; குறைந்த அளவிலேயே அவர்களை மேற்கோள் காட்டுவார். உள்ளுணர்வைத் தூண்டக்கூடியதாகவும் பொதுவாக இயற்கையிலிருந்து கற்றதாகவுமே அவருடைய பாடங்கள் இருந்தன.

சான்றாக, கதர்த்தொழில், கிராமத்தொழில் போன்ற திட்டங்களை நாட்டின் முன் வைத்தபோது, பொருளாதார நிபுணரின் மொழியில் திட்டமிட்டு முறைப்படுத்தி அவற்றின் விளைவுகளை அண்ணல் காந்தியடிகள் விளக்கவில்லை. தொழில் நிறுவனங்களைப் பரவலாக ஆக்கியதால், இந்தியப் பொருளாதாரத்தில் ஏற்பட்ட விளைவு பற்றியோ, அதன் தேவையை நிலை நிறுத்தும் வகையிலோ அவர் ஆராய்ச்சியுரை எதையும் எழுதவில்லை. புதுமையானதும் புரட்சிகரமானதுமான தன்னுடைய சிந்தனைகளை விளக்க எளிமையான, நன்கு அறிமுகமான சான்றுகளைத் தந்து விளக்கினார். இந்திய மக்களின் வறுமையையும் அவர்களிடம் படிந்துள்ள சோம்பலையும் அண்ணல் எடுத்துக்காட்டி விளக்கினார். அதே நேரத்தில், கிராமங்களிலே இந்தியா வாழ்ந்துகொண்டிருப்பதை வலியுறுத்த அவர் மறக்கவில்லை.

‘சர்க்கா’ என்னும் கைராட்டினம், கதர் ஆகிய சொற்களின் மூலமாகவே, காந்தியடிகள் சுயராஜ்ஜியம் (தேசிய விடுதலை) பற்றிப் பேசினார். அனால், அப்பொருள் பற்றி அவர் ஆய்வறிக்கை எழுதி அவற்றுக்கிடையேயான தொடர்பைக் கூறவில்லை. ராட்டைக்கும் இந்திய அரசியல் விடுதலைக்கும் இடையிலான உறவு மாயத் தோற்றம் என்றும், எட்ட முடியாதது என்றுமே பலரும் எண்ணினர். இரண்டிற்கும் இடையிலான உறவை விளக்குவது முடியாத செயலன்று. குறிப்பிட்ட வழியில், இந்திய நாட்டின் பொருளாதார அமைப்புக்கள் பற்றிய இந்தச் சிந்தனையை அண்ணல் காந்தி யடிகள் பெரிதாக விரிவுபடுத்தியிருக்கக் கூடும். கதரிலிருந்து தொடங்கி, செயற்பாடுமிக்க பிறதுறைகளையும் உள்ளடக்கி முற்போக்கான முறையில் அவர் இதை உருவாக்கியிருக்கக்கூடும். இதில் கிட்டும் பரந்த அமைப்பு ஆற்றலும் அனுபவமும் அரசியல் பண்புகளான, புத்தெழுச்சி பெறும் நாட்டிற்குத் தேவையான குறிக்கோள், அடையும் நெறி, ஒழுங்கு, கட்டுப்பாடு, தன்னையே தியாகம் செய்தல், சமூகக் கடமைகளை ஏற்றல் போன்ற பிற இயல்புகளாக ஆக்கிட முடியும்.

ஆனால், காந்தியடிகள் இதைச் செய்ய முயலவில்லை. இதற்கேற்ற திறமை அவரிடம் இல்லை என்று பொருளில்லை. அறிவார்ந்த பயிற்சிக்குத் தேவையான நேரத்தை இதில் செலவு செய்ய முடியாத அளவிற்கு அவர் பிறவற்றில் ஏற்கெனவே முனைந்திருந்தார்.

உயர்ந்த நெறியும் மனித நேயமும் நிறைந்த சமதளத்தில் வைத்து ணல் காந்தியடிகள் அரசியல், பொருளாதாரப் பிரச்சினைகளை விவாதித்தார். நாட்டு மக்களின் அறிவு நிலையை உறுதிப்படுத்தும் வண்ணம், ஒருங்கிணைந்த தன் நோக்கை அவர் செயற்படுத்தினார். பன்முகப்பட்ட வாழ்க்கை பற்றி, சீர்திருத்த வாதியான காந்தியடிகள் பெரிதும் கவலைப்பட்டார். அவருடைய செயற்பாட்டில், ஒருசமயம் ஏதேனும் ஒன்றிற்கும், பிற சமயங்களில் பிறவற்றிற்கும் அவர் முதன்மை கொடுத்திருப்பார். இந்த முதன்மை என்பது அந்தக் குறிப்பிட்ட நேரம், இடம், அவருடைய பார்வை யாளர்கள், அந்த தருணத்தில் அழுத்தந்திருத்தமாகச் சொல்லப்பட வேண்டிய செய்தி என்பனவற்றைப் பொறுத்ததாகும். கடுமையான கட்டுப்பாடும் பிடிவாதமும் மிக்க அமைப்பிற்கு, எளிதாக உறுதிப் படுத்திட இந்த அணுகுமுறை பொருந்தாதாகும். வாழ்க்கையின் இயங்கும் உண்மைகளின் மீதும், முன்மொழிந்தவரின் படைப்புத் திறனும் பன்முகத்தன்மையும் புரட்சிகரமான பண்பும் உடைய சிந்தனைகளின் மீதும் இது அமைந்துள்ளது. காலம் சார்ந்ததற்கும் ஆன்மீகம் சார்ந்ததற்கும் இடையிலும், தனிமனிதனுக்கும் சமூகத் திற்கும் இடையிலும் ஒருங்கிணைப்பு உருவாக்கிட காந்தியடிகள் பாடுபட்டார். இரு எதிர்முனைகளுக்கு இடையில் அவர் செயல் பட வேண்டி இருந்தது.

இந்துக்களுக்கும் முஸ்லீம்களுக்கும் இடையில் எந்தவித மோதலையும் அவர் காணவில்லை; தேச நன்மைக்கும் சர்வதேச நன்மைக்கும் இடையில் எத்தகைய மோதலையும் அவர் காண வில்லை. அவருடைய சிந்தனைகள் அனைத்தும் புதியனவாகவும் புரட்சிகரமானதாகவும் இருந்தன. இருந்தபோதிலும் அவற்றை முதன்மையாகப் படைத்தவன் என்ற உரிமையை அவர் ஒருபோதும் கொண்டாடவில்லை. தீர்க்கதரிசிகளும் சீர்திருத்தவாதிகளுமான சான்றோர்களின் அடிச்சுவட்டில்தான் தன் சிந்தனைகள் உருவாகியுள்ளன என்று அடக்கத்துடன் அவர் கூறினார்.

வளரும் ஆளுமைப் பண்பை அண்ணல் காந்தியடிகளிடம் காணலாம். ஒரே பொருள் பற்றி அவர் தந்துள்ள இரண்டு செய்திகளில் மேலோட்டமான முரணை நாம் காண்பதற்கு இதுவே காரணமாகும். ‘முரண்பாடு’ என்ற குற்றச்சாட்டிற்குப் பதிலளித்து அண்ணல் காந்தியடிகள் கூறினார்:

எழுதும்போது, முன்னர் என்ன கூறினேன் என்று ஒரு போதும் நான் சிந்தித்துப் பார்ப்பதில்லை. ஒரு குறிப்பிட்ட வினாவுக்கு, முன்கூறிய கருத்திலேயே இணக்கமாக நிற்பது என் குறிக்கோள் அல்ல; மாறாக, உண்மைக்கு இணக்கமாக இருப்பதே என் குறிக்கோள். குறிப்பிட்ட அந்த நேரத்தில் அது எவ்வாறு எனக்குத் தென்படுகிறது என்ற உண்மையை வைத்தே நான் பார்க்கிறேன். உண்மையிலிருந்து உண்மைக்கு நான் வளர்வது விடையாக இருக்கலாம். என் நினைவுத் திறனுக்கு தேவையற்ற சுமையை வழங்காமல் காத்து வந்துள்ளேன். அண்மைக்கால எழுத்துக் களுடன், ஐம்பது ஆண்டுகளுக்கு முற்பட்ட என் எழுத்துக்களை ஒப்பிட வேண்டிய தேவை ஏற்பட்டால், பழையவற்றை அவை வேண்டி நிற்கும் என நினைக்கிறேன். ஆனால் அவற்றைத் தேர்வு செய்யுமுன், அவற்றுக்கிடையில் அடிநாதமாக ஒலிக்கின்ற, அவற்றைக் கட்டுப்படுத்தியுள்ள இணக்கத்தை அவற்றில் காண முடியும். மேலோட்டமாகக் காணப்படும் முரண்பாட்டுக்கு மாறாக இதை அவற்றில் காணலாம்.

(ஹரிஜன் இதழ், 30-09-1939)

புதியதும் மாறுபட்டதுமான வழிகளில் மாறுபடுகின்ற சூழல் களைக் காந்தியடிகள் கண்டார். தன்னுடைய எண்ணங்களிலும், சில சமயம் தன் நடத்தைகளிலும் காணப்படுகின்ற மேலோட்ட மான தோற்ற முரண்பாடுகளை நீக்கிச் சமரசப்படுத்த தீவிரமான முயற்சியை அவர் செய்யவில்லை.

காந்தியடிகளின் வாழ்க்கையையும் அவருடைய படைப்புக் களையும் அறிந்துகொள்ள ஒருவர் விரும்பினால், அவருடைய ஆன்மீக எண்ணங்களையும், பிரிட்டிஷ் அரசை எதிர்த்து அவர் நடத்திய போராட்டத்தின் கொள்கைகளையும் அறிந்துகொள்ள வேண்டும். தன்னை ஓர் இந்து என்று அழைப்பதை அவர் விரும் பினார். ஆனாலும், பொல்லாத, கேடுபயக்கக் கூடிய, கொடுமை

யான தீண்டாமை முறையை அவர் ஏற்கவில்லை. இந்தியாவில் வழக்கத்திலிருந்த சாதியமைப்பு முறையில் அவர் நம்பிக்கை கொள்ளவில்லை. இந்து சமயச் சடங்கு முறைகளை அவர் கடைப்பிடிக்கவில்லை. மரியாதை நிமித்தமாக அன்றி, அவர் எப்போதாவதுதான் கோயில்களுக்குச் சென்று வந்தார். உபநிடதங் களையும் பகவத் கீதையையும் அடிப்படையாகக் கொண்டது அவருடைய இந்துமதம். அவர் அடிக்கடி கூறியதாவது:

மனிதகுலத்திற்குச் செய்யும் சேவையின்மூலம், கடவுளைக் காண பெருமுயற்சி செய்கிறேன். என்னைப் பொறுத்தவரை கடவுள், சொர்க்கத்திலோ அல்லது பூமிக்கு அடியிலோ இல்லை; ஒவ்வொரு மனிதனின் உள்ளும் கடவுள் இருக்கிறார். மனித உயிர்கள் அனைத்திற்கும் செய்யும் சேவை, கடவுளைக் காணும் பெருமுயற்சியின் பகுதியாக ஆகிவிடுகிறது. ஏனெனில், கடவுளைக் காண்பதற்குரிய ஒரே வழி, அவன் படைத்துள்ள உயிர்களில் அவனைக் காண்பதும், அவற்றுடன் ஒன்றுபடுவது மாகும். அனைவருக்கும் செய்யும் தொண்டின்மூலமே இது கைகூடும்

சமயம் என்பதும் ஒழுக்கம் என்பதும் தமக்குள் மாற்ற முடியாதபடி பின்னிப் பிணைந்து உள்ள இரு சொற்கள் என்று காந்தியடிகள் கூறுவார். சத்தியமும் அகிம்சையுமே இந்த ஒழுக் கத்தின் அடிப்படைக் கோட்பாடுகளாகும். இந்த இருகோட்பாடு களும் பதினோரு கோட்பாடுகளாக விரிவுபடுத்தப்பட்டன. இவற்றை உள்ளடக்கிய பாடல் ஒன்று அவருடைய காலை-மாலை வழிபாட்டுக் கூட்டங்களில் பாடப்பட்டது. அனைத்துச் சமயங் களும் உண்மை என்று அவர் நம்பினார்; அதே சமயத்தில், சமயங் கள் யாவும் தவறிழைக்காதவை என்று அவர் நம்பவில்லை. மனிதர் களால்தான் சமயங்கள் உருவாக்கப்பட்டுள்ளன. எனவே, மனிதர் களிடமுள்ள ஒழுங்கின்மை, அவர்கள் படைத்துள்ள சமயங் களிலும் இருக்கும். “நீண்டகாலம் படித்த பின்னர், என்னுடைய அனுபவத்தின் துணைகொண்டு, எல்லாச் சமயங்களும் உண்மை யான்வை; எல்லாச் சமயங்களும் தம்முள் தவறுகளை உடையவை என்றும் இரண்டு முடிவுகளுக்கு நான் வந்துள்ளேன்” என்று அண்ணல் காந்தியடிகள் கூறினார். மேலும் அவர் விளக்கினார்:

வேதங்கள் மட்டுமே புனிதமானவை என்பதை நான் நம்ப வில்லை. வேதங்களைப் போலவே, பைபிளையும், குர்ஆனையும் ஜென் அவஸ்தாவையும் புனிதம் மிக்கவையாக நான் நம்புகிறேன். இந்துமதத்தில் உள்ள நம்பிக்கை காரணமாக, வேதங்களிலுள்ள ஒவ்வொரு சொல்லும், ஒவ்வொரு பாடலும் கடவுளால் அருளப் பட்டது என்று நான் கூறமாட்டேன். எந்தவிதமான கருத்து விளக்கத்துக்கும் நான் கட்டுப்படவில்லை. காரணத்திற்கு ஒத்திசைந்து வருகிறதா அல்லது ஒழுக்க உணர்விற்கு ஏற்புடையதாக உள்ளதா என்றுதான் அவற்றைப் பார்க்கிறேன். மற்றபடி எவ்வளவுதான் உயர்ந்ததாக இருப்பினும் அது பற்றி நான் கவலைப்படவில்லை.

காந்தியடிகள், உலகத்திலுள்ள பெரிய சமயங்கள் அனைத்தின் அடிப்படைக் கொள்கைகளிலும் நம்பிக்கை வைத்திருந்தார். ஆயினும், தன் சக சமயவாதிகளைப் போன்றே அவரும் சமய மாற்றத்தை ஏற்கவில்லை. அவருடைய ஆசிரமத்தில் இசுலாமியர், கிறித்தவர், பிராமணர்கள் ஆகியோர் இருந்தனர். ஆனால், அவர்கள் அனைவரையும் இந்துக்களாக மதமாற்றம் செய்ய அவர் ஒரு போதும் முயலவில்லை. மீராபென் ஒருமுறை இந்துவாக மாறும் விருப்பத்தை அண்ணல் காந்தியடிகளிடம் தெரிவித்தார். அதற்கு, தன்னுடைய சொந்த நம்பிக்கையிலே-சொந்த சமயத்திலே-வாழ வேண்டும் என்று அண்ணல் பதில் கூறினார். இந்துவாக மாறுவதால் மட்டுமே, தன் ஒழுக்கம் சார்ந்த நடத்தையையோ அல்லது மதிப்புகளையோ மீராபென் எந்தவழியிலும் மேம்படுத்திக் கொள்ள முடியாது என்றும் அவர் கூறினார். ஒரு மனிதன் தன் சமயத்தை மாற்றிக்கொள்ள வேண்டும் என்பது அவசியிமில்லை; ஆனால் சமயத்தின் அடிப்படைக் கோட்பாடுகளைப் பின் பற்றி நடக்க வேண்டும் என்பது மிகவும் இன்றியமையாதது ஆகும்.

மலைக்குகையிலோ அல்லது மலையின் உச்சியிலோ இருந்து தான் சமயத்தை நடைமுறையில் பின்பற்ற வேண்டும் என்று அவர் எண்ணவில்லை. அண்ணல் காந்தி அடிகள் கடவுளை நம்பினார். அவரைப் பொறுத்தவரையில் ஒழுக்க விதிகளே-கடவுள் என்ற தர்மம் ஆகும். அவர் ராமநாமத்தைச் செபித்துப் பாடினார். ஆனால் அவரைப் பொறுத்தவரையில், ராமன் என்று அவர் குறிப்பிடுவது சீதையின் கணவனையோ அல்லது தசரதனின் மகனையோ அல்ல.

மனிதர்களுக்குள் உயிருள் கலந்து இருக்கும் ஒன்றை‘ அந்தர்யாமி’ யாக இருக்கும் ஒருவனை-அவர் இராமன் என்று குறிப்பிட்டார். உருவமற்ற கடவுள் ஒருவரை, அடைமொழி களற்ற கடவுள் ஒருவரை, அவர் நம்பினார்.

கடவுளை நம்புகின்றவராக இருந்ததால், பிரார்த்தனையில் அண்ணல் நம்பிக்கை வைத்திருந்தார். அவருடைய பிரார்த்தனை என்பது கோரிக்கைகளை முன்வைத்து வேண்டுவது அன்று; நீண்ட அவாவை உடைய ஆன்மாவின் வெளிப்பாடாக அமையும் புகழ் பாடும் பாசுரங்கள் ஆகும். அவருடைய வழிபாட்டுக் கூட்டங்களில், தேசபக்திப் பாடல்கள் எதுவும் ஒருபோதும் பாடப்பட்டதில்லை. அன்பைப் போன்றே, ஒருவன் தன் நாட்டைப் பற்றியும் எண்ணுவது நல்லதும் விரும்பத்தக்கதுமாகும்; அது கடவுள் மீது செலுத்தும் அன்பு அன்று. இன்றியமையாத பிரச்சினைகள், சிக்கல்கள் பற்றிப் பொதுமக்களிடம் விவாதித்து முடிவெடுத்து, அவர்களின் நம்பிக் கையைப் பெறுமிடமாக அவருடைய பிரார்த்தனைக் கூட்டங்கள் விளங்கின. தான் விரும்பிய எண்ண அலைகளை மக்களும் உணர்ந்து அதே வீச்சில் ஒத்திசைந்து வருவதற்கு உரிய முயற்சி களாகப் பிரார்த்தனைக் கூட்டங்கள் விளங்கின.

சுயஒழுக்கத்திலும் கட்டுப்பாட்டிலும் காந்தியடிகள் நம்பிக்கை கொண்டிருந்தார். மிகுந்த கட்டுப்பாடுடைய வாழ்க்கையை நடத்தியதன் விளைவாகவே தம்முடைய சொந்தச் செயற்பாடுகள் அனைத்திலும் வெற்றிகளை அடைய முடிந்தது என அவர் உணர்ந்தார். உறுதிமொழிகளை எடுத்து அவற்றைச் செய்து காட்டுவதில் அவர் நம்பிக்கை கொண்டிருந்தார். அவற்றை சரியாகக் கைக்கொண்டு பின்பற்றுவதே வெற்றிகளைத் தருவதாக அவர் எண்ணினார். நன்றாக ஒழுங்குடன் முறைப்படுத்தப்பட்ட வாழ்வில் தன் எல்லைகளுக்கு மீறி ஒருவன் ஆசைப்படுவதே அவனுக்குச் சுமையாகிவிடும் என்று அவர் உணர்ந்தார்.

சட்டமறுப்பு இயக்கம், ஒத்துழையாமை இயக்கம் போன்ற இயக்கங்களைக் காந்தியடிகள் இந்தியாவில் நடத்தினார். அந்த இயக்கங்களின் பெயர்கள் யாவும், அவர் விரும்பிய-எதிர்பார்த்தமுழுமையான அளவில் ஒழுங்கும் ஆன்மீகமும் மிக்க இயல்புகளை உணர்த்தும் பெயர்களாக அமையவில்லை என அவர்

உணர்ந் திருந்தார். ஆகவே அவற்றிற்கு சத்தியாக்கிரக இயக்கம் என்று குறிப்பிட்ட பெயரை அவர் கொடுத்தார். சத்தியத்தில் நாட்டம் கொண்டு, இறுதிவரை அதில் உறுதியாக நிற்பது என்று சத்தியாக் கிரகத்தின் பொருளை அவர் விளக்கினார்.

மனிதர்களுக்கிடையிலான தோழமையில், சத்தியாக்கிரகம் நம்பிக்கை கொண்டிருக்கிறது. நிலைபெறுவதற்காக உடல் வலிமை கொண்டு சண்டையிடுவதையும், வலிமை உள்ளதே வாழும் என்பதையும் அது புறந்தள்ளியது. சமூகக் கூட்டுறவிற்கும் மனித இன முன்னேற்றத்திற்கும் உரிய அடிப்படைகளாக அன்பையும் பரஸ்பர உதவியையும் ஒற்றுமையையும் அது கொண்டது.

உண்மையை உயர்ந்ததாக மதித்துப் போற்றுவதே சத்வாக் கிரகத்தின் முதல் தகுதி. உண்மையின் இயற்கையான விளைவாக அகிம்சை உள்ளது. "உண்மையும் அஹிம்சையும் பலைகளைப் போன்று பழமையானவை" என்று அவர் அடிக்கடி கூறுவார். சிறு வயதிலிருந்தே உண்மையை மதிக்கும் பழக்கம் அவருக்குப் புகட்டி வளர்க்கப்பட்டது. உண்மையின் இயற்கையான தொடர் விளைவாக அஹிம்சையை அவர் கஙினார். வன்முறை இருக்கும் இடத்தில் மெல்ல மெல்லப் பொய்மையும் இடம்பெறும்; இரண்டும் பிரிக்க முடியாதவை. அஹிம் சயைப் பற்றி காந்திஜி கூறுகிறார்: அழிவின் மத்தியிலும் வாழ்க்கை தொடர்ந்து நீடித்திருப்பதை நான் கண்டிருக்கிறன். ஆகவே, அழிவை விடவும் மிக மேம் பட்டதான விசி இருக்க வேண்டும் அத்தகைய விதியின் கீழ்தான், நன்கு ஒழுங்கு முறைப்படுத்தப்பட்ட சமூகம் இருக்கமுடியும்; அங்கு வாழ்க்கை வாழ்வதற்கு ஏற்றதாக அமையும். அந்த விதி, நக்கை விதியாக இருக்குமாயின், அன்றாட வாழ்வில் நாம் அதைப் பின்பற்ற வேண்டும். எதிரிகளால் தாக்கப்படும்போது, முரண்பாடுகள் ஏற்படும்போது, அன்பால் வெற்றிகொள்ள வேண்டும். இத்தகைய கடினமான முறையிலே, என் வாழ்நாள் முழுவதிலும் நான் செயற்பட்டு வந்துள்ளேன்.

சத்தியாக்கிரகத்தைக் கடைப்பிடிக்க, உண்மை, அஹிம்சை ஆகிய இருகோட்பாடுகளுடன் மூன்றாவது கோட்பாடான, நேர்மையான வழிகள் என்பதையும் காந்தியடிகள் தெளிவுபடக் கூறியுள்ளார். நல்லதொரு முடிவை எட்டும் பணியில், எந்த வழிகளையும் கடைப்பிடிக்கலாம் என்பது நியாயம்தான் என்று

கூறிய ஒருவருக்கு அண்ணல் காந்தியடிகள் கூறிய பதில் வருமாறு: வழிகளுக்கும் அடையும் முடிவுகளுக்கும் இடையில் எந்தவித மான உறவும் இல்லை என்னும் நம்பிக்கையே மிகவும் தவறானது. அத்தவறின் காரணமாக, ஒரு ஆன்மீகவாதிகூட பெருங்கேடு தரும் குற்றங்களைச் செய்து விடுகிறான். நச்சுத்தன்மை உடைய களைச் செடி ஒன்றிலிருந்து ரோஜாவைப் பெறுவது போன்றதுதான் உங்கள் கூற்று. ஒரு கடலை நான் கடக்க வேண்டுமென்றால், கலம் ஒன்றைப் பயன்படுத்தவேண்டும்; மாறாக, வண்டி ஒன்றை அதற்கு நான் பயன்படுத்தினால், வண்டியும் நானும் கடலின் அடியில் செல்லவேண்டியதுதான். 'கடவுள் எவ்வழியோ, அவ்வழி தான் பூசாரி என்பது மிகப் பொருத்தமான, எண்ணிப்பார்க்கத் தக்க மேற்கோளாகும். அதனுடைய பொருள் சிதைக்கப்பட்டு விட்டது; மனிதர்கள் நெறி பிறழ்ந்து சென்றுவிட்டனர். வழியை விதை என்றும், முடிவை மரம் என்றும் ஒப்பிட்டுக் கூறலாம். மரத்திற்கும் விதைக்கும் இடையிலுள்ள மீறத்தகாத தொடர்பைப் போன்ற உறவு, வழிகளுக்கும் முடிவுக்கும் இடையில் உள்ளது.

காந்தியடிகளின் கருத்தில் உருவான சத்தியாக்கிரகம் என்பது உயர்ந்த வாழ்க்கை என்ற இலக்கை அடைவதற்கு ஒவ்வொரு தனி மனிதனுக்கும் வழிகாட்டியாகும். அரசியல் மற்றும் பன்னாட்டுப் பிரச்சினைகளைத் தீர்ப்பதற்கு உதவுவதாகும். ஒரு தலைவர், ஒரு சீர்திருத்தவாதி என்ற வகையில் இது ஒப்பற்ற பங்களிப்பாகும்.

மனிதகுலத்தின் பெரும்பான்மையினரின் யோகம் வறுமை தான் என்று காந்தியடிகள் எண்ணியதில்லை. இப்போது நடை முறையிலுள்ள சமூக அமைப்பை மாற்றியமைத்து, வறுமையையும் மக்களின் மோசமான வாழ்க்கைச் சூழலையும் சரி செய்துவிடலாம் என்று அவர் நம்பினார். சமூகத்திலிருந்தே செல்வமும் வளமும் உற்பத்தி செய்யப்படுவதால், அவை அனைவருக்கும் சமமாகப் பங்கிடப்படவேண்டும் என்று அவர் நம்பினார். இந்தியாவின் சூழலில் நடைமுறைக்கு இது பொருந்தி வராது என்றால்கூட வயலில் உள்ள விவசாயத் தொழிலாளி, ஆலைத்தொழிலாளி அல்லது வேறிடங்களில் உள்ள தொழிலாளிகள் யாவருக்கும் அடிப் படைத் தேவைகளான உணவு, உடை, இருப்பிடம் போன்றவை மறுக்கப்படக்கூடாது என்று அவர் உணர்ந்தார். இந்த அடிப்படைத் தேவைகள் அனைவருக்கும் கிடைக்கும்படி சமூகத்தின்

பொருளாதாரம் முறைப்படுத்தப்பட வேண்டும். தனிப்பட்ட மனிதரின் அறக்கொடையை அவர் நம்பியதில்லை. அத்தகைய கொடைகள் கொடுப்போன், கொள்வோன் இருவரையுமே இழிவு படுத்திவிடுகின்றன என்று அவர் கருதினார்.

கிராமப் பஞ்சாயத்துக்களை உயிரூட்டி, மறுபடி அவற்றுக்கு அடிக்கல் நாட்டி, விடுதலைபெற்ற இந்திய நாட்டை உருவாக்க வேண்டும் என்று அண்ணல் விரும்பினார். கிராமப் பஞ்சாயத் துக்கள், மத்திய அல்லது மாநில அரசுகளால் முறைப்படுத்தப்படக் கூடாது. மாறாக, மாநில-மத்திய அரசுகள், கிராமப் பஞ்சாயத்துக்களை அடிப்படையாகக் கொண்டு உருப்பெற வேண்டும். இந்திய பொருளாதார அமைப்பு, பரவலாக்கப் பட்ட தொழில்துறையை அடிப்படையாகக் கொண்டு உருவாக்கப் படவேண்டும் என்று நிறுவினார். அதேபோல அதிகாரத்தைப் பரவலாக்குவதாகத்தான் அதன் அரசியல் அமைப்புக்கள் அமைய வேண்டும் என்றார். மக்கள் நேருக்குநேர் உரையாடி, கருத்துக்களைப் பரிமாறிக் கொள்ளக்கூடிய சிறுசிறு அமைப்புகளில்தான் மிகவும் வலிமை வாய்ந்ததாக ஜனநாயகம் செயல்படும் என அவர் நிறுவினார். ஒரே இடத்தில் அதிகாரம் குவிந்திருப்பது பற்றி அவருக்கு உள்ளூர அச்சம் இருந்தது. பல மையங்களின் வழியே அது பரவலாக்கப் படவேண்டும் என அவர் விரும்பினார். மிகவும் அடிமட்டத்தில் உள்ள ஒரு மனிதனையும் ஆட்கொள்வதே சிறந்த அரசு என்றார் அவர். பலவந்தமாக மக்களை மகிழ்ச்சி கொள்ளச் செய்ய முடியாது என்று அவர் நம்பினார். சமூக அமைப்பிற்கு விரோதமானவையாக இல்லாத வகையில், மக்கள் தமது சொந்தக் கருத்துக்களைக் கொண்டு தங்களை மகிழ்ச்சிப்படுத்திக்கொள்ள வேண்டும் என்றார் அவர். கிராமத்தை அடிப்படையாக வைத்து உருவாவதில்தான் மைய அரசின் வலிமை உள்ளதே அன்றி, அவற்றின் நிதியால் அல்ல என்றும் அவர் நிறுவினார். சட்டசபைக்கு மறைமுகமாகத் தேர்தல் நடத்துவதை இது எடுத்துக்காட்டியது.

அண்ணல் காந்தியடிகளின் பொருளாதாரச் சிந்தனைகள், அவருடைய ஆன்மீக, ஒழுக்க விதிகளிலிருந்தே கண்டறியப்பட வேண்டும்; அத்துடன், இந்தியாவில் அன்றிருந்த நிலவரத்தையும் கணக்கில்

கொள்ள வேண்டும். பொருளாதாரப் பிதற்றல்களாலான ஆரவாரம் ஏதுமின்றி அது முன்வைக்கப்பட்டது.

என்னைப் பொறுத்தவரையில், இந்தியாவின் பொருளாதார அமைப்பு, ஏன், உலகப் பொருளாதார அமைப்பும்கூட எப்படி இருக்கவேண்டுமென்றால், உணவு, உடை கிடைக்காமல் ஒருவரும் திண்டாடக்கூடாது. அதாவது, தங்கள் அடிப்படைத் தேவை களை நிறைவு செய்ய ஒவ்வொருவருக்கும் போதுமான வருவாய் கிடைக்குமாறு ஒரு வேலை இருக்க வேண்டும். வாழ்க்கையின் அடிப்படைத் தேவைகளுக்கான உற்பத்தி முறைகள், வெகு ஜனங்களின் கட்டுப்பாட்டில் இருக்குமாயின், இந்தக் குறிக் கோளை உலகம் முழுவதிலும் அடையலாம். இறைவன் இயற்கையில் தந்துள்ள காற்று, தண்ணீர் போல, அவை தட்டுப்பாடின்றிக் கிடைக்க வேண்டும்; எந்த ஒரு நாடோ, தேசமோ அல்லது குழுவோ அவை தங்களுக்கே உரியது என உரிமை கோருவது முறையற்ற செயலாகும். இந்தச் சிறிய விதியைப் பின்பற்றாமல் புறக்கணித்ததன் விளைவை-இன்று அடிப்படைத் தேவைகள் கூடச் சரிவர கிட்டாத அவலநிலையை-நாம் கண்கூடாகக் காண்கிறோம். இந்த அவலத்தை நம்நாட்டில் மட்டுமன்று, உலகின் பிறபாகங்களிலும்கூடக் காண்கிறோம்.'

சில குறிப்பிட்ட வரையறைகளுக்கு உள்ளாக மனிதனின் தேவைகளை வரையறுத்துக்கொள்ளும் காந்தியடிகளின் கொள்கை, இந்தக் கோட்பாட்டிலிருந்து உருவானதே ஆகும். நல் வாழ்க்கைக்கு சில குறிப்பிட்ட அளவு பொருட்கள் தேவை. அதற்குமேல் பொருட்களைச் சேர்த்து, வசதிகளைப் பெருக்கினால், மனிதன் அவற்றுக்கு அடிமையாவதுடன் துன்பத்தையும் பெருக்கிக் கொள் கிறான். ஆகவே, கண்டிப்பாக ஒவ்வொருவரும் தன் தேவைகளைச் சுருக்கிக் கொள்ள வேண்டும்; தேவைகளை வரம்பின்றிப் பெருக்கக் கூடாது. தேவைகளைப் பெருக்கிக் கொள்வது வளர்ச்சியின் அடையாளமல்லவா என்ற வினாவுக்கு காந்தியடிகள் தந்த பதில்:

ஒவ்வொருவருக்கும் தேவைக்கேற்ற அளவுக்கு உணவும் உடையும் கிடைக்குமானால், அவன் மனத்தை நிறைவாகவும், அறிவுடைய தாகவும் வைத்திருக்கப் போதுமானதாக இருப்பதுதான் வளர்ச்சி என்றால் நான் அதில் திருப்தியடைய வேண்டியதுதான். ஆனால் வழக்கத்திற்கு மாறாக நிறைய உட்கொண்டு என்னுடைய வயிற்றில்

அதன் கொள்ளளவிற்கு அதிகமாக அடைத்து, செரிப்பதற்கு முடியாமல் திண்டாட நான் விரும்பவில்லை.

"இந்த முயற்சி என்பது தன்னார்வத்துடன் கூடிய மனமார்ந்த எளிமை, ஏழ்மை, மெதுவாகச் செயற்படல் ஆகியவற்றில் அழகைக் காண்பது. தேவைகளைப் பெருக்கிக் கொள்ளல் என்பது என்னை ஒருபோதும் கவர்ந்ததில்லை. நம்முள் இருக்கும் ஆன்மாவை அவை அழித்துவிடும்" என்று அவர் கூறினார். மேலும் அவர் கூறினார்:

ஒரு குறிப்பிட்ட அளவில் உடலுக்கு ஒத்திசைவும் வசதியும் தேவையே. ஆனால், குறிப்பிட்ட அளவிற்கு மேல் அது உதவிக்குப் பதிலாகத் தொல்லையாக ஆகிவிடும். ஆகவே, அளவுக்கதிகமாகத் தேவைகளைப் பெருக்கிக் கொள்வதும் அவற்றை நிறைவேற்றித் திருப்தி அடைவதும் ஏமாற்றம் தருவதாக, நம்மைத் துன்ப வலையில் சிக்கவைப்பதாக ஆகிவிடும். ஒருவன் தன் உடல் தேவைகளை நிறைவு செய்வது, தன்னுடைய சுயநலமிக்கதான அறிவார்ந்த தேவைகளை நிறைவு செய்வதுகூட, ஒருகட்டத்தில் உடல்சார்ந்த, அறிவார்ந்த சிற்றின்பக் களியாட்டங்களை நோக்கி அவனைக் கீழ்மைப்படுத்துவதற்கு முன்பு முடிவான நிறுத்தத்திற்கு வந்துவிட வேண்டும்.

அதே பொருளை விரிவாக்கி அவர் கூறினார்: நவீன உலகில் நாகரிகப் பொருட்களின் மேல் மோகம் கொண்டு, அவற்றை அடைவதையே குறிக்கோளாகக் கொண்டு செயல் படுவதால், முன்னேற்றப்பாதையில் நாம் பின்னோக்கிச் செல் கிறோம். இது கடவுளுக்குரிய சேவை ஆகாது. செல்வ தெய்வம் என்பது உயர்ந்த மதிப்புடைய பொருளாதார உண்மை ஆகும். நம் தேவையை நாம்தான் தேர்ந்தெடுக்க வேண்டும். அமெரிக் காவின் வளங்களை நாம் ஏற்கிறோம் எனவும், ஆனால் அவற்றின் வழிமுறைகளை ஏற்பதில்லை எனவும் நம்நாட்டினர் பலர் கூறக் கேட்டிருக்கிறேன். அத்தகைய முயற்சியில் ஈடுபடல், நம்மை நாமே தோல்விக்கு உட்படுத்திக் கொள்வதாகும் என்று நான் கூறுவேன். குறிப்பிட்ட ஒரே சமத்தில் நாம் அறிவு சார்ந்தவராக, தற்கட்டுப் பாடுடையவராக, ஆத்திரமுடையவராக இருக்க முடியாது.

தேவைகளை பல்வகைகளில் பெருக்கிக் கொள்வதற்கு எதிராக இருந்தார் காந்தியடிகள்; அதே நேரத்தில், இந்தியாவில் பிற இடங் களில் மக்கள் கூட்டம் வறுமையில் சிக்கி அரைபடும் அவலத் திற்கு

ஆளாக்கப்பட்டதையும் எதிர்த்தார். பொருளாதார ரீதியான வறுமை மட்டும் மனிதர்களுக்குத் துன்பம்தரவில்லை; ஒழுக்கத்திலும் அவர்களைத் தரந்தாழ்த்தியது. அவர் கூறியதாவது:

வருத்தும் ஏழ்மையின் காரணமாக ஒழுக்கத்தில் தரம் தாழ்ந்து போவதைத் தவிர வேறு வழியே இல்லை என்று ஒருவரும் எப்போதும் கருத்துக்கூறவில்லை. மனித உயிர் ஒவ்வொருவருக்கும் வாழ்வதற்கு உரிமை உள்ளது. அதனால், தனக்குத் தேவையான உணவைப் பெறவும், தேவையான உடை உடுக்கவும், இருப் பிடத்தைப் பெறவும் உரிமை உள்ளது. ஆனால், இந்த எளிமை யான நிகழ்விற்கு நமக்குப் பொருளாதார நிபுணர்களோ அவர் களின் சட்டங்களோ தேவையில்லை.

அவர் மேலும் சொன்னார்:

நம்முடைய அன்றாடத் தேவைகளுக்குப் போதுமான அளவிற்கு இயற்கை நாள்தோறும் உற்பத்தி செய்கிறது. ஒவ்வொருவரும் தமக்குத் தேவையான அளவிற்கு மட்டுமே இயற்கையிடமிருந்து எடுத்துக்கொண்டு, அதற்கு மேல் எடுக்காமல் இருப்பார்களே யானால், உலகில் எங்குமே இல்லாமை ஏற்படாது. ஆனால், எவ்வளவு காலம் வரையிலும் சமத்துவமின்மை இருக்கிறதோ அதுவரையிலும் நாம் பிறர்க்குரியவற்றை திருடுகிறோம்.

அஹிம்சைத் தத்துவத்தில் அவர் செயல்பட்டதைப்போன்று, முதலாளிகள், நிலச்சுவான்தார்கள் ஆகியோரின் உடைமை முறையை அவர் கடுமையாக எதிர்த்தார். ஆயினும், அவர்களின் சுரண்டல் இன்றும் நீடிக்கிறது; நிலச்சுவான்தார்களும் முதலாளி களும், ஏழை எளிய மக்களின் நலன்களுக்கு அறங்காவலர்களாகச் செயற்பட்டால் இந்த நிலை மாறும் என அவர் நம்பினார். வாழ்க்கையின் எல்லாப்பகுதிகளிலும் செயற்படக்கூடியதாக, அறங் காவலர் (தர்மகர்த்தா) கோட்பாட்டை அவர் வடிவமைத்தார். தங்கள் குழந்தைகளின் நலன்களுக்குப் பெற்றோர்கள் எவ்வாறு அறங்காவலர்களரகச் செயற்படுகிறார்களோ அதைப்போன்று, அவர்களுடைய பிரதிநிதிகளாகச் சட்டமன்றத்திற்குத் தேர்ந்து எடுக்கப்பட்ட உறுப்பினர்களும் அவர்களைக் கொண்ட அரசாங் கமும், மக்களின் அறங்காவலர்களாக-பெற்றோர்களாக-எண்ணிச்

செயல்படவேண்டும். அறங்காவலர் என்ற சொல்லே, அவர் உரிமையாளர் அல்லர் என்பதைக் குறிப்பாகச் சுட்டுகிறது. யாருடைய நலனைக் காப்பதற்காக அந்த உறுப்பினர் அழைக்கப்பட்டுள்ளாரோ, அவரே உரிமையாளர் ஆவார். அதாவது, மக்களே சொந்தக்காரரர் ஆவர்.

காந்தியடிகளின் அறங்காவலர் கோட்பாடு பற்றி பேராசிரியர் எம். எல். தந்த்வாலா எழுதிய விளக்கத்தின் வரைவை காந்தியடிகள் சரிபார்த்தார். அந்த அறிக்கை பின்வருமாறு:

1. தற்போதைய முதலாளித்துவச் சமூக அமைப்பை, சமத்துவ அமைப்பாக மாற்றுவதை அறங்காவலர்முறை முன்வைக்கிறது. அது, முதலாளித்துவத்திற்குச் சிறிதும் இடம் கொடுக்கவில்லை. ஆனால் தற்போதைய உடைமைச் சமூகம் தன்னை மாற்றிக் கொள்ள வாய்ப்பு அளிக்கிறது. மனித இயற்கை ஒருபோதும் மீட்க முடியாததல்ல என்ற நம்பிக்கையின் அடிப்படையில் இது அமைந்துள்ளது.

2. செல்வத்தில் தனிப்பட்ட உடைமை கொண்டாடும் உரிமையை அது ஏற்கவில்லை. சமூகத்தின் சொந்தநலனுக்காக, அது அனுமதிக்கும் நிலையில் மட்டுமே தனியுடைமை உரிமையை அறங்காவலர் கோட்பாடு ஏற்கும்.

3. சொந்த உடைமை மற்றும் செல்வத்தின் பயன் பற்றிய சட்ட ஏற்ப உற்பத்தியின் தன்மை அமைய இடங்கொடுக்காது.

4. ஒழுங்கு முறைகளையும் அக்கோட்பாடு உள்ளடக்கியதாகும். ஆகவே, அரசால் முறைப்படுத்தப்பட்ட அறங்காவலர் முறையின் படி, ஒரு நபர் தன்னுடைய சொந்த நிறைவிற்காக மட்டும் செல்வத்தை வைத்திருக்கவோ அல்லது பயன்படுத்தவோ அல்லது சமூகநலனைப் புறக்கணிக்கவோ உரிமை இல்லை.

5. கண்ணியமான வாழ்க்கைக்கு ஏற்ற குறைந்தபட்ச வருமான வரம்பை நிர்ணயிப்பதுபோல, சமூகத்தில் எந்த ஒரு மனிதனுக்கும் உரிய உயர்ந்தபட்ச வருமான வரம்பையும் முன்வைத்தது. இந்தக் குறைந்தபட்ச-உயர்ந்தபட்ச வருமானங்களுக்கிடையிலான வேறுபாடு, நியாயமானதாகவும் ஏற்றதாகவும் நடுநிலைமையானதாகவும் காலத்திற்கு ஏற்ப மாறக்கூடியதாகவும் அமைக்கப்படும்.

இரண்டிற்குமிடையேயான வேறுபாடு முற்றுமாகத் துடைத்து அழிக்கப்பட்டுச் சமத்துவத்தை அடையும் இலக்கைக் கொண்டது.

6. காந்தியப் பொருளாதார முறையின்படி சமூகத்தேவையை அடிப் படையாகக் கொண்டே, உற்பத்தியின் தன்மை தீர்மானிக்கப் படும்; மாறாக, தனிப்பட்ட விருப்புகள் அல்லது பேராசைக்கு ஏற்ப உற்பத்தியின் தன்மை அமைய இடங்கொடுக்காது.

பொருளாதாரம் தொடர்பான காந்தியடிகளின் முக்கியமான சிந்தனைகளுள் இவை சிலவாகும். இந்தச் சிந்தனைகளில் உறுதியாக நின்று ஏழ்மை, வேலையின்மை ஆகிய இரட்டைச் சிக்கல்களை அடியோடு நீக்க அவர் விரும்பினார்.

இந்தச் சிந்தனைகளின் பயன்பாட்டை அவர் சுதேசி இயக்கத் துடன் தொடங்கினார். நுகர்வில் மட்டுமின்றி உற்பத்தியிலும் உள்ள சிக்கல்களைத் தீர்க்க, இந்த இயக்கம் வடிவமைக்கப்பட்டது. இந்தியாவில் உள்ள கிராமவாசிக்கு முதன்மைத் தேவையாக அமைவது உடைதான். ஆகவே, தீர்க்கப்படவேண்டிய முதல் பிரச் சினையாக, துணி உற்பத்தியைக் காந்தியடிகள் கைக்கொண்டார். தொடக்கத்தில், துணி நெய்வது என்பதாக மட்டுமே இதனை எண்ணினார்; சபர்மதி ஆசிரமத்தில் சில தறிகளை அமைத்தார். ஆயினும் அவற்றில் பயன்படுத்தப்பட்ட நூல், இந்திய ஆலைகளில் உற்பத்தி செய்யப்பட்டது. விவசாயிகளின் உழவுத் தொழிலுக்கு ஊறு செய்யாததாக, அதே நேரத்தில் தறிகளுக்கு உதவும் கிளைத் தொழிலாக ஒன்றை உருவாக்க அவர் விரும்பினார். அது, வீடுகளில் உற்பத்திய செய்யக்கூடிய நூல் உற்பத்தி என்று கண்டறிந்தார். வீட்டில் இராட்டையைச் சுற்றி நூல் நூற்பதற்கு தனிப்பட்ட தொழில்நுட்பத் திறமை எதுவும் தேவை இல்லை. நூற்பு இயந்திர ஆலைகளின் வருகைக்கு முன், நம் நாட்டில் ஒவ்வொரு வீட்டிலும் அவரவர்க்குத் தேவையான உடைகளை நெய்வதற்குத் தேவையான நூல் சொந்தமாக உற்பத்தி செய்யப்பட்டது. அதேபோன்று, ஐரோப்பிய நாடுகளிலும், இயந்திர ஆற்றல் பயன்பாட்டிற்கு வருமுன், தங்களுக்குத் தேவையான உடைகளை நெசவு செய்யத் தேவையான கம்பளி நூல்களை ஒவ்வொரு வீடும் உற்பத்தி செய்தது.

கதர்த்தொழிலில், கைகளால் நூற்பதன் பங்கு குறித்து தவறான கருத்துக்கள் இருந்தன. அதுபற்றி காந்தியடிகள் அடிக்கடி விளக்க

வேண்டியிருந்தது. அவர் கூறுவதாவது:

மிகவும் வறுமையில் உள்ளவர்களைத்தவிர வேறு யாருக்கும் வாழ்வதற்குப் பொருள் தேடித்தரும் தொழிலாக நூல் நூற்கும் தொழில் இருக்க முடியும் என்று யாரும் எப்போதும் கூறிய தில்லை. உழவுத்தொழில் இல்லாத காலங்களில், விவசாயிக்குப் பயன்படும் ஒரு துணைத் தொழிலாக, உலகளாவிய பழமையான தொழிலான அதனை மீண்டும் உருவாக்க வேண்டும் என்பதே நோக்கம் ஆகும்.

பொருளீட்டித்தரும் வேறு தொழில்களின் இடத்தில் நூல்நூற்புத் தொழில் என்று ஒருவரும் குறிப்பிடவில்லை. தொழில் என்றே அது போற்றப்படுகிறது.

இந்தியாவில் பிரச்சினை என்னவென்றால் மனித உழைப்பைச் சிக்கனமாகப் பயன்படுத்துவது அல்ல; சரியாகவும் லாபகரமாகவும் பயன்கொள்வதுதான். ஆகவே, காந்தியடிகள் கூறுவதுண்டு: "இயந்திரயுகம் எதைச் செய்தாலும், கோடிக் கணக்கான மக்கள் அனைவருக்கும் வேலைவாய்ப்பை அது ஒரு நாளும் கொடுக்காது. அந்த மக்கள் உழைப்பிற்கு மாறாக, ஒட்டு மொத்தமாக இயந்திரங் களின் ஆற்றல் பயன்படுகிறது."

காந்தியடிகளின் இக்கூற்றும் மற்ற சில கருத்துகளும் தவறாகப் புரிந்துகொள்ளப்படுகின்றன. இயந்திரம் அல்லது தொழில்நுட்பத் திற்கு அவர் எதிரானவர் அல்ல. உற்பத்தியைப் பெருக்கவும் உழைப்பாளியின் மட்டற்ற உழைப்பைக் குறைக்கவும் இயந்திர ஆற்றலைப் பயன்படுத்துவதில் அவருக்குக் கருத்துவேறுபாடு எதுவும் கிடையாது. இயந்திர ஆற்றலைப் பயன்படுத்த வேண்டும் என்று விரும்பும் கிராமத்து மனிதர் ஒவ்வொருவருக்கும் அது கட்டாயம் கிடைக்க வேண்டும் என்பது ஒன்றே அவர் முன்வைத்த நிபந்தனை ஆகும். அறிவியலும் இயந்திரங்களும் பொருட்களை மட்டும் உற்பத்தி செய்து மனிதர்களைப் பட்டினியால் வாடச் செய்வதை அவர் விரும்பவில்லை. அவரைப் பொறுத்தவரை மிக உயர்ந்த மதிப்பிற்குரியவன் மனிதனே. "பெரிய அளவிலான உற்பத்தியை நீங்கள் எதிர்க்கிறீர்களா?" என்று காந்தியடிகளிடம் கேட்டதற்கு அவர் கூறிய பதில்:

நான் ஒருபோதும் அவ்வாறு கூறவில்லை. என்னைப் பற்றி வழங்கிவரும் பல மூடநம்பிக்கைகளுள் இதுவும் ஒன்று. திரிக்கப்பட்ட பத்திரிக்கை அறிக்கைகளிலிருந்து உங்கள் வினா வந்துள்ளது. கிராமத்து மக்கள் எளிதாகத் தயாரிக்கக் கூடியவற்றை, பெரிய அளவிலான இயந்திர உற்பத்திமூலம் தயாரிப்பதைத்தான் நான் எதிர்க்கிறேன்.

இயந்திரங்களுக்கு எதிரானவரா என்ற மற்றொரு வினாவிற்கு அவர் சொன்ன பதில்:

நம்முடைய இந்த உடலே நேர்த்தியான இயந்திரமாக இருக்கும் போது நான் அதனை எப்படி எதிர்க்க முடியும்? இயந்திரமய மாக்கும் பேராசையைத்தான் நான் எதிர்க்கிறேன். உழைப்பைக் குறைக்கிற இயந்திரமயமாதலைத்தான் நான் குறிக்கிறேன். இந்த இயந்திரப் பேராசை எதுவரை போகும் என்றால், ஆயிரக்கணக் கானவர்கள் வேலையின்றி வாடி, வீதிகளில் எறியப்பட்டு பட்டினியால் மடியும் நிலைவரை மனிதர்கள் கொண்டுசெல்வர்.

இக்கருத்தை விரிவுப்படுத்தி அவர் கூறியதாவது:

மிக உயர்ந்த மதிப்பிற்குரியவன் மனிதனே. மனிதனின் உறுப்பு களை வற்றச் செய்யும் செயலை இயந்திரங்கள் செய்யக்கூடாது.

பிறிதொருமுறை அவர் சொன்ன கருத்து:

மின்சாரம், கப்பல் கட்டும்பணி, இரும்புத்தொழில், இயந்திரங் களை உருவாக்கல் போன்ற தொழில்களை, கிராமக் கைத்தொழில் களுடன் அருகருகே நானும் பார்க்கிறேன். ஆனால், எதற்கு முதன்மை தருவது என்பது மாறி உள்ளது. கிராமங்களையும் கிராமியக் கைத்தொழில்களையும் அழிக்கின்ற வகையில் இயந்திர மயமாக்கும் பணி திட்டமிடப்பட்டுள்ளது. எதிர்காலத்தில் கிராமங்களையும் அவற்றின் கைத்தொழில்களையும் சார்ந்து இயந்திரத்தொழில் இருக்கும் என்கின்றனர். அரசுகளுக்குச் சொந்தமான மையப்படுத்தப்பட்ட தொழிற்சாலைகள் அமைக்கப் பட்டால் அரசுகளால் வாழ்க்கைத் தேவைகளை மையப் படுத்துதல் என்பது பொதுநலனுக்கு உறுதுணையாக அமையும் என்ற சோசலிச நம்பிக்கையில் எனக்கு உடன்பாடு இல்லை.

குடிசைகளுக்கும், உற்பத்தியைப் பெருக்குவதற்காக கிராமத் தொழில்களுக்கும், தேவைப்படும்போது மட்டற்ற உடல் உழைப்பை நீக்குவதற்கும் மின்சாரத்தைப் பயன்படுத்துவதில் காந்தியடிகளுக்கு. ஒரு போதும் எதிர்ப்பு இருந்ததில்லை என நாம் அறியலாம். ஆனால் ஒரு கிராமவாசியின் சக்திக்கு உட்பட்டதாக மின் கட்டணம் இருக்க வேண்டும் என்று அவர் வற்புறுத்தினார். தன்னுடைய கிராம வீட்டிலிருந்து உழைப்பாளியைப் பிரித்து, நெரிசல்மிக்க நகரச் சூழலில் தொழிற்சாலைகளில் பணியாற்ற நேர்வதைத்தான் அவர் ஏற்கவில்லை. ஒவ்வொரு வீடும் ஒரு தொழிற்சாலையாக வேண்டும் என்று அவர் விரும்பினார். நீண்ட தொலைவுகளுக்கும் எடுத்துச் செல்லப்படக்கூடிய, சிறிய அலகுகளில் பகிர்ந்தளிக்கப்படக் கூடியதாக மின்சார ஆற்றல் உள்ளது. தன்னுடைய சொந்தப் பயன்பாட்டிற்கு வேண்டிய பொருட்களைக் கிராமவாசி இதனால் உற்பத்தி செய்துகொள்ள முடியும். தேவைப்பட்டால், தன் தேவைக்கு மீறியவற்றைச் சந்தையில் விற்பனை செய்யவும் முடியும்.

தேசிய வாழ்வை மீட்டுருவாக்கம் செய்யும் வகையில், சமூக மாற்றத்துக்காக அண்ணல் காந்தியடிகள் ஆற்றிய பணி மிகச் சிறப்பானது ஆகும். தீண்டாமைக்கெதிரான அவருடைய பங்களிப்பு முதலாவதாகவும் முதன்மையானதாகவும் அமையும். தீண்டாமை குறித்து காந்தியடிகள் கூறியதாவது:

சாதி இந்துக்கள், தங்களுக்கும் இந்துத்துவத்திற்கும் செய்யும் கழுவாயாக அமையவல்லது, தீண்டாமையை அறவே நீக்குவ தாகும். எந்த ஓர் இனத்திற்கோ அல்லது நாட்டிற்கோ மட்டும் ஏகபோக உரிமை உடையதாகக் கடவுளின் கருணையும் அருள் காட்சியும் இருக்க முடியாது. கடவுளுக்காகக் காத்திருக்கும் அனைவரிடமும் ஒன்றுபோல இறைவனின் கருணை படியும்... தீண்டாமையை ஒருபோதும் என்னால் ஏற்றுக்கொள்ள முடியவில்லை. இந்து மதத்தில் இதைத் தேவையற்றதாக நான் கருதி வருகிறேன்.

ஹரிஜன சேவா சங்கத்தை அமைத்தது, ஆசிரமத்தில் ஒரு ஹரிஜனக் குடும்பத்தை வளர்த்தது, அக்குடும்பத்துப் பெண்ணைத் தன் மகளாகக் கருதி தத்து எடுத்து வளர்த்தது, சாதி இந்துக்கள்ஹரிஜனங்களுக்கிடையே கலப்பு மணங்களை அவர் வாழ்த்தியது, தில்லியில் பங்கி (தாழ்த்தப்பட்ட இனத்தினர்)

காலனியில் வசித்தது ஆகிய செயல்கள், பாசாங்குச் செயல்கள் அன்று; முழுமனத்தோடும் அர்ப்பணிப்போடும் செய்யப்பட்டவை. இந்துச் சமூகத்தில் ஒடுக்கப்பட்டும் புறக்கணிக்கப்பட்டும் வந்த சமூகத்தினருக்காக அவர் ஆற்றிய அன்பும் நியாயமான பணியும் ஆகும்.

இந்து-முஸ்லீம் ஒற்றுமை காந்தியடிகளின் இரண்டாவது பணியாகும். நாட்டுவிடுதலைப் போராட்டத்திற்காக மட்டுமல்ல, ஒரு நாட்டை உருவாக்கத் தேவையான, அமைதியாக வாழ்வதற்கு ஏற்ற ஒற்றுமை ஆகும் இது.

அஹிம்சையில் நம்பிக்கை கொண்ட அண்ணல், அரசியல், பொருளாதாரம், சமூகம் என வாழ்க்கையின் அனைத்துத் துறைகளிலும் காணப்பட்ட சமத்துவமின்மையை எதிர்த்தார். சமத்துவமின்மை இறுதியில் சுரண்டலுக்கு இட்டுச்சென்றுவிடும் என்று அவர் கூறினார். அவரைப் பொறுத்தவரையிலும் சுரண்டல் ஒரு வகையான வன்முறையாகும். துப்புரவு செய்பவர், மருத்துவர், வழக்கறிஞர், வணிகர், அமைச்சர் என எப்பணியாக இருந்தாலும், சமூகத்திற்குப் பயன்தரக்கூடிய அவை சம மதிப்புடையவைதான் என்றார். அவருடைய ஆசிரமத்தில் தங்கியிருந்த அனைவரும்உடலுழைப்புச் செய்யும் உழைப்பாளிகளும் அறிவுப்பணி செய்யும் அறிவாளிகளும்-சமமாக நடத்தப்பட்டனர்; அனைவருக்கும் அவரவர் தேவைக்கு ஏற்ற வசதிகள் செய்து தரப்பட்டன. ஆண்பெண்ணுக்கிடையில் எந்தவிதமான வேறுபாட்டையும் காந்தி யடிகள் பார்த்தவரில்லை.

குழந்தைமணம், விதவை மறுமணத்திற்கு எதிரான அனைத்து விதமான சமூக, சமயத்தடைகள், பெண்கள் முகத்திரை அணியும் பழக்கம், திருமணச் சடங்குகளில் செய்யப்படும் அதிகச் செலவுகள் ஆகிய அனைத்தையும் அவர் கடுமையாக எதிர்த்தார். தாம் நடத்தும் சத்தியாக்கிரகப் போராட்டத்தில் பங்குபெறுமாறு பெண்களைக் காந்தியடிகள் அழைத்தார். வன்முறையற்ற போராட்டத்திற்குத் தேவையான சகிப்புத்தன்மையும், துன்பங்களை அமைதியாகத் தாங்கும் பண்பும் கொண்டிருப்பதில் ஆண்களைக்காட்டிலும் சிறந்தவர்கள் பெண்கள் என்பதால் மட்டுமல்ல, அவர்களின் பண்புகளில் கருணையும் அடக்கமும் உள்ளன என்பதற்காக அழைத்தார். ஆணுடைய போகப் பொருளாக மட்டுமே பெண் இருப்பதை அவர்

விரும்பவில்லை. ஆகவே, விலையுயர்ந்த ஆடைகள், நகைகள், ஒப்பனைகள் ஆகியவற்றை அவர் விரும்பவில்லை. பெண்களிடம் பேசும்போது ஒரு சந்தர்ப்பத்தில் அவர் கூறியதாவது: “ஆண்களின் காம உணர்விற்குரிய பொருளாகத் தாங்கள் இருப்பதைநடத்தப்படுவதை - பெண்களே முடிவுக்குக் கொண்டுவர வேண்டும். அதற்கான மருந்து, ஆண்களை விடவும் பெண் களிடம்தான் உள்ளது.”

இந்த நவீன யுகத்தில், பெண்களின் முன்னேற்றத்திற்காகச் செயல்பட்டவர்களில் காந்தியடிகளுக்கு நிகர் வேறு யாருமில்லை. விடுதலைப்போரில் பெண்கள் பங்கேற்றமை குடிமக்களாகத் தங்கள் கடமைகளை நிறைவேற்றுவதற்கு உதவியது. தங்களுக்குரிய உரிமைகளைப் பெறுவதற்கு இந்தியப் பெண்கள் தனியே ஒரு போராட்டம் மேற்கொள்ளத் தேவை இல்லை.

எளிய வாழ்க்கை என்னும் தமது சிந்தனையுடன் இணைந்த ஒன்றாக, மதுவகைகள், போதை மருந்துகள் ஆகிய தீய பழக்கங்களி லிருந்து இந்தியா முழுமையாக விடுதலை பெற வேண்டும் என அண்ணல் விரும்பினார். எனவே, அவருடைய செயல்திட்டத்தில் மதுவிலக்கு முக்கிய இடம் பெற்றது. காங்கிரசின் ‘ஆக்கப்பூர்வமான செயல்திட்டத்தில்’ இந்தத் திட்டமும் இருந்தது. இத்துடன், ஆதாரக் கல்வி (நயி தலிம்) என்ற பெயரில், நம்முடைய கல்விமுறையை சீர்திருத்தம் செய்வதையும் அவர் சேர்த்தார். சமூகத்தேவைக்குரிய தொழிற்கல்வி கற்பதையும் கல்வியுடன் இணைத்து இந்த ஆதாரக் கல்வித்திட்டத்தை அவர் முன் வைத்தார்.

காந்தியடிகளால் உருவாக்கப்பட்ட இந்த ஆக்கப்பூர்வமான செயல்திட்டம், விடுதலை பெற்ற நாட்டிற்கு ஏற்ற குடிமகனாக ஒருவன் தன்னைத் தகுதிப்படுத்திக் கொள்ளத்தக்க வகையில், கரங்கள், இதயம், மூளை ஆகிய மூன்றின் பண்புகளைச் சீர்ப் படுத்துவதை நோக்கமாகக் கொண்டது ஆகும்.

பொறுப்பும் தகுதியும் உடையவனாக இம்மனிதனை உருவாக்க உதவவும், அறிவும் அமைதியும் வளமும் உள்ள நாடாக இந்தியாவை ஆக்கவும் காந்தியடிகள் பல்வேறு அமைப்புக்களைத் தொடங்கினார். அகமதாபாத்தில் மஜ்தூர் மகாஜன சங்கம், சர்க்கா சங்கம், அகில இந்தியக் கதா-கிராமத் தொழில்கள் வாரியம், ஹரிஜன சேவா

சங்கம், நயி தலிம் சங்கம், இந்தி பிரச்சார சபா, அச்சுத நிவாரண சமிதி, ஆசிவாசிகள் சேவா சங்கம் என்பன அவை. பொய்மையும் வன்முறையையும் எதிர்த்து வாய்மையும் அஹிம்சையும் போராட வேண்டுமானால், ஆற்றல் வாய்ந்த இயக்கமாக அவை முறைப்படுத்தப்படவேண்டும் என்று காந்தி யடிகள் உணர்ந்தார். அந்த இயக்கம் தனிப்பட்ட மனிதனின் நல்ல பண்புகளை மட்டும் அடிப்படையாகக் கொண்டதாக இருப்பதை விடவும், திட்டமிட்ட செயற்பாடுடைய, தீமைகளை எதிர்த்து நிற்கும் ஆற்றல்மிக்க நல்ல பண்புகளாக இருக்க வேண்டும் என அவர் உணர்ந்தார்.

தேசிய மறுநிர்மாணத்திற்காக எந்தத் துறையில் சமூக மாற்றத் திற்காகப் பணிபுரிந்து வந்தாலும் அவர்கள் அனைவரின் திறமை களையும் சேவைகளையும் அவர் பயன்படுத்திக் கொண்டார். சான்றாக, சத்தியாக்கிரக முறையில் நம்பிக்கை இல்லாத அமைப்பான 'இந்தியாவின் ஊழியர்கள் சங்கம்' (Servants of India Society) உறுப்பினரான தக்கர் பாபாவின் திறமைகளை ஆதி வாசிகள் மற்றும் ஒடுக்கப்பட்ட மக்களின் முன்னேற்றப்பணி களுக்குப் பயன்படுத்தினார். ஜி.டி. பிர்லா, தம்முடைய தொழில் களை விட்டுவிடவோ சிறைச்சாலைக்குச் செல்லவோ தயாராக இல்லை. ஆயினும், ஹரிஜன முன்னேற்றச் செயல்பாடுகளில் அவர் ஆர்வம் காட்டினார். ஆகவே அவருடைய தலைமையில் ஹரிஜன சேவா சங்கம் அமைக்கப்பட்டது. பொருளாதார நிபுணரும் தணிக்கையாளருமான ஜேசி. குமரப்பாவின் பொறுப்பில் குடிசைத் தொழில் மற்றும் கிராமத் தொழில்துறை அமைப்பு ஒப்படைக்கப் பட்டது. ஜாகீர் ஹுசேன், ஆஷாதேவி, அவர் கணவர் அரியநாயகம் ஆகியோரிடம் நயி தலிம் என்னும் ஆதாரக்கல்வித்திட்டம் தரப் பட்டது. முன்னேற விரும்பும் ஒரு நாடு அனைத்துவிதமான சேவைகளையும் பயன்படுத்திக் கொள்வதில் விருப்பம் கொள்ளும் என்று காந்தியடிகள் சரியாகவே நம்பினார். நாட்டுப்பற்று என்பது அரசியல்வாதிகளுக்கு மட்டுமே ஏகபோக உரிமையுடையது என்று அவர் எண்ணவில்லை. தன் குழந்தையை மிகச் சரியாக வளர்க்கும் பொறுப்புமிக்க ஒரு தாயும்கூட அதன்வழி தேசியப் பணிபுரிகிறாள். எந்த ஒன்றையும் மிகச் சிறியது என்றோ, குறிக்கத்தக்கது அன்று என்றோ காந்தியடிகள் கருதியதில்லை. தேசிய வாழ்வின் அனைத்துக் கூறுகளையும் முன்னேற்றுவதற்கு அவர் முயன்றார்.

செல்வந்தர்கள், முதலாளிகளுடன் சேர்ந்து செயல்படுபவர் என்று விமர்சகர்களால் அடிக்கடி பட்டம் சூட்டப்பட்டு கண்டனத்திற்குள்ளானார் காந்தியடிகள். சிலர், அவரை பிற்போக்காளர் என்று விமர்சித்தனர். சில சமயங்களில் காந்தியடிகளையும் ஜவஹர் லால் நேருவையும் ஒப்பீடு செய்யப்பட்டது. அதில், நேருவை நவீன வாதி என்றும் காந்தியடிகளை, மென்மையாகச் சொல்லவேண்டும் என்பதற்காக, மீட்பு இயக்கவாதி எனவும் தாராளமனமுடைய சிலர் ஒப்பிட்டனர். கௌதமபுத்தர், மகாவீரர், இயேசு கிறிஸ்து ஆகியோர் நவீனவாதிகளா என ஒருவர் கேட்கலாம். அவர்களின் வாழ்க்கையும் உபதேசங்களும் மனித இனத்திற்குப் பொருள் உடையவையாக, குறிப்பிடத்தக்கவையாக இருக்கும்வரை, அவர் களை நவீனவாதிகள் என்றே கூறவேண்டும்.

தார்மீக நெறியையும் சத்தியத்தையும் போற்றுவது நவீனத்துவம் என்றால், காந்தியடிகள் நவீனவாதிதான். ஒருவனின் அகத் தூய்மையும் புறத்தூய்மையும் நவீனத்தின் அடையாளங்கள் என்றால் அண்ணல் நவீனவாதிதான். சுவைக்காக மட்டுமே ஆடம்பர உணவு உண்டு தன்னைத் திருப்திப்படுத்திக் கொள்ளாமல் மற்றவர்களின் நலனுக்காக உழைப்பதற்கு மட்டுமே உண்பவன் நவீனவாதி என்றால் காந்தியடிகள் நவீனவாதிதான். உடல் உழைப்பை ஏற்றுப் பாராட்டுவது என்பது நவீனப் பண்பின் அடையாளம் என்றால், காந்தியடிகளும் நவீனப்பண்புடையவர் தான். சகிப்புணர்வும் நன்கு புரிந்துகொள்ளலும் நவீனத்துவத்தின் குறியீடுகளாயின், கட்டாயம் அண்ணல் காந்தியடிகளை நவீனவாதி என்றே கருத வேண்டும். கருத்து வேறுபாடுடையவர்களாக இருப்போர் அல்லது ஒருவருக்கொருவர் பகைவர்களாக உள்ளோர் மத்தியில், அனைவரும் ஒரு வீட்டில் வசிப்பவர்கள் என்ற உணர்வு கொள்வது நவீனத்துவப் பண்பு என்றால் காந்தியடிகள் நவீனவாதிதான். பதவி, அதிகாரம், செல்வம் பற்றிக் கவலையின்றி அனைவரிடமும் போற்றத்தக்க நாகரிகத்துடன் சமமாகப் பழகுவது நவீனப் பண்பாடு என்றால், சந்தேகமின்றி அண்ணல் காந்தியடிகளை நவீனவாதி என்றே கூறவேண்டும். ஜனநாயக நெறியில் வாழ்வது நவீனப்பண்பு என்றால், அத்தேர்விலும் காந்தியடிகள் வெற்றி பெறுவார். அடையாளமற்றவர்களுடன், கீழ்த்தட்டு மக்களுடன் தன்னை ஐக்கியப்படுத்திக் கொள்வது

நவீனத்துவம் என்றால் காந்தியடிகள் நவீனவாதி. ஏழைகள், ஆதரவற்றோர், ஒடுக்கப்பட்டோர், ஆகிய அடிமட்ட தரித்திர நாராயணர்களின் நலனுக்காக ஓய்வின்றி உழைப்பது நவீனப் பண்பு என்றால் காந்தியடிகள் நவீனவாதிதான். துன்பமே தரும் மனித உணர்வுகளின் நடுவே தன்னந்தனியனாய் நிற்பது நவீனப் பண்பு என்றால் காந்தியடிகள் நவீனவாதி ஆவார்.

மேனாட்டு முறையில் உடை, உணவு போன்ற பழக்க வழக் கங்களை ஏற்பதுதான் நவீனப் பண்பு என்றால், காந்தியடிகள் நவீனவாதி இல்லை. குடிப்பது, புகைப்பது, காபி, தேநீர் அருந்துவது ஆகியன நவீனத்துவ அடையாளங்கள் என்றால் காந்தியடிகள் நவீனவாதி இல்லை. நாகரிகமிக்க விலையுயர்ந்த உணவுவிடுதி களில் உண்ணுவது, கேளிக்கை விடுதிகளுக்கும் இரவு விடுதி களுக்கும் செல்வது நவீனப் பண்பு என்றால், காந்தியடிகள் நிச்சயமாக நவீனப்பண்புடையவர் அல்லர். வம்பளப்பதில் நேரத்தைச் செலவிடல் நவீனப்போக்கு என்றால், அவர் நவீனவாதி அல்லர். ஏனெனில், ஏழை மக்கள் சேவையிலேயே விழித்திருக்கும் நேரத்தின் ஒவ்வொரு நிமிடத்தையும் அவர் செலவழித்தார்.

2

பொருளாதாரத்தில் எந்தவிதமான முறையான பயிற்சியையும் காந்தியடிகள் பெறவுமில்லை; தானாக அவர் பொருளாதாரத்தை மிகுதியாகப் படிக்கவும் இல்லை ஓய்வற்ற அரசியல் வாழ்க்கையில் படிப்பதற்கு சிறிது நேரம்கூட அவருக்குக் கிடைக்கவுமில்லை. இதனை அவரே ‘சத்திய சோதனை’ என்னும் தன் வாழ்க்கை வரலாற்று நூலில் குறித்துள்ளார். ஆடம் ஸ்மித் எழுதிய ‘தேசங்களின் செல்வம்’ (*Wealth of Nations*) நூலை அவர் படித்திருக்கக் கூடும். தம் 75ஆம் வயதில், கார்ல் மார்க்ஸை அவர் தீவிரமாகப் படிக்கத் தலைப்பட்டார். காந்தியடிகளின் ஒவ்வொரு செயலையும் அறக்கோட்பாடுகள் பெரிதும் பாதித்ததால், பொருளாதார ஆய்வுகள் அவருடைய பொருளாதாரச் சிந்தனைகளை மிகுதியாக பாதிக்கவில்லை. டால்ஸ்டாயின் ‘கடவுளின் பேரரசு நமக்குள்ளே’ என்ற நூல், ரஸ்கினின் ‘கடையனுக்கும் கதிமோட்சம்’, ‘புதிய ஏற்பாடு’, ‘பகவத்கீதை’ போன்ற நூல்களின் அறக்கோட்பாடுகளே அவரை மிகவும் நெறிப்படுத்தின. மூன்று கண்டங்களையும் உள்ளடக்கி ஒரு சேரக் கொள்ளும் ஆழ்ந்த அரசியல்

செயல்களைக் கொண்ட கடுஞ்சோதனையான அனுபவங்களிலிருந்து வடித்து எடுக்கப்பட்டவை அவை. இந்தச் சூழலின் பின்னணியில், பொரு ளாதார நிபுணர்களின் புரியாத மொழியில் கூறப்படும் செய்தி களாகவோ, அறிவியல் பூர்வமாக அல்லது அறிவாளிகளின் ஆய்வுரைகளாகவோ அவருடைய பொருளாதாரச் சிந்தனைகள் அமையவில்லை என்பது குறித்து ஆச்சரியப்படத் தேவையில்லை. ஆங்காங்கு சிதறிக் கிடக்கும் அவருடைய எழுத்துக்களிலிருந்தும், அதிகாரப்பூர்வமான அறிவிப்புக்களிலிருந்தும் தெளிவான பொருளாதார அறிவு அண்ணல் காந்தியடிகளிடம் இருப்பதை அறியலாம்; காந்தியப் பொருளாதாரம் எனப் பெயரிட்டு தனித் தன்மையுடையதாக இனங்காணும் தகுதி உள்ளதாக இருக்கிறது. அது, சமகாலப் பொருத்தம் உடையதாக, குறிப்பிடத் தக்க தனித் திறன் உடையதாக உயர்தரத்திலுள்ள பகுப்பாய்வுக் கொடையாக விளங்கும் பண்புகளுடன் காணப்படுகிறது. ஒரு சில பொருளாதார நிபுணர்களைத் தவிர, பலரும் காந்தியப் பொருளாதாரக் கோட் பாட்டிற்கு உரிய முறையில் அறிவுபூர்வமான கவனம் தரவில்லை.

காந்தியடிகளின் பொருளாதாரச் சிந்தனைகள் பொதுவாக நன்கு அறியப்பட்டுள்ளன; சில குறிப்பிட்ட கருத்துக்களுடன் தொடர் புடைய தொழில்துறை மனங்களிலும், பொது மக்களிடமும் தொடர்புடையனவாக உள்ளன. மிகவும் பரந்த மதிப்புடையன் வாக, இவற்றுள் ஐந்தை நான் கருதுகிறேன். பின்வரும் ஐந்தின் விவாத அடிப்படையில், பலருடைய மனத்தில் காந்தியப் பொருளாதாரம் தொடர்புபடுத்தப்படுகிறது.

1. வறுமையை ஏற்பது.

2. இந்தியாவின் கடந்த காலப் பொருளாதார அடிப்படையில் எளிமைக்குத் திரும்புதல்.

3. இயந்திரங்களையும் பரந்த அளவு உற்பத்தியையும் நீக்கிவிடுதல்.

4. பழமையான இந்துசமயத்தின் சமூக, பொருளாதார சட்ட திட்டங்களையும் நடைமுறைகளையும் பற்றியிருத்தல்.

5. கம்யூனிசத்தை ஒதுக்கிவிட்டு, மாற்றங்களுடன்கூடிய முதலாளித் துவத்தை ஏற்றுக்கொள்ளுதல்.

இக்கருத்துக்கள் மிக வேகமாகப் பரவின என்றாலும், பல அறிஞர்களும் காந்தியடிகளின் உண்மைச் சீடர்களும்கூட இவற்றை வரவேற்றபோதிலும்கூட, மேற்குறிப்பிட்ட ஒவ்வொரு கருத்தும் அடிப்படையில் தவறானவை. காந்தியடிகளின் எழுத்துக்களைக் கொண்டு ஆராய்ந்தால், அவரே இந்த அளவுகோல்களை ஏற்க வில்லை என்பது தெரியும்.

காந்தியடிகளின் பெயரால் வளர்ந்துள்ள இந்த ஐந்து பொருளாதார கற்பனைக் கருத்துக்களை அலசி ஆராய்வதாக, இவ்வியலின் எஞ்சிய பகுதி அமைகிறது.

'வறுமையை ஏற்றுக்கொள்வது' என்பது பற்றிய வாதத்தை முதலில் பார்ப்போம். இந்திய ஏ ழமக்களுடன் முற்றிலுமாகத் தன்னை ஐக்கியப்படுத்தி இணைத்துக் கொள்ள, அம்மக்களின் உடைகளை உடுத்தி அவர்களின் எளிய வாழ்க்கையைத் தானும் மேற்கொண்டு வாழ்ந்தார். பிரிட்டிஷ் அரசர் ஐந்தாம் ஜார்ஜ் அவர்களைப் பார்க்கச் சென்ற சமயத்தில் கூட, இந்திய ஏழை மக்கள் அணியும் அரை உடையைத்தான் அணிந்தார். அதனால் தான் அவரை 'அரை நிர்வாணப் பக்கிரி' என்றார் சர்ச்சில்.

ஏழ்மையை காந்தியடிகள் ஒருபோதும் பாராட்டியதில்லை. வறுமைகள்தான் தீமைகளுக்குரிய இடம் என்று சிலசமயங்களில் கூறப்படுவதையும் உறுதியாக ஏற்கவில்லை. அவர் சொன்னார்:

வறுத்தும் ஏழ்மையின் காரணமாக ஒழுக்கத்தில் தரம் தாழ்ந்து போவதைத் தவிர வேறுவழியே இல்லை என்று யாரும் எப்போதும் கூறியதில்லை. மனித உயிர்கள் அனைத்துக்கும் வாழ்வதற்கு உரிமை உண்டு. எனவே, தமக்குத் தேவையான உணவைப் பெறவும், தேவையான உடை உடுக்கவும், இருப் பிடத்தைப் பெறவும் ஒவ்வொரு மனிதனுக்கும் உரிமை உண்டு.

பிறிதொருமுறை அவர் கூறியதாவது:

ஒவ்வொரு மனிதனுக்கும் உண்ண உணவும், குடிக்க நீரும், உடுத்த உடையும் தடையின்றிக் கிடைப்பதும், மனப்பயிற்சியும் கல்வி கற்கும் வாய்ப்பும் ஒவ்வொரு மனிதனுக்கும் கிடைப்பதே, முன்னேற்றத்தின் விளைவு என்று சொன்னால், நான் மனநிறைவு அடைவேன்.

வறுமையைப் பாராட்டுபவராக அண்ணல் காந்தியடிகள் ஒருபோதும் இருந்தவரில்லை. அனைவருக்கும் நிறைவான வாழ்க்கை கிடைக்கச் செய்வதாக இந்தியப் பொருளாதார முன்னேற்றம் இருக்கவேண்டும் என்று அவர் விரும்பினார். 1928ஆம் ஆண்டில் அவர் பின்வருமாறு எழுதினார்:

என்னைப் பொறுத்த வரையில், இந்தியாவின் பொருளாதார அமைப்பு, ஏன், உலகப் பொருளாதார அமைப்பும்கூட, எப்படிப்பட்டதாக இருக்க வேண்டுமென்றால், உணவு-உடை கிடைக்காமல் ஒருவரும் திண்டாடக்கூடாது. அதாவது, தங்கள் அடிப்படைத் தேவைகளை நிறைவு செய்ய ஒவ்வொருவருக்கும் போதுமான வருவாய் கிடைக்குமாறு ஒரு வேலை இருக்க வேண்டும். வாழ்க்கையின் அடிப்படைத் தேவைகளுக்கான உற்பத்தி முறைகள் வெகுஜனங்களின் கட்டுப்பாட்டில் இருந்தால் தான் இந்தக் குறிக்கோளை எட்ட முடியும்.

கடந்த முப்பத்தைந்து ஆண்டுகால திட்டமிட்ட முயற்சிக்குப் பின்னரும்கூட, இந்தியப் பொருளாதார முன்னேற்றம் காந்தியடிகள் எதிர்பார்த்த இலக்கினை நெருங்கக்கூட இல்லை. உலகிலேயே மிகவும் வளமான நாடு என்று போற்றப்படும் அமெரிக்கக் குடியரயசில்கூட, உணவிற்கும் உடைக்குமாக அல்லல் படும் நிலை, சிறுபான்மை மக்களின் நிலையாக உள்ளது. காந்தியடிகள் ஆதரித்தது ஏழ்மையை அல்ல-நிறைவைத்தான். வசதியுடனும் கண்ணியமாகவும் அனைவரும் வாழும்படியான நிறைவான வளர்ச்சியை அவர் விரும்பினார். அளவுகடந்த பொருளாதார ஏற்றத்தாழ்வுகளை, பொருளை முதன்மையாகக் கொண்ட வாழ்க்கை முறையாக வளர்வதை, அவர் கடுமையாக எதிர்த்தார். ஏனெனில், பொருளை முதன்மையாகக் கொண்ட வாழ்க்கை, மகிழ்ச்சியான வாழ்க்கை நெறியாகாது என அவர் உணர்ந்திருந்தார்.

“இந்திய சுயராஜ்யம்’ என்னும் அவருடைய முக்கியமானதொரு நூலில் 1909ஆம் ஆண்டிலேயே அவர் எழுதினார்:

மனம் என்பது அமைதியற்ற பறவை என நாம் அறிவோம்; எவ்வளவுக்கு எவ்வளவு மிகுதியாக அடைகிறதோ, அவ்வளவுக்கு அவ்வளவு இன்னும் வேண்டும் என அது விரும்பும். பின்னரும் திருப்தி கொள்ளாமலே இருக்கும். நம்முடைய ஆசைகளை

எவ்வளவுக்குத் திருப்திப்படுத்துகிறோமோ, அவ்வளவுக்கு அவை மேலும் ஆசை கொள்ளும். அதனால்தான் நம் முன்னோர்கள் இன்பம் துய்ப்பதற்கு ஒரு எல்லை வகுத்து வைத்தனர். இன்பம், மகிழ்ச்சி என்பவை பெரும்பாலும் மனம் சார்ந்தநிலை என்று அவர்கள் கண்டனர். செல்வந்தனாக இருப்பதாலேயே ஒருவன் மகிழ்ச்சியாக இருக்கவேண்டும் என்றோ, ஏழை என்பதாலே மகிழ்ச்சியின்றி இருப்பான் என்றோ கட்டாயம் இல்லை. செல்வந்தர்கள் பெரும்பாலும் மகிழ்ச்சியின்றியும் ஏழைகள் மகிழ்வுடனும் காணப்படுகின்றனர். எப்போதும் கோடிக்கணக் கானவர்கள் ஏழைகளாகவே உள்ளனர். இவை எல்லாவற்றையும் மனத்தில் கொண்டுதான் நம் முன்னோர், ஆடம்பரங்களையும் அவை தரும் இன்பங்களையும் நமக்குத் தேவையற்றவை என்று அறிவுரை கூறினர்.

பொருள் உற்பத்திகளைத் தொடர்ந்து பெருக்கிக்கொள்வதே பொருளாதாரச் சிக்கலுக்குத் தீர்வு என்ற கருத்து பொய்யானது என்று காந்தியடிகள் உணர்ந்தார். எப்போதும் பெருகும் செல்வம், இன்பத்தைப் பெருக்கும் என்ற உறுதி தராது; ஏனெனில், செல்வத்தை இன்னும் அதிகமாகப் பெருக்குவோம் என்ற மனப் போக்கைத்தான் அது ஏற்படுத்தும். நடக்க முடியாதவை என்று காந்தியடிகள் கருதியவற்றில் முதலாவதாக இதைக் கூறலாம். செல்வ வளமிக்க நாடுகளையும், ஏழைநாடுகளில் உள்ள செல்வர் களையும் கொண்டு இந்த உண்மையை அறியலாம்.

அதே வேளையில் காந்தியடிகள், தங்களுடைய அடிப்படைத் தேவைகளை நிறைவு செய்யப் போதுமான அளவு அனைவருக்கும் கிடைக்க வேண்டும் என்பதை உறுதியாக நம்பினார். இந்தியாவிலும் ஏனைய வளரும் நாடுகளிலும் திட்டமிடும் முயற்சிகளில் பொருளா தார வளர்ச்சியே முதன்மைக் குறிக்கோளாக உள்ளது. காந்திய நிர்மாணத் திட்டத்தில், சமத்துவமின்மையைக் குறைத்தல், அனைவருக்கும் வேலைவாய்ப்பு ஏற்படுத்தித் தரத் திட்டமிடல், ஏழ்மையை முற்றிலுமாக நீக்குதல் ஆகியன மேலோங்கிய குறிக் கோள்களாக இருக்கும்; பொருளாதார வளர்ச்சி என்ற தனியான வளர்ச்சியாக ஒருபோதும் இராது. அத்தகைய ஒரு சமுதாயத்தில், மேலே குறிப்பிடப்பட்ட பிற குறிக்கோள்களின் தொடர்விளைவாக பொருளாதார வளர்ச்சி அமையும்.

இந்தியாவின் பழமையான பொருளாதார முறைக்குத் திரும்ப வேண்டும் என்று காந்தியடிகள் வாதாடியதாகப் பலர் நினைக்கின்றனர். பொருளாதாரத் துறையில் நோபல் பரிசு பெற்ற அறிஞரான டாக்டர் ஆர்தர் லெவிஸ் என்பவர், புகழ்பெற்ற தமது நூலில் கூறியுள்ள பின்வரும் கருத்தைச் சான்றாகக் கூறலாம்.

தேசியவாத அரசியல்வாதிகள் அனைவரும் பொருளாதார வளர்ச்சியை வரவேற்பவர்களாக இல்லை. காந்தியடிகள் போன்ற சிலர் மேனாட்டு முறையை எதிர்ப்பதுடன் பழமையான வழிகளுக்குத் திரும்ப வேண்டும் என்கின்றனர்.

தம்முடைய லட்சியக் குடியரசு அமைப்பை அண்ணல் காந்தி யடிகள், ராமராஜ்யம் என்று பெயரிட்டு அழைத்தார். கடவுளின் அவதாரமான ராமனின் அரசில் முழுமையான நீதிமுறை காணப் பட்டது என்பதால், பழமையான காலத்திற்குத் திரும்புவதுபோல அவர் வலியுறுத்தினார். அதற்காக இந்தியாவின் கடந்தகாலத்திற்குத் திரும்பவேண்டும் என்று அண்ணல் காந்தியடிகள் வாதாடினார் என்று சொல்லுவது ஏற்புடையது அன்று. இந்திய நாகரிகத்திற்குச் சில அடைமொழிகள் உண்டு; மனிதனின் தேவைகளைப் பெருக்கிக் கொள்வது ஆபத்து, தேவைகளைக் கட்டுப்படுத்திக் கொள்ளப் பழகிக் கொள்வது போன்றவை அவை. தன்னுடைய நாட்டுமக்கள் இவற்றை ஒதுக்கிவிடக்கூடாது என்று காந்தியடிகள் விரும்பினார். ஆனால், பயணமும் பார்வையும் எதிர்காலத்தை நோக்கி உறுதியாக இருந்தனவே அன்றி, இறந்தகாலத்தை நோக்கி அன்று.

நேருவுக்கு எழுதிய கடிதங்களில் தம்முடைய கனவுகளில் கண்ட இலட்சிய கிராமத்தை தெளிவும் உறுதியுமிக்க ஓவியமாக காந்தியடிகள் தீட்டியுள்ளார்:

என் இலட்சிய கிராமத்தில் அறிவுத்திறன்மிக்க மனிதர்கள் இருப்பார்கள். விலங்குகளைப் போன்று இருளிலும் அழுக்கிலும் அவர்கள் இருக்கமாட்டார்கள். ஆண்களும் பெண்களும் அங்கு சுதந்திரமாக இருப்பார்கள். அத்துடன் உலகத்தில் உள்ள யாருக்கும் நிகராக நிற்கக்கூடிய அளவுக்கு தன்னம்பிக்கையுடன் இருப்பார்கள். அந்த இலட்சிய கிராமத்தில் பிளேக், காலரா, பெரியம்மை போன்ற கொடிய நோய்கள் இரா; கிராமம் ஆரோக்கியமாக இருக்கும்; அங்கு

சோம்பேறியாக ஒருவரும் இருக்க மாட்டார்கள்; மிதமிஞ்சிய செல்வத்திலும் ஒருவரும் புரள மாட்டார்கள் - இரயில் போக்குவரத்து, தபால், தந்தி போன்ற வசதிகளை அந்தக் கிராமத்தில் எதிர்பார்க்க முடியும்.

அவர் கனவு கண்ட கிராமத்தை அண்ணல் காந்தியடிகள் இக்கடிதத்தில் விவரித்துள்ளார் என்று குறிப்பிடுவது பொருத்த மானது. காந்தியடிகள் படம்பிடித்துக்காட்டும் இத்தகைய லட்சிய கிராமத்தை மிகவும் நெருங்கியதாகக்கூட, எந்த ஒரு காலத்திலும் கடந்தகால வரலாற்றில் இந்தியா கண்டதில்லை. எனவே, கடந்த காலத்திற்குத் திரும்புவதற்காக அவர் வாதாடுகிறார் என்று கூறும் கூற்று வலுவிழந்துவிடுகிறது.

தீண்டாமை, பெண்களுக்குச் சுதந்திரமின்மை, மிக அதிகமான அளவில் காணப்படும் சமத்துவமின்மை ஆகியன நினைவுக்கு எட்டாத காலங்களிலிருந்து இன்றுவரையிலும் இந்தியக் கிராமங் களில் வேறுபாடின்றிப் பின்னிப் பிணைந்து காணப்படுகின்றன. எந்தவிதமான சமரசத்திற்கும் இடமின்றி அண்ணல் காந்தியடிகள் இவற்றை எதிர்க்கிறார்:

எல்லா நிலைகளிலும் இன்று சமத்துவமின்மை காணப்படுகிறது. பொருளாதாரச் சமத்துவமே சோசலிசத்தின் அடிப்படையாகும். ஒரு சிலர் செல்வந்தர்களாகவும், மிகப்பெரிய மக்கள் கூட்டம் வயிற்றுக்குப் போதுமான உணவு இன்றியும் சமத்துவமின்மை கொடூரமாக இருக்கும் இன்றைய நிலையில், ராமராஜ்யம் என்பது இருக்க முடியாது.

கடந்த காலத்தின் விளைவால் நிகழ்காலம் நிறைவு தராத தாகவும் அடிப்படை வழிகளில் மாற்றப்பட வேண்டியதாகவும் அவருடைய தீவிரமான சிந்தனையில் தோன்றுகிறது. கடந்த காலத்திலிருந்து நிறைய செங்கற்களைப் பெற்றுக்கொள்ள அவர் ஆயத்தமாக உள்ளார். ஆனால், கட்டப்பட உள்ள கட்டிட அமைப்பு முழுவதும் புதியதாகவும் எதிர்காலத்திற்கு உரியதாகவும் இருக்க வேண்டும் என்று அவர் விரும்புகிறார்.

இயந்திரங்கள், பரந்த அளவில் உற்பத்தி ஆகியவை குறித்த காந்தியடிகளின் பார்வை, தவறாகக் குறிப்பிடப்பட்டுள்ளன என்ற

குற்றச்சாட்டிற்கு எளிதில் ஆளாகக் கூடியவை. ஏனெனில், இந்தக் கருத்துக்கள் படிப்படியாக பரிணமித்தவை. ஏதேனும் ஒரு பிரச்சினையைப் பற்றி காந்தியடிகள் கூறியவற்றில் முரண் இருப்பதாகத் தோன்றினால் காலவரிசையில் கடைசியாக வந்த கருத்தையே அவருடைய கருத்தாகக் கொள்ள வேண்டும் என்பது ஒரு பொது விதி. காந்தியடிகளே இதைத் தன் சீடர்களுக்குக் கூறியுள்ளார். இந்தியச் சுதந்திரப் போராட்ட சூழலில், காந்தியடிகளின் பொருளாதாரச் சிந்னைகள் உருவாயின என்பதையும் கவனிக்க வேண்டும். கைராட்டையில் நூற்பது, கைத்தறி நெசவு ஆகிய வழிகள், இந்தியாவின் மீது மேனாட்டு ஆதிக்கத்தை வலுவிழக்கச் செய்ய வேண்டும் என்பதற்காக அவரால் கூறப்பட்டவை. இந்தியா சுதந்திரம் பெற்ற சிறிது காலத்திற்குள்ளாகவே, இந்துமத தீவிரவாதி ஒருவனின் கொடூரமான கரங்களால் புரட்சிகரமான சாவை அவர் எதிர்கொண்டார். ஆகவே, விடுதலை பெற்ற இந்தியாவில், தமது பொருளாதார எண்ணங்களை நடைமுறைப்படுத்த முடியுமா என்று சோதித்தறியும் வாய்ப்பு அவருக்குக் கிட்டாமல் போனது. அவருடைய சிந்தனைகளின் தன்மையை மதிப்பிடும்போது, அவை வெளியிடப்பட்ட சூழல்களை நன்கு கவனத்தில் கொள்ள வேண்டும் என்பதை இது வலியுறுத்துகிறது

இயந்திரங்கள் பற்றிய காந்தியடிகளின் கருத்து காலப் போக்கிற்கு ஏற்ப குறிப்பிடத்தக்க அளவில் மாறியது. 1909ஆம் ஆண்டில் எழுதப்பட்ட 'இந்திய சுயராஜ்யம்' என்னும் நூலில் அவர் எழுதியதாவது:

நவீன நாகரிக்த்தின் குறியீடாக இயந்திரங்கள் உள்ளன; பெரும் பாவம் ஒன்றையும் அது குறிக்கிறது. இயந்திரங்கள் தொடர்பாக எந்த ஒரு நல்ல கருத்தையும் என்னால் நினைவுகூர முடிய வில்லை; ஆனால், அதன் தீமைகளை எடுத்து விளக்க பல நூல்கள் எழுதப்பட முடியும். இயந்திரம் தீமையானது என்பதை உணர்ந்து கொள்ள வேண்டியது இன்றியமையாதது. அப்போது தான் படிப்படியாக நாம் அதிலிருந்து விலகியிருக்க இயலும்.

'யங் இந்தியா' இதழில் 1926ஆம் ஆண்டில் அவர் மீண்டும் எழுதினார்:

இந்த இயந்திர நாகரிகம் முழுவதும் தீமையானது என்பதால் அது ஒரு வியாதி என்பது உண்மை. கவர்ச்சிகரமான சொற் களாலும்

தொடர்களாலும் நாம் ஏமாற்றப்படாமல் இருக்க வேண்டும். ஆகவே, எந்த விலை கொடுத்தாவது இயந்திரமய மாக்கத்தை அழிப்பது நம்முடைய கருத்தாகும்.

தொடக்ககாலத்தில் காணப்பட்ட, எந்தவிதமான சமரசத் திற்கும் ஆட்படாத, இயந்திரம் பற்றிய இந்த எதிர்ப்பிலிருந்து, சரியான பொதுக்கட்டுப்பாட்டின் கீழும் பொருத்தமான நிலை களிலும் இயந்திரங்கள் செயல்பட்டால் பலன் கிட்டும் என்ற பயன்பாடு சார்ந்த அதன் பங்கை அவர் படிப்படியாக உணர்ந்து கொண்டு ஆதரித்தார்.

முதலாவதாக, வேலையில்லாத் திண்டாட்டம் உருவாகாது என்றால் அனைத்து இயந்திரங்களையும் அனுமதிக்கலாம். 1934ஆம் ஆண்டில் அவர் எழுதினார்:

மிகவும் குறைந்த அளவில் ஒரு சில மனிதர்கள் செய்து முடிக்கக்கூடிய வேலைக்காக இயந்திரமயமாதல் மாற்றாக அமையும் என்றால், இந்தியாவில் பல மனிதக்கரங்களுக்கு மாற்றாக அமையக்கூடும் என்றால், இயந்திரங்கள் தீமையானவை. நம்முடைய கிராமங்களில் நிலைத்து வாழும் கோடானுகோடி மக்களுக்கு ஓய்வு நேரத்தை எப்படி உண்டாக்குவது என்பது நம்முடைய பிரச்சினையல்ல. ஓராண்டில் அவர்கள் வேலை யற்றிருக்கும் ஆறு மாதங்களை எவ்வாறு பயனுடையதாக ஆக்குவது என்பதே நம் முன் உள்ள பிரச்சினை ஆகும்.

இயந்திரம தீமையானது அல்ல; எந்தச் சமூகச் சூழலில் அதைப் பயன்படுத்துகிறோமோ, அதுவே தீமையை உருவாக்குகிறது என்பதை அவர் உணரத் தலைப்பட்டார். சரியான பொருத்தமான காரணங்களுடன், இயந்திரங்களை ஆதரித்து மிகவும் வலுவாக அவர் அறிக்கை விட்டதை, நான்கு ஆண்டுகளுக்குப் பின்னர் நாம் காண்கிறோம்:

மூன்றுகோடி மக்களுக்குப் பதிலாக வெறும் முப்பதாயிரம் மக்களைக் கொண்டு என் நாட்டின் தேவைகள் அனைத்தையும் உற்பத்தி செய்ய முடியும் என்றால் இயந்திரத்தைப் பற்றி நான் கவலைப்படமாட்டேன். ஆனால் அந்த மூன்றுகோடிப் பேர் வேலையின்றியும் சோம்பியும் இருக்கக்கூடாது.

தொடக்க காலங்களிலும், எளிமையான கருவிகளை ஆதரித்து அவர் எழுதியுள்ளார்; வேலை உற்பத்தித்திறனில் ஏற்பட்ட முன்னேற்றத்தைப் பாராட்டியுள்ளார். அதுகுறித்து அவர் எழுதினார்:

தீமைகளை விளைவிக்கும் எல்லாவிதமான இயந்திரங்களையும் எந்தவிதமான சமரசத்திற்கும் இடமின்றி நான் எதிர்க்கிறேன். ஆனால், தனிமனிதனின் வேலையைப் பாதுகாத்து, கோடிக் கணக்கான குடிசைகளின் சுமையைக் குறைத்து எளிமையாக ஆக்குமேயானால், எளிமையான இயந்திரக் கருவிகளையும் துணைக்கருவிகளையும் நான் வரவேற்பேன்.

ஆயின், சரியான கட்டுப்பாடுகளும் சமூகக் கண்காணிப்பும் இருக்குமேயானால், பெரிய அளவிலான கருவிகளைக்கூட வரவேற்கலாம் என்பதை அடுத்தடுத்து காந்தியடிகள் உணர்ந்தார். அத்தகைய கருவிகள் கிராமத்தினருக்கும் அவர்களின் கைத்தொழிலுக்கும் துணையாக நின்று உதவவேண்டுமே அன்றி, கடந்த காலத்தில், சமூகக் கண்காணிப்பு இல்லாதபோது, அவற்றை அழித்ததுபோல இருக்கக் கூடாது என்ற அளவிற்கு வந்து அவர் வரவேற்றார். 1940ஆம் ஆண்டில் அவர் எழுதியதாவது:

மின்சாரம், கப்பல் கட்டுதல், இரும்பு வேலைகள், இயந்திர ஆக்கம் போன்றவை கிராமக் கைத்தொழில்களுடன் அருகருகே சேர்ந்து இயங்குவதை நான் பார்க்கிறேன். இதிலும், கிராமத்தையும் கிராமக் கைத்தொழிலையும் அழித்து விடுமாறு திட்டமிட்டு இயந்திரமயமாக்கம் அமைக்கப்பட்டுள்ளது. ஆனால் எதிர்காலத்தில், கிராமங்களுக்கும் அவற்றின் கைத்தொழில்களுக்கும் இணையாகப் பணியாற்றும்படி இயந்திரங்கள் அமையும்.

வேறு சொற்களில் சொன்னால், பரந்த அளவிலான இயந்திரங்களாலான உற்பத்தியை விடவும், மக்கள் கூட்டத்தால் செய்யப்படும் உற்பத்தியைத்தான் அவர் விரும்பினார். இயந்திரங்களைப் பற்றி காந்தியடிகள் கொண்ட நிலைப்பாடு இவ்வாறு, மார்க்ஸின் நிலைப்பாட்டிற்கு நெருங்கியதாக உள்ளது. சமூகக் கண்காணிப்பு இல்லாத நிலையில், இயந்திரங்கள் வேலை யின்மையை ஏற்படுத்தி, மனித உழைப்பைச் சுரண்டி, கைவினை ஞர்களை அழித்துவிடும். இயந்திரங்களின் அபார வளர்ச்சி தாறுமாறாக அமையுமாயின் கடும் துன்பத்தை விளைவிக்கும்; அதேநேரம்,

மிகச் சரியான சமூகக் கண்காணிப்பிலிருந்தால், சமுதாயத்திற்குப் பெருத்த பயன்களைத் தரும்.

முறையான கட்டுப்பாடுகளின்கீழ் இருப்பின் இயந்திரங்கள் மனிதனுக்கும் சமூகத்திற்கும் பயனுள்ளவையாக இருக்கும் என்பதைக் காலப்போக்கில் காந்தியடிகள் உணர முற்பட்ட போதிலும், பரந்த அளவிலான தொழிற்சாலைகள் பெருகுவதற்கு எதிராக ஆரம்பத்தில் அவர் கொண்டிருந்த கருத்துக்கள் இன்றளவும்கூட மதிப்பு வாய்ந்தவையாக உள்ளன. மனிதனுடைய பொருளாதாரச் சிக்கலுக்குச் சரியான, நிறைவான தீர்வினைப் பரந்த அளவிலான தொழிற்சாலைகளின் பெருக்கம் தரமுடியாது என்பதற்கு நான்கு காரணங்களை அவர் முன் வைத்தார். நிறைவேற்ற சாத்தியமற்றவை என்று காந்தியடிகள் கருதியவற்றில் இரண்டாவது சூத்திரம் இது. பகுத்தாயும் நிலையில், சொந்த மானதும், நிலைத்து நிற்கக் கூடியதுமான பொருளாதாரப் பங்களிப்பாகும் இது.

1. இயந்திரமயமாக்கலின் காரணமாக தொழிற்சாலைகள் நிறைந்த நாடுகளால், வளரும் நாடுகள் சுரண்டப்படும் நிலை ஏற்படும் என்பதை முதலாவதாக அவர் குறிப்பிட்டார். கச்சாப் பொருட்களான மூலப்பொருட்களைத் தந்து உதவும் ஏழைநாடுகளையே, தமது உற்பத்திப் பொருட்களை வாங்கும் நாடுகளாகவும் அவை ஆக்கி விடும். இத்தகைய சூழல்களில், லா நாடுகளும் இயந்திர மயமாக்க முயன்றால், அவற்றின் முயற்சிகள் நிச்சயம் தோல்வி யடையும். ஏழைநாடுகள் தங்கள் வளர்ச்சிக்காகச் சுதந்திரமாகப் புதிய பாதைகளில் செயல்பட்டு வளருவதை வளர்ந்த நாடுகள் தடுக்க முயலும். வளர்ந்த நாடுகளுக்கிடையிலான போட்டியும் பகைமையும் உலகப்போர்களுக்கு வழிவகுத்து, மனித வாழ்வை அழிப்பதுடன் பொருள் வளங்களையும் நாசம் செய்யும்.

2. இரண்டாவதாக, பரந்த அளவிலான உற்பத்திமுறைகளைப் பயன் படுத்துவது, பெரும்பாலான நாடுகளில், குறிப்பாக இந்தியா போன்ற ஏராளமான மனித வளமுள்ள நாடுகளில் வேலையின் மைக்கு இட்டுச்செல்லும் என்று அவர் குறிப்பிட்டார்.

3. மூன்றாவதாக, இயந்திரமயமாக்கலால் தொழிலாளி-முதலீடு விகிதம் மிகக் கூடுதலாக இருக்கும். எனவே, வேலைவாய்ப்பற்ற

மனிதவளம் அனைத்திற்கும் வாய்ப்புத்தர வேண்டுமானால், மகப்பெரிய அளவில் முதலீட்டைத் திரட்ட வேண்டும். இது, பெரும்பாலான ஏழைநாடுகளின் முதலீட்டு ஆதார இயக்கத்தின் எல்லைக்கு அப்பாற்பட்டதாக உள்ளது.

4. தொழிற்சாலைப் பெருக்கமான வாழ்க்கை வழி, உலகம் முழுவதும் நடைமுறையாக ஆகும்போது, நம்முடைய எளிய பூமியில் உள்ள புதுப்பிக்க முடியாத வள ஆதாரங்களால் அதன் தேவைகளை எளிதாக எதிர்கொள்ள முடியாத நிலைக்கு இட்டுச்செல்லும் என்பது நான்காவது பிரச்சினை. மனிதனுடைய தேவைக்குப் போதுமான ஆதார வளங்கள்தான் உள்ளன என்றும், அவனது அளவுகடந்த பேராசைக்குப் போதுமான வளம் இங்கில்லை என்றும் காந்தியடிகள் அடிக்கடி கூறுவார். எனவே எல்லா நாடு களும் தொழிற்சாலைப் பெருக்கத்தை முற்றிலுமாக ஏற்று ஆக்கிக் கொள்ளும்முன், அந்த வளங்கள் முற்றிலும் வெறுமையாகிவிடும்.

ஐம்பதாண்டுகளுக்கு முன் காந்தியடிகள் சாத்தியமற்றவை என்று கருதியவற்றின் இரண்டாவது சூத்திரத்தை மிக அண்மைக் காலத்தில்தான், வளர்ச்சியடைந்த வளமான நாடுகளிலுள்ள அறிவியலாளர்களும் அறிஞர்களும் உணரத்தலைப்பட்டுள்ளனர்.

காந்தியடிகள் பழமைவாதியான இந்து என்றும், சமூகம் பொருளாதாரம் குறித்து மிகவும் கடுமையான முறையில் பற்றுக் கொண்டுள்ளவராக உள்ளார் என்றும் அவரைப் பற்றிய புனை கருத்து உள்ளது. கூர்ந்து ஆய்வு செய்தால் இக்கூற்றும் பொருந்தாது என்பதை அறியலாம். காந்தியடிகள், மிகவும் தீவிரமான சமய நோக்கம் உடையவர்; ஒவ்வொரு மதத்திலும் நிலையான மதிப்புகள் சிலவற்றை அவர் கண்டார். சமயக் கொள்கைகளில் சிறிதும் வளைந்தே தராத தன்மையும், அகத்தே வெறுப்பில்லாது, அனைத்தையும் ஏற்றுக் கொள்ளும் திறந்த மனப்பாங்கும் கொண்டு விளங்கும் இந்து சமயப்பண்பு அவரைப் பெரிதும் ஈர்த்துள்ளது.

ஓர் இஸ்லாமியராகவோ கிறித்தவராகவோ சீக்கியராகவோகூட இருப்பதை தடைசெய்யாத ஒரே சமயமாக இந்து சமயம் உள்ளதை அவர் கண்டார். அவர் எளிதில் உணர்ச்சி வசப்பட்டு வெறுக்கும் ஏராளமான குறைகள் இந்து சமயத்தில் இருந்தன. தீண்டாமை,

சாதி அமைப்பு, பெண்களின் சமத்துவமற்ற அடிமைநிலை ஆகிய நிலைபெற்ற இந்து சமூக நடைமுறைகளுக்கு எதிராக மிகக் கடுமையான தாக்குதலை தம் வாழ்நாள் முழுவதிலும் தீவிரமாகக் கடைப்பிடித்து வந்துள்ளார். விடுதலை பெற்ற இந்தியாவில் இன்றும்கூட சாதியமைப்பு மூர்க்கத்தனமாக உள்ளது. பல்வேறு வகைகளில் அடக்குமுறைகளுக்கு ஹரிஜன மக்கள் ஆளாவதைக் காணலாம். ஆனால், இந்த நூற்றாண்டின் தொடக்கத்திலேயே தன்னுடன் சரிசமமானவர்களாக ஹரிஜன மக்களைக் காந்திஜி ஏற்றார். தென் ஆப்பிரிக்காவில் இருந்தபோது, வீட்டில் அவர்களுடன் இருந்த ஒரு தாழ்த்தப்பட்ட மனிதனுடைய கழிவறைக் கோப்பையை மிகவும் கடுகடுத்த முகத்துடன் தன் மனைவி சுத்தம் செய்வதைப் பொறுக்காதவர் காந்தியடிகள். தொடக்க காலத்தில் இருந்தே தீண்டாமையை அவர் எதிர்த்து வந்தபோதிலும், சாதியமைப்பில் சில நன்மைகள் உள்ளன என்று அவர் கண்டார்; குலத்தொழில் செய்யும் நடைமுறையையும் அவ்வாறே அவர் பார்த்தார். ஆனால், பிற்காலத்தில் இந்த நிலை பாடுகளை அவர் உதறித்தள்ளினார்; அவற்றைக் கடுமையாக எதிர்த்தார். கலப்புமணத்தை அவர் எதிர்த்த காலமும் உண்டு. இந்த எதிர்ப்பைப் பிற்காலத்தில் அவர் மாற்றிக்கொண்டது மட்டுமல்ல, கலப்பு மணங்களுக்கு மட்டுமே அவர் நேரில் சென்று பங்கேற்றார். தீண்டாமையை எதிர்த்து அவர் மேற்கொண்ட இயக்கம் நாடறிந்தது. ஹரிஜன மக்களின் முன்னேற்றத்திற்காகக் காந்தியடிகள் ஆற்றிய பணிகளுக்கு இணையாக வேறு எந்தத் தனிமனிதரும் பணியாற்றவில்லை. பெண்களின் விடுதலை, சரி சமமாக பெண்களை ஏற்கும்நிலை ஆகிய காரணங்களுக்காக, இந்து சமயப் பழமையான மரபுக்கோட்டைகளை எதிர்த்து அவர் கடுமையாகப் போராடினார். காந்தியடிகள் இந்துசமயக் கோட் பாடுகளுக்கு எதிரானவர்; இந்து சமய தீவிர மறுமலர்ச்சியாளர். அவருடைய செய்திகளும் சாதனைகளும் மார்ட்டின் லூதர், புத்தர் ஆகியோருடைய பணிகளுடன் மட்டுமே ஒப்பிடப்படத்தக்கன.

கடைசியாக, முதலாளித்துவம் குறித்த அவருடைய போக்கும் தவறாகப் புரிந்துகொள்ளப்பட்டுள்ளது. முதலாளித்துவத்திற்காக வாதம் செய்பவராகவே, காந்தியடிகளை மார்ச்சியவாதிகள் படம் பிடித்து வந்துள்ளனர். தீவிரமான நிலச்சீர்திருத்தம், சமூகமாற்றம்

ஆகியவற்றை எதிர்ப்பவராக தீவிர காந்தியவாதிகள் அவரைக் காட்டி வந்துள்ளனர். இந்த இருநிலைப்பாடுகளுமே எதிர்வாதங் களுக்கு நிலைத்து நிற்காத, வலுவற்ற வாதங்களாகும். அவருடைய சிந்தனைகளையும் செயல்களையும் தவறாக விளங்கிக் கொண்ட திலிருந்து தோன்றியவை ஆகும்.

இந்திய விடுதலைப் போராட்டத்தில் காந்தியடிகள் ஈடுபட் டிருந்தபோது, இந்திய முதலாளித்துவ வர்க்கம், அப்போராட் டத்தில் தங்கள் லாபத்தையும் வளர்ச்சியையும் பார்த்தது. பிரிட்டிஷ் முதலாளி வர்க்கத்தின் இடத்தை இந்திய முதலாளி வர்க்கம் எடுத்துக்கொள்ள விரும்பியது. எனவே, இந்திய விடுதலைப் போருக்கு அந்த முதலாளி வர்க்கம் ஆதரவு கொடுத்தது. இவ்வாறு வரலாற்றுச் சூழல்கள், இந்திய முதலாளி வர்க்கம் முற்போக்குப் பங்கை ஏற்கச் செய்தன. எனவே, காந்தியடிகள் அதை வரவேற்றார். பிர்லா போன்ற இந்திய முதலாளிகள் காந்தியடிகளின் சீடர்களாக ஆனார்கள். பலநேரங்களில் முதலாளிகளின் இல்லங்களில் அவர் விருந்தினராக இருந்தார். முதலாளித்துவத்திற்காக வக்காலத்து வாங்குபவராகக் காந்தியடிகள் உள்ளார் என்ற பழங்கதை உருவாவ தற்கு இந்தச் சூழல்களே காரணமாகும்.

இந்திய முதலாளி வர்க்கமும், பணக்காரர்களும் மேற் கொண்ட முற்போக்கான பங்கைப்பற்றி அண்ணல் காந்தியடிகள் முன்னரே அறிந்திருந்தார். விடுதலை பெற்ற இந்தியாவில், இத்தகைய மக்களை எதிர்ப்பதற்குத் தேவை இருக்கும் என்றும் அவர் அறிந்திருந்தார். 1928ஆம் ஆண்டிலேயே நேருவுக்கு எழுதிய கருத்துக்களில் அவரை நாம் அறியமுடிகிறது.

செல்வந்தர்களையும், படித்த மக்கள் வர்க்கத்தையும் உள்ளடக் காத ஓர் இயக்கத்தை ஒருநாள் ஆரம்பிக்க வேண்டும் என்ற உங்கள் கருத்தே என்னுடைய கருத்தும் ஆகும். ஆனால் அதற்கான நேரம் இன்னும் வரவில்லை.

இந்திய விடுதலைப்போராட்ட காலத்தில் முதலாளிகள் மேற் கொண்ட முற்போக்குப் பங்கை இயற்கைக்கு மீறிய வரலாற்று உணர்வுடன் காந்தியடிகள் கொண்டிருந்தார் என்பது இதனால் தெளிவாகிறது. ஆனால், முதலாளித்துவத்தின் பேரில் அவருக்குப் பெரிய விருப்பம்

எதுவும் இல்லை. அவருடைய பேச்சுக்களிலோ எழுத்துக்களிலோ முதலாளித்துவத்திற்கோ அல்லது தனிமனித சொத்துக் குவிப்பிற்கோ ஆதரவாக எந்தக் கருத்தையும் எவராலும் காணமுடியாது.

சோசலிசக் கோட்பாட்டில் உறுதியான நம்பிக்கையுள்ளவராக மட்டுமே அவர் இருக்கவில்லை. ஆனால், அவருடைய சோசலிசம் மிகவும் தீவிரவகையைச் சார்ந்தது. சில சமயங்களில், தம்மை மிகவும் முற்போக்கான கம்யூனிஸ்டாக அவர் கூறிக்கொள்வார். மார்ச்சியவாதிகளுடனும் கம்யூனிஸ்டுகளுடனும் அவருடைய கருத்து வேறுபாடு, அடையும் முடிவைப் பற்றியது அன்று; ஏனெனில் அது பற்றி அவருக்கு கருத்து வேறுபாடு ஏதுமில்லை. கம்யூனிசத்தின் இலக்கை அடையும் வழிகளைப் பற்றியே அவர் முரண்பட்டார். விளைவுகள் வழிகளை நியாயப்படுத்துவதைவிட, வழிகள்தான் முடிவை நியாயப்படுத்த வேண்டும் என்றார் காந்தியடிகள். சோசலிசத்தை அடைவதற்கு வன்முறையை கம்யூனிஸ்டுகள் ஆதரிப்பார்களேயானால், அந்தக் கருத்தில் அவர்களிடமிருந்து காந்தியடிகள் வேறுபடுகிறார். அஹிம்சையின் வழியில் சோசலிசம் அடைவதையே அவர் விரும்பினார்.

ஆனால் மாற்றத்தின் தேவையை அவர் நன்கு முன்னுணர்ந் திருந்தார். இருக்கும் பழைய நிலையை நியாயப்படுத்த, வன்முறை பற்றிய தம் வெறுப்பை அவர் பயன்படுத்தவில்லை. அடிப்படை மாற்றத்திற்கான தேவையை மட்டும் அவர் பார்க்கவில்லை, அதனுடைய தவிர்க்க முடியாத பண்பைக்கூட அவர் ஏற்றார். 1942ஆம் ஆண்டில் அவர் எழுதியதாவது:

ஆயுத முறையினாலோ அல்லது அஹிம்சை முறையினாலோ, ஏழை மக்கள் ஆளப்போகும் நாள் வந்து கொண்டிருப்பதை நான் காண்கிறேன்.

ஆகக்குறைவான சேதத்துடன், அமைதியான வழியினாலே,சோசலிசம் அடைவதை அவர் நாட்டு மக்களிடம் வலியுறுத்தினார்.

அதிகாரம் என்ற பிரச்சினையை, தத்துவ ரீதியாகவும் சரி, நடைமுறையிலும் சரி, கம்யூனிசம் வெற்றிகரமாக சமாளிக்க வில்லை என்பதை காந்தியடிகள் தெளிவாகக் கண்டார். உற்பத்தி சார்ந்த அனைத்தையும் பொது உடைமையின்கீழ் கொண்டு

வருவதால், அதிகாரங்கள் ஒரே இடத்தில் குவியும்; இச்சூழலை சந்திக்க பொதுவுடைமைவாதிகள் திருப்தி தரும் வழி எதுவும் வகுத்திருக்கவில்லை. அதிகாரம் என்ற பிரச்சினைக்கு காந்தியடிகள் அளித்த தீர்வுதான் அறங்காவலர் முறையாகும். துரதிருஷ்டவசமாக, அவருடைய அரசியல் பணிகளின் காரணமாக அறங்காவலர் கோட்பாட்டை நடைமுறையில் காணமுடியாமல் போனது. சுதந்திரம் அடைந்த உடன், இனக்கலவரங்களால் பாதிக்கப்பட்ட பகுதிகளில் சமூக நல்லிணக்கத்தை எற்படுத்துவதில் அவருடைய ஆற்றல் அனைத்தையும் செலவழிக்க வேண்டியிருந்தது. அதனால் அவருடைய வாழ்வே துப்பாக்கிக் குண்டிற்குப் பலியாக வேண்டிய தாயிற்று. ஆனால், அறங்காவலர் முறையைச் செயல்டுத்துவதில் காந்தியடிகளுக்குப் பெரிதும் நம்பிக்கை இருந்தது என்பதில் ஐயமில்லை.

சுருக்கமாகச் சொல்வதானால், ஒருவனுடைய அறிவுத் திறனும் திறமைகளும் உள்ளிட்ட அனைத்துச் செல்வங்களும் சமூகத்திற்கு உரியவை என்று அக்கோட்பாடு கூறுகிறது. இத்தகைய உடைமைகளை உடைய ஒருவன் சமூகத்திற்கு அறங்காவலனாக இருக்க வேண்டும். இது குறித்து காந்தியடிகள் கூறியதாவது: செல்வந்தன் அவனுடைய செல்வத்திற்கு உடைமையாளனாக விடப்படுவான். நியாயமான சொந்தத் தேவைகளுக்கு உரியவற்றை மட்டும் எடுத்துக் கொண்டு, எஞ்சியவற்றுக்கு அவன் அறங்காவலனாக இருந்து, அச்செல்வம் முழுவதையும் சமூகத் திற்காகச் செலவழிப்பான். இப்படிக் கூறும்போது, அறங்காவலர் நேர்மை நம்பப்படுகிறது.

தொழிலாளியைச் சார்ந்தே முதலாளி உள்ள நிலையைக் காந்தியடிகள் தெளிவாகப் புரிந்துகொண்டார். தன் செல்வ வளத்தை உருவாக்கிக்கொள்ளவும் பெருக்கவும் எந்தத் தொழிலாளர்களை நம்பிச் சார்ந்திருக்கிறானோ, அவர் களுடைய அறங்காவலனாக இருக்குமாறு முதலாளிகளை அழைக்கிறோம்.

அறங்காவலர் கோட்பாட்டை முழுமையாக விளக்குவது, இந்த நூலின் நோக்கத்திற்கு அப்பாற்பட்டதாகிவிடும். ஆனால் இரு கருத்துக்கள் குறிக்கத்தக்கன. காந்திய சமூக நீதியின்படி, அறங் காவலர்களாக இருக்கச் செல்வந்தர்கள் மறுத்தால் "உடைமை

களுக்கும், செல்வத்தைப் பயன்படுத்துவதற்கும் சட்ட விதிகள்" அதில் உள்ளன.

இரண்டாவதாக, காந்தியடிகள் கருத்தின்படி, முக்கியமான தொழிற்சாலைகள் அனைத்தும் தேசியமயமாக்கப்படவேண்டும்; தொழிலாளர்களின் கண்ணிய வாழ்விற்கு உத்தரவாதம் இருக்க வேண்டும். அத்தகைய தொழிற்சாலைகள் பற்றிப்பேசும் போது அவர் கூறினார்:

அத்தகைய தொழிற்சாலைகள் தேசியமயமாக்கப்பட வேண்டும் என்று சொல்லும் அளவிற்கு நான் சோசலிசவாதி. லாபகரமான நோக்கில் செயல்படுவதை விடவும், மனிதகுல நன்மைக்காக மிகவும் பயனுள்ள சூழ்நிலைகளில் அவை செயல்படவேண்டும். அவற்றை இயக்கும் ஆற்றலாகப் பேராசைக்குப் பதிலாக மனிதநேயம், அன்பு என்பவை இருக்கவேண்டும். தொழிலாளர்களின் உழைப்பு நிலையில் ஒரு மாறுதலாக அது அமைய வேண்டும் என்பதே என் விருப்பம்.

மேற்கூறிய கருத்துக்களின்படி பார்க்கும்போது, காந்தியக் கோட்பாடான அறங்காவலர் கொள்கை இதுவரை முயன்று பார்க்கப்படவேயில்லை. சிறிய மாற்றங்களுடன் பழைய நிலைக்கே இட்டுச் செல்லுவதாக அதைத் தவறாக விளக்கி, அதன் கூரான விளிம்புகளுடன் இணைத்துக்காட்டும் திறமையற்ற போலிகளால் காலங்காலமாக விளக்கப்பட்டுள்ளது. அத்தகைய முயற்சிகள் காந்தியடிகளின் எழுத்துக்களை மட்டுமல்ல, அவருடைய நோக்கத்தையே கேலி செய்பவை. அவருடைய அறங்காவலர் கோட்பாடு முழுமையாக நடை முறைப்படுத்தப்பட்டிருப்பின் இன்று நாம் அறிந்துள்ள முதலாளித்துவமும் தனியுடைமையும் நிலைபெறாமல் போயிருக்கும்.

முதலாளித்துவம் கம்யூனிசம் இரண்டுமே துன்பமான வழிகளாக ஆகிவிட்ட தவறான உலகில் இன்று நாம் வாழ்கிறோம். அரசால் முறைப்படுத்தப்பட்ட அறங்காவலர் முறையால் சமூகத்தை மாற்றும் காந்திய முறை இன்று நம்பிக்கை தருவதாக உள்ளது. முதாளித்துவக் குழப்பங்களுக்கும், கட்டுப்பாடுமிக்க கம்யூனிசத்திற்கும் இடையில் அரசால் முறைப்படுத்தப்பட்ட அறங்காவலர் கோட்பாடு மிகவும் நம்பிக்கை தருவதாக அமைகிறது.

புதுதில்லியில் 1978ஆம் ஆண்டு மார்ச் மாதம் 8ஆம் நாள், ஜாகீர் உசேன் நினைவுச் சொற்பொழிவை ஆற்றிய இந்தியப் பொருளாதார மேதை டாக்டர் வி.எம். தண்டேகர், காந்தியப் பொருளாதார முறையை ஆய்வுக்குட்படுத்தி, விவாதித்து, இறுதியில் முடிவு கூறினார்:

...மனித வாழ்க்கையின் மாறுபட்ட இலக்கை அடையவும் வாழ்க்கையை வழி நடத்திச் செல்லவுமான பாதையாகக் காந்திய நெறி உள்ளது. மனித வாழ்க்கை இயக்கமற்று, மாறுபாடு ஏதுமற்ற, மாற்றலுக்குட்படாத ஒன்றாக ஆயிரம் வருடங்களுக்கு முன்பு புழக்கத்தில் இருந்த அதே கலப்பைகளைப் பயன்படுத்தியும், நினைவுக்கெட்டாத பழங்காலங்களில் வாழ்ந்த அதேமாதிரியான குடிசைகளில் வாழ்ந்தும், அதன் மக்களை முன்னெப்போது மில்லாத அதே முறையில் கற்பித்தும் இருந்தது; அச்சமூகத்தைத் தன்னுடைய பொருளாதாரத் தேவைகளைக் குறைத்துக் கொள்ளவும் கட்டுப்படுத்திக் கொள்ளவும், நாள் முழுவதும் தன் உடலை வருத்தி, உடல் உழைப்பு செய்வதன்மூலம் ஒவ்வொரு மனிதனும் தன் உணவைத் தேடியும், பொருளை முதன்மையாகக்கொண்ட புற உலக வாழ்க்கை நிலைகளிலிருந்து விடுபட்டு மகிழ்வையும் இன்பத்தையும் மனமார்ந்த ஒன்றாகக் காணவும் அது வழிவகுத்தது.

உண்மையில் காந்தியம் உருவாக்கும் சமுதாயம் தேக்கம் கண்ட, மாறுபாடற்ற சமுதாயம் என்று டாக்டர் தண்டேகர் முன்வைத்துள்ள சமுதாயததுக்கு நேர்மாறானதுதான் உண்மையில் காந்தியம் உருவாக்கும் சமுதாயம். அது அறிவாற்றல், படைப்புத் திறன், ஆரோக்கியம், அமைதி, அன்பு, மனிதநேயம் ஆகியவற்றால் வழிநடத்தப்படுகிற துடிப்புள்ள-சிலிர்க்க வைக்கிற, சகிப்புத்தன்மை கொண்ட சமுதாயமாக இருக்கும். இத்தகைய சமுதாயத்திற்காகத் தான் காந்தியடிகள் தன் வாழ்வை அர்ப்பணித்தார். காந்தியைப் பற்றியும் அவரது கருத்துகளின் காலப் பொருத்தம் பற்றியும் அவரது எண்ணங்கள்-இலக்கு ஆகியவற்றைப் பற்றியும் உருவாகியுள்ள தவறான புனைவுகளை நீக்க வேண்டியது எவ்வளவு அவசியம் என்று தண்டேகரின் உரை காட்டுகிறது.

2. மகன்லால் காந்தி

'இருதயகுஞ்ச்' என்ற இடம் சத்தியாக்கிரக ஆசிரமத்தின் இதயமாக விளங்கியது. ஆனால், அந்த ஆசிரமத்தின் ஆன்மாவாக விளங்கியவர், மகன்லால்காந்தி. அண்ணல் காந்தியடிகளின் முதல் சீடராக அவர் அறியப்பட்டார். ஆயினும் மகன்லால் காந்தி இறந்த போது, அவரைத் தன்னுடைய குரு என்று கூறிப் போற்றினார் காந்தியடிகள். தன்னுடைய பணியை நடத்தவோ அல்லது வளர்ச்சிக்காகவோ, பொதுவாகக் காந்தியடிகள் யாரையும் உதவிக்கு அழைக்க மாட்டார். ஆனால், தென்னாப்பிரிக்காவில் இருந்தபோது, தம்முடைய சகோதரரான குஷால்தாஸிடம் தனக்கு உதவி செய்யவும் தனக்காகப் பணிசெய்யவும் அவருடைய மகன் களான மகன்லால், சகன்லால் ஆகிய இருவரையும் தருமாறு காந்தியடிகள் கேட்டார்.

பீனிக்ஸ் ஆசிரமத்தில் அச்சக ஏற்பாடு, பண்ணை வளர்ச்சி, சமுதாயச் சமையலறை நடத்துவது உள்ளிட்ட பணிகள் இந்த இரு சகோதரர்களிடம் ஒப்படைக்கப்பட்டன. அவர்கள் இருவரும் மனச்சான்றுக்கு இம்மியளவும் மாறுபடாமல் அப்பணியைச் செய்தனர். காந்தியடிகளுக்காகப் பணியாற்றுவது சிரமமான செயலில்லை. ஆனால், காந்தியடிகளின் எண்ணங்களுக்கும் அவர் உருவாக்கித் தந்த விதிகளுக்கும் ஏற்ப ஆசிரம வாழ்க்கையை வடிவமைப்பது கடினமான பணியாகும். காந்தியடிகள் எப்படி விரும்பினாரோ அதே முறையில், மகன்லால் காந்தி தன் சொந்த வாழ்க்கையை வடிவமைத்துக்கொண்டார்.

பிரம்மச்சரிய நிலையின் கட்டுப்பாடுகளைக் கடைப்பிடிக்க அவர் மிகவும் கடுமையாக முயற்சி செய்ய வேண்டியிருந்தது. ஆனால், அதே நேரத்தில் காந்தியடிகளை ஒருபோதும் ஏமாற்றக் கூடாது என அவர் நம்பினார். ஆகவே, ஆசிரமத்தில் துறவிமாடச் சூழலை அவர் உருவாக்கினார். தென்னாப்பிரிக்காவில், ஆங்கிலேய மரபில் வளர்ந்த அவர், காந்தியடிகளின் சோதனையில் கடுந் துறவியாக உருப்பெற்றார். கொட்டும் மழையிலும் உறையவைக்கும் கடுங்குளிரிலும், அதிகாலை நான்கு மணிக்கு ஆசிரமத்தில் நாள்

தோறும் நடைறும் பிரார்த்தனைக் கூட்டத்தில் பங்கு பெறுவ தற்கு மகன்லால் காந்தி ஒருநாளும் தவறியதில்லை. ஆசிரமத்தில் நாள்தோறும் எட்டுமணிநேர உடல்உழைப்பு கண்டிப்பான நடைமுறையாக ஆனபோது, மகன்லால் தனது தினசரிப் பணி களான பெருக்குதல், பண்ணையில் வேலை செய்தல், நூல் நூற்றல், பஞ்சைச் சிக்கெடுத்துப் பதப்படுத்தல் ஆகியவற்றை மிகுந்த சுறு சுறுப்புடன் சூரியன் நாள்தோறும் சோர்வின்றிப் பணியாற்றுவது போல செய்தார். பெண்களுக்கு வீட்டு வேலைகளில் உதவி தேவைப் படுவதை அவர் உணர்ந்தபோது தன் வளாகத்திலுள்ள வீடுகளில் உள்ள பெண்களுக்கு உதவியாக வீடுகளில் சமையல் பாத்திரங்களைச் சுத்தம் செய்தும் துணிகளைத் துவைத்தும் உதவினார்.

பீனிக்ஸ் ஆசிரமத்தின் வாழ்க்கையைப் பற்றி எடுத்துரைக் கையில், மகன்லால் காந்தியின் பக்தியையும் வேலைப்பண்பாட் டையும் குறித்து, பிரபுதாஸ் காந்தி பின்வருமாறு எழுதினார்:

சில வேளைகளில், பிற்பகலில் இரண்டு அல்லது மூன்று மணி அளவில், அவர் தன் மேசையைவிட்டு நீங்கி, அச்சகத்திலிருந்து வெகு தொலைவில் உள்ள பசும்புல் வெளியில் சென்று புற்களின்மீது விழுந்து புரளுவார். அப்போது நாம் அங்கே சென்றால், ‘உங்களுக்கு என்ன வேண்டும்?’ என்று வினவுவார். பிறகு அவரே விளக்கம் தருவார். ‘என்னுடைய எழுத்துப் பணியின் நடுவில், நான் சோம்பலால் உறங்க முற்பட்டேன். ஆகவே நான் இங்கே வந்து, புல்தரையில் விழுந்து புரண்டேன். திறந்தவெளியான தரையில் படுப்பது நல்லது. பூமித்தாய் நம்முடைய களைப்பைப் போக்கிவிடுவாள். உண்மையிலே பூமித்தாய்க்கு நாம் மிகுந்த நன்றி பாராட்ட வேண்டும். மூன்று மணிநேரத் தூக்கம் தரக்கூடியதை விடவும் கூடுதலான புத்துணர்வை அது பத்தே நிமிடங்களில் தந்துவிடும் என்பார்.

தன்னுடைய மூத்தமகன் கேஷுபாயை வளர்ப்பதில் அவர் ருந்த ஈடுபாடு காட்டினார். நூல் நூற்க, ஆடை நெய்திட, கம்பளி நய்ய அவன் கற்கவேண்டுமென அவர் விரும்பினார். ஏனெனில், இந்தக் கைத்தொழில்களில் கேஷு நிபுணனாக வரவேண்டும் என அண்ணல் காந்தியடிகள் விரும்பினார்.

அந்த நாட்களில், காங்கிரஸ் மாநாட்டுக் கூட்டங்களில் கதர்க் கண்காட்சி ஒன்றும் ஏற்பாடு செய்யப்படும். பல்வேறு மாகாணப்

பகுதிகளையும் சார்ந்த வல்லுனர்கள், தங்கள் தொழில்நேர்த்தியைக் காட்ட ஒருவரோடுவர் போட்டியிடுவர். பார்வையாளர்களை வியப்பில் ஆழ்த்தும்படி, பர்தோலி ராட்டினத்தில் 500 சிட்டைகளைக் கேஷுபாய் நூற்றுவிடுவார். மகன்லால் காந்தியின் நெறிப் படுத்தலின்கீழ், சிறிதும் பெரிதுமான சோதனைகள் நிகழும். இப்பரிசோதனைகளைச் செய்து காட்டுபவர் வேறு யாருமில்லை. அவர் மகன் கேஷுபாய்தான்.

ஆசிரமத்தின் கூட்டு வாழ்க்கையில் குறிப்பிடத்தக்க மூன்று அம்சங்கள் உண்டு. அவை: கூட்டு வழிபாடு, கூட்டு நூற்பு, அனைவரும் ஒன்றாக அமர்ந்து உணவு உண்ணுதல். கூட்டு வழிபாடு சரியாக நடத்தப்பட வேண்டும் என்றால், நினைவில் இருப்பதை வைத்து மனப்பாடமாக, நன்றாகப் பாடத் தெரிந்திருக்க வேண்டும். மகன்லால் பிரார்த்தனைப் பாடல்கள் அனைத்தையும் மனப்பாடமாகப் பாடக் கூடியவர். இத்தகைய பிரார்த்தனைப் பாடல்களை அவர் பாடக்கேட்பவர்கள், கடுமையான எந்தச் சூழ்லையும் மறந்து, பக்திமிக்க சூழல் உருவாவதை உணர்வார்கள். விரைவில் உணர்ச்சிவசப்படும் இயல்பு கொண்டவராக இருந்த போதிலும், வெளிப்படையாப் பேசுபவராகவும் மனிதநேயமிக்க இதயம் உடையவராகவும் மகன்லால் காந்தி விளங்கி னார். அன்பின் வழிகொண்டு அல்லது ஆணையிட்டு தன் கருத்தை அவர் செயல்படுத்துவார்.

திட்டமிட்டுச் செயற்படுத்துவதில் தேர்ந்தவராக அவர்' இருந்ததால், ஆசிரமத்திற்கு வெளியே இருந்தவர்களும், கடுமையான பணிகளுக்கு மகன்லால் காந்தியின் சேவைகளைப் பயன்படுத்தினர். 1927ஆம் ஆண்டில் கேடா மாவட்டம் முழுவதும் வெள்ளத்தால் சூழப்பட்டு, பல கிராமங்கள் வெள்ளத்தில் அடித்துச் செல்லப் பட்டபோது, மத்திய சட்டப்பேரவையின் தலைவராக இருந்த விட்டல்பாய் படேல் பெயரில் ஒரு புதிய கிராமத்தை உருவாக்கத் திட்டமிடப்பட்டது. குஜராத் மாநிலக் காங்கிரஸ் குழு, இப்பணியை மகன்லால் காந்தியிடம் ஒப்படைத்தது. குஜராத் மாநிலக் காங்கிரஸ் குழுவும் அதன் தலைவர் வல்லபாய் படேலும், கேடா மாவட்டம், மெகமதாபாத் தாலுகாவில் உள்ள விட்டல்பூர் கிராம உருவாக்கம் குறித்து முழு மனநிறைவு கொள்ளுமாறு, மகன்லால் இப்பணியை மிகுந்த பொறுப்புணர்ச்சியுடனும் கவனத்துடனும் செய்தார்.

இந்த கிராம உருவாக்கப் பணிக்கு தன்னுடன் பணிபுரியும் சொந்த நண்பர்கள் அடங்கிய குழுவை மகன்லால் காந்தி தேர்ந் தெடுத்துக் கொண்டார். அக்குழுவினருள் ஒருவர் ஜெகந்நாத ஜோஷி என்பவர். அவர் ராஜ்காட்டைச் சார்ந்தவர். ஜோஷி, தென்னாப்பிரிக்காவில் கிடைத்துவந்த நல்ல வருமானத்தை விட்டுவிட்டு, மாதம் பன்னிரெண்டு ரூபாய் உதவித் தொகையில், தன் வாழ்வை எளிமையாக நடத்தும் வண்ணம் மகன்லால் காந்தியடிகளுடன் இணைந்து பணியாற்ற வந்தார். பெரும்பாலான பணிகளில் அவர் மகன்லால் போன்றே செயல்படுபவர்.

மிகவும் கடுமையாக வேலை வாங்குபவராக மகன்லால் காந்தி இருந்தார். அதனால் அவருடனிருந்த மற்றவர்களின் கடுஞ் சினத்திற்கு அவர் ஆளானார். ஆசிரமத்தில் வாழ்ந்த நண்பர்கள் இடையில் கொஞ்சம் கொஞ்சமாக அமைதியற்ற சூழல் உருவானது. இந்த நிறைவின்மை உணர்வை அறிந்துகொண்ட காந்தியடிகள் 1919ஆம் ஆண்டு பிப்ரவரி 17ஆம் நாளன்று கூட்டம் ஒன்றைக் கூட்டி, அவர்களிடம் கூறினார்.:

ஆசிரமவாசிகள், ஆசிரமத்தில் உள்ள எதிலும் மன நிறைவு கொள்ளவில்லை. இதன்காரணம் என்ன? மகன்லாலின் எண்ணங்கள், அவருடைய நடத்தை, அவர் பேசும்முறை, செயல் படுத்தும் விதம் என்பனவற்றில் அதிருப்தி ஏற்பட்டுள்ளது. ஆசிரம வாசிகளான ஏனையோருக்கும், பள்ளியில் உள்ளோருக்கும் ஆசிரமத்தின் மீது நம்பிக்கை குறைந்து விட்டது. இத்தகைய சூழல்களில் என் நிலை என்ன?

உங்கள் முன் கடுமையான சில கட்டுப்பாடுகளை - விதி களை- நான் முன்வைக்கப்போகிறேன். நான், இக்கூட்டத்திற்குப் பெண்களை அழைக்கவில்லை. ஆனால் அவர்களும் கடுஞ் சினத்தில் இருப்பதையும், ஆசிரமத்தை விட்டு வெளியேற எண்ணுவதையும் நான் அறிவேன். இங்கு, ஆசிரமத்தில் அடைந்த அனுபவச் செல்வங்களை வேறு எங்குமே அவர்கள் அடைய முடியாது என்பதை அவர்களிடம் நான் கூறியுள்ளேன். இங்குள்ள வாழ்க்கை நடைமுறைகளுக்கு ஒத்துச் செல்ல முடிந்தால் மட்டுமே, ஆசிரமத்தில் நீங்கள் இருக்கலாம். ஆகவே இங்கு இருக்க அல்லது ஆசிரமத்தை விட்டு வெளியேற முடிவு செய்யுமுன் நீங்கள் நன்கு

ஆலோசனை செய்யுங்கள். அதிருப்தியும் மனக்கடுப்பும் கொண்டு, இங்கு ஏன் ஒட்டிக்கொண்டிருக் கிறீர்கள்? இதைவிட்டு வெளியேறிச் செல்லும் அளவிற்கு நிச்சயமாக நீங்கள் யாரும் வலிமையற்றவர்கள் இல்லை! என்னிடம் கொண்டுள்ள அன்பினாலும் குருட்டுத்தனமான பிடிப்பினாலுமே இங்கே இருக்கிறீர்கள்.

ஒருமனிதனின் பணிகளுக்காக அல்லாமல், அந்தத் தனி நபர்மீது பிடிப்பு கொள்ளுவதுதான் முதல்காரணமாகப்படுகிறது. என்னிடம் குருட்டுத்தனமான நம்பிக்கை கொண்டிருந்தவர் களை தென்னாப்பிரிக்காவில் அறிவேன். தென்னாப்பிரிக்காவில் நான் உருவாக்கிய பீனிக்ஸ் ஆசிரமத்தில் இருந்தவர்களிடம், ஆசிரமம் பயனற்றது என்றால், நானும் பயனற்றவன் என்று கூறினேன். நான் உருவாக்கிய படைப்பில் எப்போது நம்பிக்கை இழக்கிறீர்களோ, இயற்கையாகவே என்னிடம் கொண்டுள்ள பந்தத்தையும் அப்போது இழக்கிறீர்கள். மனிதர்களைப் பற்றி மிகச் சரியாக மதிப்பிடக்கூடிய நீதிபதி நான்; ஆனால், இப்போது உங்களிடம் அதை நான் நிரூபிக்கப் போவதில்லை. இந்த ஆசிரமத்தில் உங்களுக்கு நம்பிக்கை இல்லை என்றால், இதில் நீங்கள் அதிருப்தி கொண்டு விட்டீர்கள் என்றால், நீங்கள் இதை விட்டுச் செல்லலாம். இந்த ஆசிரமத்திற்கு ஏதேனும் கொடுக்க விரும்பிச் சேர்ந்தவர்கள், அல்லது காந்தியின் முட்டாள்தனங் களையும் தவறுகளையும் அவருக்கு எடுத்துச் சொல்லக் கூடிய வர்கள் மட்டுமே இங்கு இருக்கலாம். ஆனால், அப்படி ஒருவரையுமே நான் காணவில்லை. கொடுப்பதற்கும் பெற்றுக் கொள்ளுவதற்கும்தான் நீங்கள் யாவரும் இங்கு வந்துள்ளீர்கள். ஆசிரமத்தின் தகுதி என்பது, முழுமையான நம் அனைவரிலும் இருந்துதான் தீர்மானிக்கப்படும். தனியாக ஒரு மனிதனுடைய பணியிலிருந்து மட்டும் அவனுடைய தகுதியை நாம் அளவிட முடியாது.

தென்னாப்பிரிக்காவில் என்னுடைய மிகச்சிறந்த படைப் பாக்கம், பீனிக்ஸ் ஆசிரமம். அந்நாட்டில் அந்த ஆசிரமம் இல்லாமல் சத்தியாக்கிரம் நடைபெற்றிருக்க முடியாது. அதே போல இந்த ஆசிரமம் இல்லாமல் இந்தியாவில் சத்தியாக்கிரகம் நடக்க முடியாமல் போயிருக்கும். இதில் நான் ஏதும் தவறு செய்தால், கண்டிப்பாக நான் இதைவிட்டு வெளியேற வேண்டும். சம்பரன் அல்லது கேடா போன்றவற்றைக் கொண்டு என்னை மதிப்பிட வேண்டாம்; இந்த

ஆசிரமத்தை மட்டுமே கொண்டு என்னை மதிப்பிடுங்கள் என்று இந்த நாட்டிடம் நான் கூறப் போகிறேன். இந்த ஆசிரமத்தில் ஒழுங்கின்மை உள்ளது என்றோ, அறியாமை உள்ளது என்றோ நீங்கள் எண்ணினால், என்னுடைய எல்லாப் பணிகளிலும் நீங்கள் அவற்றைக் காணலாம். ஆசிரமத்தின் குறிக்கோள்கள் அனைத்திலும் நான் நம்பிக்கை கொண்டுள்ளேன். அந்த நம்பிக்கை இல்லாவிட்டால், நான் ஒருவரையும் இங்கு இருத்திவைக்க முடியாது என்றால், சுய பரிசோதனை ஒன்றுக்கு என்னை நான் ஆட்படுத்திக் கொள்வேன்; மிகவும் தூய்மையான தியாகம் ஒன்றைச் செய்ய நான் முயலுவேன். எனக்கோ அல்லது என்னுடைய பிற பணிகளுக்கோ பெருமைகளைச் சேர்க்காதீர்கள்; ஆசிரமத்தை மட்டுமே கொண்டு என்னை மதிப்பிடுங்கள். இந்த ஆசிரமத்தில் என்னுடைய படைப்பாக்கங்களில், மகன்லாலும் ஒருவர்.

அனுபவத்தில், மகன்லாலிடம் ஐம்பது லட்சம் குறைகளை என்னால் காணமுடியுமானால், அவரிடம் கோடிக்கணக்கான நற்குணங்களையும் என்னால் காணமுடியும். அவருடன் இருக்கும் போலக் ஒரு சிறுகுழந்தை. மகன்லால் வாழ்க்கையில் பெற்றுள்ள அடிகளை இன்னமும் போலக் பெறவில்லை. மகன்லாலின் செயல்கள் எல்லாம் தியாகமாக அமைந்தவை; எனக்காக அல்ல, ஒரு லட்சியத்துக்காக அவர் செய்கிறார். அவர் எனக்கு ஊழியம் செய்யவில்லை; ஒரு லட்சியத்தை ஏற்றுக் கொண்டுள்ளார். என்னை விட்டுப் பிரிந்து செல்லவும் அவர் ஒருமுறை தயாரானார்.

மகன்லாலை வெளியே அனுப்பிவிட்டு ஆசிரமத்தை என்னால் நடத்த முடியாது. அவரை வெளியே அனுப்பி விட்டால் இந்த ஆசிரமத்தில் எஞ்சியிருக்கக் கூடியவன் நான் ஒருவன் மட்டுமே. நாம் மேற்கொண்டுள்ள பணிகளைச் செய்ய, மகன்லால் முழுமையாகத் தேவைப்படுகிறார். அவரைவிடச் சிறந்த ஒருவரை நான் இனிமேல்தான் தேடவேண்டும். மிக எளிதில் உணர்ச்சி வசப்படுவது அவரிடம் உள்ள குறை என்பதில் ஐயமில்லை; ஆனால் மொத்தத்தில் அவர் நல்லமனிதர். அவருடைய நேர்மையில் எனக்கு சிறிதும் ஐயமில்லை. மகன்லால் மோசமானவர் என்றால் நானும் அந்த அளவுக்கு மோசமானவன் என்பதை நிரூபிக்கப்பட்டதாக நீங்கள் கொள்ளலாம்.

என்னுடைய குடும்பத்தில் என் சகோதரனுடனோ, பெற்றோர்களுடனோ சண்டையிட்டால், அதைப்பற்றி வெளியில் மற்றவர்களிடம் நான் புகார் சொல்லமாட்டேன். அதைப் போலவே, நாம் உறுப்பினர்களாக உள்ள நிறுவனத்தில் உள்ள யாரேனும் ஒருவரைப்பற்றிப் புகாரை நாம் வெளியே சொல்லக் கூடாது. மற்றவரைப் பற்றி சந்தேகப்படவோ அல்லது வெறுக்கவோ ஆரம்பித்த கணத்திலேயே, அவரைவிட்டு விலக வேண்டும். ஒரு மனிதன் இந்த நடைமுறையைப் பின்பற்றினால், கடைசியில் உலகம் முழுவதையும் விட்டு விலகி, தன்னந் தனியனாக நிற்பதை உணருவான். அப்போது அவன் தற்கொலை செய்துகொள்வான்; அல்லது தன்னிடமுள்ள குறைகளை உணர முற்படுவான்; தன்னுடைய வெறுப்புக்களிலிருந்து விட்டு விலகுவான். தான் தங்கியிருக்கும் நிறுவனத்தைப் பற்றிப் பிறர் முன்னிலையில் அவதூறாகப் பேசக்கூடாது என்பது மட்டுமல்ல; தன்னுடைய மனத்தில்கூட அவதூறாக எண்ணுதல் கூடாது. அப்படிப்பட்ட எண்ணம் ஏற்பட்ட அந்தக் கணத்திலேயே, அதை அறவே நீக்கி விடவேண்டும். குறிப்பாக, நான் ஆசிரமத்தில் இல்லாத போதெல்லாம் ஆசிரமத்தில் மகிழ்ச்சி நிறைந்து காணப்படவேண்டும். என்னை உங்களின் மூத்த சகோதரனாக எண்ணினீர்களானால், நீங்கள் உங்களைத் தகுதியுடையவர்களாக ஆக்கிக் கொண்டு, என்னுடைய சொற்களுக்குச் செவிசாய்க்க வேண்டும். நான் இங்கே இருக்கும்போது, நீங்கள் சுதந்திரமாக இருந்து, விரும்பிய வாறு செயற்படலாம். ஆனால் நான் இங்கே இல்லாத நேரங் களில் நீங்கள் கட்டுப்பாட்டுடன் இருக்கவேண்டும்.

நான் இல்லாதபோது இங்கு இணக்கம் இல்லை என்றால், என்னிடம் ஏதோ குறைபாடு உள்ளது; அப்படியானால் என்னை விட்டு விலகிவிடவேண்டும்.

ஆசிரமத்திலுள்ள திருப்தியின்மைக்கான காரணத்தை நான் நீக்கினால், மகன்லாலுக்கு மன அமைதியை அது தரும். மகன்லாலின் மன அமைதிக்காக அன்று, நாட்டின் நன்மைக்காக ஆகும். ஏனெனில், நாட்டிற்காக மகன்லாலை நான் தியாகம் செய்துவிட்டேன்.

ஆசிரமத்தை விட்டுவிடுமாறு அல்லது மகன்லாலை விட்டு விடுமாறு, நீங்கள் வலியுறுத்தலாம். நான் மகன்லாலை வெளியே அனுப்பமாட்டேன். ஒருவருக்கு எதிராக இன்னொருவரைத் தயார்

செய்கிறார் மகன்லால் என்ற உணர்வு எனக்கு ஏற்படாத வரையில் அவரை நான் வெளியே அனுப்பமாட்டேன். ஒரு மனிதனை அவனுடைய செயல்களால் அளக்கலாமே தவிர வேறு எந்த அளவுகோலும் உலகில் இல்லை. வேலை எப்படிப்பட்டதோ, அப்படிப்பட்டவனாகவே மனிதன் இருப்பான். என் நெருங்கிய நண்பர் ஹெர்பர்ட் கிச்சின் என்பவரால் இக்குற்றச்சாட்டு கூறப் பட்டது. ஆயினும், மகன்லால் செய்துள்ள முறையான, நேர்த்திமிக்க பணி, வேறு யாரும் செய்யாததாகும்.

(மகாதேவ் பைனியின் நாட்குறிப்பு, குஜராத்தி, தொகுதி 5)

மேலே குறிப்பிட்டதிலிருந்து, மகன்லால் காந்திக்காக அவர் எவ்வாறு கவலைப்பட்டார் என்பது புலப்படும்; கஸ்தூரிபா காந்திக்கு அவர் எழுதிய மடல் ஒன்றிலும் இது தெளிவாகத் தெரியும். அந்தக்கடிதம் 1918 ஆம் ஆண்டு, ஏப்ரல் மாதம் 23 ஆம் நாளன்று அவருடைய பம்பாய் பயணத்தினிடையே எழுதப் பட்டது.

"மகன்லாலுக்கு நீ தாயாக இருக்கவேண்டும். தன் பெற்றோர்களை விட்டுப் பிரிந்து வந்து, என் பணிகள் யாவற்றையும் அவர் தன் பணிகளாகச் செய்கிறார். அவரைப்போல வேறொருவர் பயிற்சி பெற்றால் எனக்குப்பின் அப்பணிகளைத் தொடரலாம்.

அவருக்குத் தேவைய வயான வலிமையை யார் தருவது? அவருடைய துயரங் களுக்கு நீதான் ஆறுதல் சொல்லவேண்டும். அவருடைய தேவை அறிந்து வயிற்றுக்குச் சோறிடவேண்டும். எல்லாவிதமான கவலைகளிலிருந்தும் அவரைப் பாதுகாக்கவேண்டும்.

(தொகுப்பு நூல்கள், தொகுதி 14, ப. 367, 1965)

1928ஆம் ஆண்டில் ஏப்ரல் 23ஆம் நாள், பாட்னாவில் டைபாய்டு காய்ச்சலால் மகன்லால் காலமானார். மகன்லாலின் மகன் ராதாவைப் பெண்களுக்குக் கல்வி கற்றுத்தரவும் முகத்தைத் திரையிட்டு மூடிமறைக்கும் பழக்கத்தை மாற்றவும் வேண்டிய பணிபுரிய பீகாருக்குக் காந்தியடிகள் அனுப்பினார். பிரிஜ்கிஷோர் பாபுவின் மகள் பிரபாவதியும் ராதாவுடன் பணிசெய்தாள். சம்பரனில் இருந்தவர்களின் பணிகளைப் பார்க்கச் சென்ற மகன் லால் திரும்பி வரவே இல்லை. அவருடைய தந்தை குஷால்சந்த் காந்திக்கு அனுப்பிய தந்தியில், மகாத்மாகாந்தி இவ்வாறு எழுதியிருந்தார்;

பாட்னாவில் இன்று காலையில் நம் மகன்லால் காந்தி இறந்து போனார். உங்களை விடவும் எனக்கு அவர் மிகவும் நெருக்கமானவர் என்பது உங்களுக்குத் தெரியும். சோகத்துக்கு நீங்கள் இடந்தரக்கூடாது. அவருடைய சாவு மிகவும் பெருமை வாய்ந்த சாவு. நாரன்தாஸ் இன்று இரவு புறப்படுகிறான். (தொகுப்பு நூல்கள், தொகுதி 36,ப.255, 1970)

'என்னுடைய சிறந்த தோழன் சென்றுவிட்டான்' என்னும் தலைப்பில், 'யங் இந்தியா' இதழில் 26.4.1928 அன்று வெளியான கட்டுரையில் காந்தியடிகள் எழுதினார்:

என் பணிகள் அனைத்திற்கும் ஒரே வாரிசு என யாரை நான் எண்ணினேனோ, அவர் என்னைத் தனியே விட்டு விட்டுச் சென்றுவிட்டார். என்னுடைய மாமன் ஒருவனின் பேரனான மகன்லால் கே.காந்தி, 1904ஆம் ஆண்டிலிருந்து என்னுடைய பணிகளில் உடன் இருந்து வந்துள்ளார். இப்பணிக்காகத் தம்முடைய நான்கு பிள்ளைகளையும் மகன்லாலின் தந்தை தந்துள்ளார். மகன்லால் நோய்வாய்ப் பட்டவராக இம்மாத முன்பகுதியில் சேத் ஜம்னலால்ஜியுடனும் பிறருடனும் வங்காளம் சென்றார். பீகாரில் பணியிலிருக்கும்போது, கடுமையான காய்ச்சலால் பாதிக்கப் பட்டார். ஒன்பது நாட்கள் நோய் வாய்ப்பட்ட அவர், பாட்னாவில் பிரிஜ்கிஷோரின் பாதுகாப்பில் இருந்த சமயம், மிகுந்த ஆற்றலும் அன்பும் உடைய பக்திமிக்க தாதிகளின் பராமரிப்பு முழுவதையம் பெற்ற பின்பும்கூட காலமாகிவிட்டார்.

1903ஆம் ஆண்டில், செல்வம் சேர்க்கும் நம்பிக்கையுடன் மகன்லால் என்னுடன் தென்னாப்பிரிக்காவிற்கு வந்தார். ஆனால், ஓராண்டிற்குச் சரக்குப் பாதுகாப்புப் பணியில் கடுமையாக துன்பப்பட்டார். தானாக விரும்பி ஏற்றுக் கொண்ட வறுமை என்னும் என் அழைப்பை அவர் ஏற்ற உடனே, பீனிக்ஸ் ஆசிரமத்தில் சேர்ந்தார். என்னுடன் சேர்ந்தபின், அன்று முதல் ஒருபோதும் அப்பணியில் அவர் தயங்கியதோ தவறியதோ இல்லை. நாட்டுப் பணிக்காகத் தன்னை அர்ப்பணித்துக் கொள்ளாமல் இருந்திருந்தால், அவருடைய திறமைகளும் தோல்வியையே அறியாத கடுமையான உழைப்பும் ஒன்று சேர்ந்து அவரை மிகச்சிறந்த வணிகராக மாற்றியிருக்கும். அச்சகப் பணியில் ஈடுபடுத்தியபோது, மிக எளிதாகவும் விரைவாகவும் அச்சுக்கலையின் நுட்பங்களை எல்லாம் கற்றுத் தேர்ந்தார். இதற்குமுன் ஒரு சிறிய கருவியையோ

இயந்திரத்தையோ இயக்காத அவர் என்ஜின் அறை, மெஷின் அறை, அச்சுக் கோர்க்கும் பலகை என எந்த இடமாயினும், அந்த இடத்தை தன் வீடுபோல வயப்படுத்திக் கொண்டார். அதேபோன்ற திறமையை, இந்தியன் ஒபினீயன் குஜராத்தி பதிப்பை உருவாக்கும் பணியிலும் எளிதாக வெளிப்படுத்தினார். பீனிக்ஸ் திட்டம், வீட்டுப் பண்ணை உருவாக்கத்தையும் உள்ளடக்கியிருந்ததால், மகன்லால் சிறந்த விவசாயியாகவும் ஆனார். பீனிக்ஸ் ஆசிரமத்திலேயே அவருடைய தோட்டமே மிகச் சிறந்ததாக அமைந்தது என்பது என் கருத்து. தேவையான சமயத்தில் உருவாக்கி வெளியிடப்பட்ட "யங் இந்தியா'வின் அகமதாபாத் பதிப்பில் அவருடைய கடுமையான பணிகளின் அடையாளங்களைக் காணலாம்.

தன்னை அர்ப்பணித்துக்கொண்ட பணியை முன்னெடுத் துச்செல்ல, மிகவும் நேரான சட்டம் ஒன்றை அவர் வைத்துக் கொண்டார். என்னுடைய ஆன்மீகப் பணிகளை மிகவும் நுணுக்க மாகக் கற்று அவர் பின்பற்றினார். உண்மையைத் தேடும் பணியில் சகபணியாளர்களுக்கு-மணமானவர்களுக்கும்கூட பிரம்மச்சரிய நெறியை ஒருவிதியாக நான் அறிவுறுத்தியபோது அதனை நடைமுறையில் பின்பற்றி, அதன் அழகையும் தேவையையும் உணர்ந்து தெளிந்த முதலாமவர் மகன்லால்தான். என் அறிவிற்கு எட்டிய அளவில், பிரம்மச்சரிய நெறியை நடைமுறையில் பின்பற்ற கடும் போராட்டத்தை எதிர்கொள்ள வேண்டியிருக்க, அவர் மிக எளிதாக, வெற்றிகரமாக இதைக் கடைப்பிடித்தார். மனைவியிடம் தன் கருத்தைத் திணிக்காமல், தன்னுடைய பொறுமையான வாதங்கள் மூலமே அவளையும் தன் நெறியில் ஒத்திசைந்து வரச்செய்தார்.

சத்தியாக்கிரகம் தொடங்கியபோது அவர் முன்னணியில் இருந்தார். தென்னாப்பிரிக்கப் போராட்டத்தின் முழுமையான அர்த்தத்தை வெளிப்படுத்தக்கூடிய சரியான ஒரு சொல்லைபெயரை நான் தேடிக்கொண்டு போராடிய காலத்தில், அவர் எனக்கு அந்த வெளிப்பாட்டைத் தந்தார். 'பொறுமையுடன் கூடிய எதிர்ப்பு' என்னும் பெயரை நான் முன்வைத்தேன். அப்பெயர் தவறாகப் பொருள்தரக்கூடியது. 'சதாகிரஹ்' என்னும் பெயரைப் பரிந்துரைத்து, தகுந்த காரணங்களை விளக்கி அவர் எழுதிய அருமையான கடிதத்தை நான் வைத்திருந்தேன். அதை 'சத்தியாகிரஹ' என்று நான் மாற்றினேன்.

படிப்படியாகப் போராடும் அதன் முழுமையான தத்துவப்பண்பை அவர் விவாதித்திருந்தார். மேலும், தான் தேர்ந்தெடுத்த அப்பெயரை வாசகர் எதிர்க்க முடியாதபடி அவர் விவாதித்திருந்தார். நம்ப முடியாத அளவிற்கு அக்கடிதம் மிகச் சிறியதாக இருந்தது எனக்கு நினைவிலிருக்கிறது. அத்துடன் அவருடைய செய்தி தெரிவிக்கும் முறை எப்போதும்போல, மையக் கருத்தைச் சரியாகச் சுட்டுவதாக இருந்தது.

போராட்டத்தின்போது மகன்லால் ஒருபோதும் சோர்வுற்று பின்வாங்காதவராக, பணி எதுவாயினும் தட்டிக் கழிக்காதவராக இருந்தார். மிகுந்த வீரத்துடன், அச்சமின்றி, தன்னைச் சுற்றியுள்ள அனைவரிடமும் நம்பிக்கையையும் வலிமையையும் அவர் பரவச் செய்தார். என் தூண்டுதலினால் ஏற்பட்ட ஒரு பரிசாக, பீனிக்ஸ் நீதிமன்ற ஆணைப்படி அனைவருக்கும் சிறைத்தண்டனை வழங்கப்பட்டு ஒவ்வொருவரும் சிறைசென்றபோது, இன்னும் மிகுதியான பாரத்தைத் தன்தோளில் சுமக்க அவர் பின் தங்கினார். பெண்கள் அணியில் போராடத் தன் மனைவியை அவர் அனுப்பினார்.

நாங்கள் இந்தியா திரும்பியதும், ஆசிரமத்தை எளிமையாக, ஆடம்பரமின்றி உருவாக்குவதற்குரிய சாத்தியப்பாட்டைச்செய்த வராக மீண்டும் மகன்லால்தான் விளங்கினார். முற்றிலும் புதியதும் கடும் வேலைவாங்கக் கூடியதுமான பணிக்கு அவர் அழைக்கப்பட்டார். அதையும் அவர் செய்து காட்டினார். தீண்டாமை என்பது அவருக்கு ஏற்கமுடியாத ஒரு கொடுமை யாகும். ஒரு சிறு கணம் அவர் செயலற்று நின்றார். ஆயின் அது ஒரு நொடிப்பொழுதுதான். அன்பிற்கு எல்லையில்லை என்று உணர்ந்த அவர், அந்த மக்களுடன் கலந்து வாழ வேண்டியதை அறிந்து செயல்பட்டார். ஏனெனில், தீண்டாமைக்கு மேல்சாதி மக்களே காரணம் என அவர் நன்கு உணர்ந்திருந்தார்.

ஆசிரமத்தின் இயந்திரப்பகுதி என்பது பீனிக்ஸ் செயற் பாட்டின் தொடர்ச்சி அல்ல. இப்பகுதியில் நெய்தல், நூல்நூற்றல், சிக்கெடுத்து சுத்தப்படுத்தல், பருத்தியிலிருந்து கொட்டை நீக்கிப்பதப்படுத்தல் ஆகிய பணிகளைக் கற்க வேண்டும். மீண்டும் இதிலும் நான் மகன்லால் உதவியை நாடினேன். அதனைக் கொள்கையளவில் உருவாக்கியவன் நான் என்றாலும் செயல் படுத்திய கரங்கள்

அவருடையவை. பருத்தியைக் கதராடையாக உருப்பெறச் செய்யும் நெசவு உள்ளிட்ட அனைத்து முறை களையும் அவர் கற்றார். அவர் பிறவியிலேயே தொழில்நுட்ப அறிவு வாய்ந்தவர்.

ஆசிரமத்தில் பால்பண்ணை அறிமுகப்படுத்தப்பட்டபோது, மிகுந்த ஆர்வத்துடன் அதில் ஈடுபட்டு, அப்பணி தொடர்பான அனைத்தையும் கற்று, ஒவ்வொரு பசுவிற்கும் பெயர்சூட்டி மகிழ்ந்து, கால்நடைகள் அனைத்திற்கும் நண்பனாக ஆனார்.

ஆசிரமத்தில் தோல்பதனிடும் பணி நடைமுறைக்கு வந்தபோது, மிகுந்த ஆர்வத்துடன் அதில் ஈடுபட்டு, மூச்சுவிடச் சிறிது நேரம் கிடைத்ததும், தோல்பதனிடும் பணியின் நுட்பங் களை அவர் கற்கத் தலைப்பட்டார். ராஜ்காட் உயர்நிலைப் பள்ளியில் பள்ளிக்கல்வியைக் கற்றதுடன், பள்ளிப்பருவத்தில் அவர் நிறைய விஷயங்களை ஆர்வத்துடன் கற்றார். கிராமத் திலுள்ள மரஆசாரிகள், நெசவாளிகள், விவசாயிகள், இடையர்கள் போன்ற எளிய கிராம மக்களிடமிருந்து கற்று தம் அறிவை வளர்த்துக் கொண்டார்.

நூல் நூற்பாளர் சங்கத்தின் தொழில்நுட்பத் துறையின் இயக்குநராக அவர் இருந்தார். குஜராத்தில் ஏற்பட்ட வெள்ளத்தின் போது, ‘வித்தல்பூர் என்னும் புதியநகரத்தை உருவாக்கும் பொறுப்பை வல்லபபாய் அவரிடம் கொடுத்தார். அவர் முன்மாதிரியான தந்தையாக விளங்கினார். இன்று வரையிலும் மணம் செய்து கொள்ளாத ஒருமகன், இருபெண்கள் ஆகிய மூவரையும் நாட்டின் பணிகளுக்குத் தம்மை அர்ப் பணித்துக் கொள்ளுமாறு பயிற்சி அளித்துள்ளார். அவருடைய மகன் கேஷு, இயந்திரத்தொழில்நுட்பப் பொறியியலில் மிகுந்த திறமை காட்டி வருகிறான். தன்னுடைய தந்தையைப்போலவே அத்திறமையைச் சாதாரண ஆசாரிகளிடமும் கொல்லர்களிடமும் இருந்து அவன் கற்றுள்ளான். பதினெட்டு வயதான மகள் ராதா, பீகாருக்குச் சென்று பெண்விடுதலை இயக்கப்பணி என்ற பெரும் பாரத்தைத் தன் தோள்களில் ஏற்றிருக்கிறாள். தேசியக் கல்விமுறை எப்படி இருக்கண்டேும் என்பது பற்றிய நல்ல புரிதல் திறன் மகன்லாலிடம் உண்டு. அதுபற்றிய ஆர்வமும் திறனாய்ந்து தெளியும் திறனும் கொண்ட விவாதங்களில் ஆசிரியர்களை அவர் அடிக்கடி ஈடுபடுத்தினார்.

அரசியலைப்பற்றி மகன்லாலுக்கு எதுவும் தெரியாதோ என்று வாசகர்கள் கற்பனை செய்து கொள்ள வேண்டாம். அதிலும் அவர் செயல்வீரர்தான். ஆனால், அமைதியானதும், தன்னலமற்றதும் ஆக்கபூர்வமானதுமான பணிகளைச் செய்யும் பாதையை அவர் தேர்ந்தெடுத்தார்.

என் 'பெருமை' என்று கூறப்படுகிற பெருமைக்கு, அமைதி யாகவும் அர்ப்பணிப்பு உணர்வுடனும் பணியாற்றும் உழைப் பாளிகள்தான்- ஆண்களும் பெண்களுமாகிய அவர்கள்தான் காரணம் என்று உலகம் சிறிதே அறியும். அத்தகைய உழைப் பாளர்களிடையே மிகச் சிறந்தவர், மிக உயர்ந்தவர், மிகத் தூய்மையானவர் மகன்லால்தான்.

இந்த வரிகளை நான் எழுதும்போது, அன்பான தன் கணவனைப் பறிகொடுத்த மகன்லாலின் விதவை மனைவியின் அழுகை ஒலி எனக்குக் கேட்கிறது. அவளைவிட நான் பெரிதும் பாதிக்கப்பட்டவன் என்பதை அவள் அறியாள். என்னுடைய சொந்தப்பிள்ளைகளை விடவும் மிகவும் எனக்கு அன்பும் பாசமுமிக்க ஒருவராக விளங்கி, கடும் உழைப்பின் ஒட்டுமொத்த வடிவமாக விளங்கி, என்னை ஒருபோதும் ஏமாற்றாமல், தோல்வியடையச் செய்யாமல், ஆன்மீகம்-ஒழுக்கம்-பொருள் ஆகிய அனைத்து நிலைகளிலும் ஆசிரமத்தின் காவல்தெய்வமாக விளங்கிய அவரைப் பறிகொடுத்தவிட்ட நான்தான் புத்தி பேதலித்துப் புலம்ப வேண்டும். ஆயின் கடவுளிடம் கொண்டுள்ள நிலையான உயிரோட்டமிக்க நம்பிக்கையினால் நான் தாங்கிக் கொண்டுள்ளேன். அவருடைய வாழ்க்கை எனக்குத் தூண்டு கோலாகவும் திறமைமிக்க செயற்பாட்டின் நிலையான செயல் விளக்கமாகவும், ஒழுக்கவிதிகளின் மேன்மையான இருப்பிட மாகவும் இருக்குமாறு அவர் விளங்கினார். இப்பொழுது குறுகிய காலமாக அது தோன்றினாலும் சில நாட்களில் அல்ல, சில மாதங்களில் அல்ல, நீண்ட இருபத்திநான்கு ஆண்டுகளில், தன்னுடைய சொந்த வாழ்க்கையின் மூலம் அவர் எனக்குக் கண்கூடாக ஒன்றை நிரூபித்துள்ளார்: நாட்டிற்குத் தொண்டு ஆற்றுவது, மனித குலத்திற்குச் சேவை செய்வது, தன்னை அறிவது, கடவுளை அறியும் ஞானம் ஆகிய நான்கும் ஒரே பொருள்தரும் வெவ்வேறு சொற்கள் என்பதையே அவர் கண்கூடாக எனக்கு வாழ்ந்து காட்டியுள்ளான்.

மகன்லால் இறந்துவிட்டார். ஆசிரமத்தின் ஒவ்வொரு துரும்பிலும் படிந்துள்ள அவருடைய அடிச்சுவட்டில் அவருடைய பணிகளில் அவர் என்றும் வாழ்கிறார். (தொகுப்பு நூல்கள், தொகுதி 29, பக். 923-930)

குஜராத்தி மொழியில் வெளியான நவஜீவன் 29.04.1928 நாளிட்ட இதழில், மகன்லாலைப் பாராட்டி காந்தியண்ணல் மற்றொரு பாராட்டுரை எழுதினார்.

மகன்லால் மறைந்த செய்தியைக் கேட்டதும், "ஆசிரமத்தின் ஆன்மா பிரிந்து விட்டது" என்று வல்லபபாய் தந்தியனுப்பினார். இது மிகைப்படுத்தப்பட்ட கூற்று இல்லை. மகன்லால் இல்லாமல் சத்தியாக்கிரக ஆசிரமத்தை என்னால் கற்பனை செய்ய முடியவில்லை. அவர் அங்கே இருக்கிறார் என்று அறிந்ததால் தான் என்னுடைய பல ஏற்பாடுகள் தொடங்கப்பட்டன. என்னை வேறொருவருடன் இனங்காண முடியும் என்றால், அது மகன்லால்தான். மனைவி அல்லது மகனாக இருந்தாலும் அந்த இன்னொரு மனிதரிடம் சில விஷயங்கள் நெஞ்சைப் புண் படுத்திவிடும் என்று நாம் அடிக்கடி எண்ணுகிறோம். மகன் லாலிடம் அப்படிப்பட்ட அச்சம் எனக்கு எப்போதும் ஏற்பட்ட தில்லை. மிகவும் கடினமான வேலைகளைக்கூட மகன்லாலிடம் காடுக்க நான் ஒருபோதும் தயங்கியதில்லை. அடிக்கடி இக்கட்டான சூழ்நிலைக்கு நான் அவரை ஆளாக்கியிருக்கிறேன். ஆனால், அவர் மிகுந்த அமைதியுடன் பொறுத்து இருந்துள்ளார். பணியின்மையை மிகுந்த இழிவானதாக அவர் மதித்துள்ளார். யாருக்கேனும் குருவாக இருக்கக் கூடிய தகுதியுடையவனாக நான் இருக்கிறேன் என்றால், மகன்லாலை என்னுடைய தலைமைச் சீடன் என்று நான் வெளிப்படையாக அறிவிப்பேன்.

என்னுடைய வாழ்க்கை நெடுகிலும் என்னைக் குருவாக மதிக்கும் உரிமையை நான் யாருக்கேனும் கொடுத்துள்ளேன் என்றால், அது மகன்லால் ஒருவருக்குத்தான். நானும் அதை அடைந்துள்ளேன். குற்றம் அவருடையதன்று, என்னிடம்தான் குறைகள் உள்ளன என்பதே கண்ணுக்குத் தெளிவாகத் தெரிகிறது; கொடுக்கப்பட்ட கடுமையான பணியைச் செய்து முடிக்கும் ஆற்றலைத் தன் சீடனுக்குக் கொடுக்கும் ஆற்றல் தன்னிடம் உடைய ஒருவனே குருவாக ஆகமுடியும். எனக்கு

அந்த ஆற்றல் இல்லை; இன்னமும்கூட எனக்கு அது கைவரப் பெறவில்லை.

ஆனால், ஒருவேளை மகன்லால் சீடனாக இல்லா விட்டால், நிச்சயம் அவர் ஒரு நல்ல வேலையாள். மகன்லாலை விடச் சிறந்த, உண்மையான ஒரு வேலையாளை நிச்சயம் எந்தத் தலைவனும் பெறமுடியாது என்பதை நான் ஒப்புக்கொள்கிறேன். இது ஒருவேளை அனுமானம் என்றுகூடக் கருதலாம். ஆனால் அவரைப்போன்ற இன்னொரு வேலையாளைப் பார்க்கமுடியாது என்பதை என்னுடைய அனுபவத்திலிருந்து நான் உறுதிப்படுத்த முடியும். நம்பிக்கையும் நல்லொழுக்கமும் புத்திக்கூர்மையும் உழைப்பும் நாம் விரும்பும் வண்ணம் உடைய வேலையாட்கள் அல்லது உடன்பணிபுரிபவர்கள் எப்போதும் என்னுடன் இருப்பது என்பது என்னுடைய நற்பேறாகும். இத்தகைய வேலையாட்கள் சகபணியாளர்களில் மகன்லால் சிறந்தவராக இன்னும் உள்ளார்.

அறிவு, பக்தி, செயல்பாடு என்னும் மூன்று நீரூற்றுக்களும் இடைவிடாமல் மகன்லாலிடம் எப்போதும் சுரந்துகொண்டே இருந்தன. செயலைச் செய்யும் யாகத்தில் தன்னுடைய அறிவையும் பக்தியையும் வழங்கியதன்மூலம், அவற்றின் உண்மை வடிவத்தை மகன்லால் ஒவ்வொருவர் முன்னும் செயற்படுத்திக் காட்டினார். இந்த வழியின் காரணமாக அவருடைய ஒவ்வொரு செயலிலும் விழிப்புணர்வும் அறிவுத்திறனும் நம்பிக்கையும் நிறைந்து காணப்பட்டது. அதன் காரணமாக அவருடைய வாழ்க்கை சந்நியாசத்தின் உச்சநிலையை அடைந்தது. தன்னுடைய அனைத்தையும் மகன்லால் துறந்தார். அவருடைய எந்தச் செயலிலும் அணுவளவுகூடச் சுயநலம் இருந்ததை நான் ஒருபோதும் கண்டதில்லை. தன்னலமற்ற செயல், அல்லது பரிசையோ பாராட்டையோ எதிர்பார்க்காத உண்மையான சந்நியாசத்தை, ஒரு தடவையோ சிறிய காலத்திற்கோ அல்லாமல், காலங்காலமாக இடைவிடாமல், இருபத்துநான்கு ஆண்டுகள் மகன்லால் தொடர்ந்து காட்டினார்.

நாட்டிற்குத் தொண்டு செய்வதற்காகத் தன்னுடைய நான்கு பிள்ளைகளையும் ஒருவரைத் தொடர்ந்து ஒருவராக, மகன்லாலின் தந்தை என்னிடம் ஒப்படைத்தார். 1903ஆம் ஆண்டில் மகன் லாலை என்னிடம் ஒப்படைத்தார். 1903ஆம் ஆண்டில், வாழ்க்கையைத்

தொடங்குவதற்காக நான் தென்னாப்பிரிக்கா சென்றபோது, மகன்லால் என்னுடன் வந்தார். நாட்டிற்குப் பணி செய்வதற்காக வறுமையைத் தழுவிக்கொள்ளுமாறு ஏனைய நண்பர்களுடன் அவரையும் நான் அழைத்தேன். மறுபேச்சின்றி அமைதியுடன் வறுமையை ஏற்றுக்கொண்டார். அன்றுமுதல், அவருடைய மறைவு வரையிலும், தடையற்ற ஓட்டமாக அவர் வாழ்க்கை இருந்தது.

வெறும் அலங்காரமாக இருக்கும் என்னுடைய 'மகாத்மா' பண்பு பிறரைச் சார்ந்தே இருப்பதை ஒவ்வொரு நாளும் நான் மிக நன்றாக அறிகிறேன். என்னுடன் பணிபுரியும் எண்ணற்ற சக உழைப்பாளிகளிடம் இருந்து பெறப்பட்ட புகழை நான் காட்டி வந்துள்ளேன். மகன்லாலைவிட வேறு எவரும் இப் புகழைக் கூட்டவில்லை. உடல்உழைப்பு அல்லது ஆன்மீகப்பணி போன்ற என்னுடைய பணி எதுவாயினும் என்னோடு முழுமையாகவும் அறிவுபூர்வமாகவும் மகன்லால் ஒத்துழைத்தார். நம்பியதன்மீது மிகக்கடுமையாக முயற்சிசெய்து ஒத்துழைப்பதில் மகன்லாலை விடச் சிறந்தவரை நான் பார்க்கவில்லை. சிந்தனை, செயல் இரண்டையும் ஒன்றாக நிலைநாட்டிய விழிப்புணர்வை மகன்லால் இருபத்துநான்கு மணிநேரமும் கடைப்பிடித்து வந்தார். இதிலே தன் ஆற்றல் முழுவதையும் அவர் செலவிட்டார்.

அறிந்தோ அறியாமலோ, இந்தப் பாராட்டுரையில் நான் மிகைப்படுத்திக் கூறவில்லையென்றால், தர்மத்திற்கு வடிவம் கொடுத்த நாடு கட்டாயம் வெற்றிபெறும் என்று ஒருவன் சொல்ல முடியும்; அதன் தர்மமும் வெற்றிபெறும். ஆகவே, நம் நாட்டிற்காக உழைப்பவர் ஒவ்வொருவரும் மகன்லாலின் வாழ்வைக் கட்டாயம் படிக்கவேண்டும். அது தனக்கு பொருந்துவதாக அவனுக்குத் தென்பட்டால், உறுதியுடன் அதைப் பின்பற்றவேண்டும். மகன் லால் எவற்றைச் செய்ய முடிந்ததோ, அவற்றை முயன்றால் ஒவ்வொருவரும் செய்ய முடியும். உண்மையான செயல்வீரனாக மகன்லால் இருந்ததால், அவர் உண்மையான தலைவரானார். அந்தக் கனலையே எதிர்கொண்டவர்கள் என்னைச் சுற்றி இப்போது புலம்புவதை நான் காண்கிறேன்.

உண்மையான செயல்வீரர்களை இந்த நாடும் உலகமும் வேண்டி நிற்கின்றன. நாட்டிற்குச் செய்யும் சேவை, உலகிற்குச் செய்யும்

தொண்டு, தன்னை உணரும் அறிவு, கடவுளைக் காணும் காட்சி என்ற இவை நான்கும் தனித்தனியானவை அல்ல; ஒன்றின் வெவ்வேறு தோற்றங்களாகும். தன்னுடைய சொந்த வாழ்க்கையில் இதன் உண்மையை மகன்லால் உணர்ந்தார்; மற்றவர்களையும் இதை உணரச் செய்தார். ஆர்வமுள்ளவர்கள் அவருடைய வாழ்க்கையைப் படித்து இதைக் கண்டு அறியட்டும்.

(தொகுப்பு நூல்கள், தொகுதி, 36, பக்கம் 279-281, 1970)

3. ஆச்சார்ய விநோபா

“பகவத் கீதையைப் படிப்பதை விடவும் மிகுந்த மதிப்புயர்ந்ததாக வேறு எதுவும் எனக்குத் தோன்றவில்லை. ஆயினும் தன்னுடைய சொந்த வாழ்க்கையில் கீதையின் தத்துவத்தைப் பின்பற்றி வருகிற, வாழும் மனிதர் ஒருவரை நான் கண்டேன். அவர் என்னுடைய தலைவர். குஜராத்தில் சபர்மதி ஆற்றின் கரைகளிலுள்ள ஆசிரமத்தில் அவர் இருக்கிறார்” என்று தம்முடைய கீதைப் பேருரை ஐம்பதாவது நிகழ்ச்சியின் நிறைவின்போது விநோபா பாவே கூறினார். தன்னுடைய குருவிற்கு ஒரு சீடன் செலுத்தும் மிகச் சிறந்த பாராட்டுரையாக ஒருவேளை இது இருக்கலாம். ஆச்சார்ய விநோபா தேவையற்ற முறையில் சொற்களை வீணாக்கக் கூடியவரல்லர். ஏனென்றால், வீண் புகழ்ச்சி செய்யும் பண்பு அவரிடம் சிறிதும் இல்லை. கணிதம் படித்த மாணவராகவும், அறிவியல் மனப்பாங்கு உடையவராகவும் விளங்கிய அவர், கருத்தை வெளியிடும் வாயில்களான சொற்களின் மதிப்பை, அவற்றின் பொருளை நன்குணர்ந்தவர். சிறந்த நீதிபதி ஒருவரின் மதிப்பீடு போன்ற தகுதியுடைய மதிப்பீட்டை அண்ணல் காந்தி யடிகளைப் பற்றிச் செய்துள்ளார். அவருடைய கூற்று மகாத்மாவின் பண்புநலனை மட்டும் ஒளிபாய்ச்சிக் காட்டவில்லை; அத்துடன் அவருடைய சீடரின் பண்புநலன் பற்றியும் விளக்குகிறது.

விநாயக் என்னும் இயற்பெயரையுடைய விநோபா, சமஸ் கிருதம் படிப்பதற்காக காசி நகரத்திற்குச் சென்று, அங்கிருந்து 7.6.1916 அன்று கோச்ரப் ஆசிரமத்திற்கு வந்தபோது, அவருக்கு வயது இருபதுதான். பரோடாவிலிருந்து காசிக்குச் சமஸ்கிருதம் கற்கவேண்டும் என்ற தீராத வேட்கையுடன் சென்ற இளைஞன், உடனடியாகக் காசியில் இருந்து திரும்பி, ஆசிரமத்தின் கதவுகளை நோக்கிச் சென்றான். காந்தியடிகளின் மந்திர சக்தி வாய்ந்த அழைப்பை எடுத்துரைக்கும் மற்றொரு கதை இது. ஆசிரமத்தை அடைந்ததும் உணவிற்காகக் காய்கறிகளைச் சுத்தம் செய்து நறுக்கிக் கொண்டிருந்த காந்தியடிகளைச் சமையல் அறையில் சந்திக்க அழைத்துச் செல்லப்பட்டார். தன்னுடைய

அன்றாடப் பணிகளில் காந்தியடிகள் ஈடுபட்டிருந்த சமயத்தில், அவருக்கும் வினோபா விற்கும் இடையில் முதல் உரையாடல் நடைபெற்றது. இளைஞரான வினோபாவை வரவேற்ற காந்தியடிகள், ஆசிரமத்தின் முழுமை யான உறுப்பினராக சேர்த்துக் கொண்டார்.

ஆசிரமத்தில் சேர்ந்த பின்னர், அதன் கடுமையான, ஆடம்பர மற்ற, கட்டுப்பாடான வாழ்க்கையுடன் இணங்கினார். அங்கு வசிப்பவர்களுடன் இணைந்து, சமையலறை, பணிமனை, தோட்டம் ஆகிய அனைத்து இடங்களிலும் வினோபா பணியாற்றினார். அதிகாலையில் நான்கு மணி அளவில், பகவத்கீதை, உபநிடதங்கள் ஆகியவற்றிலிருந்து சுலோகங்களை உரத்த குரலில் மனப்பாடமாக ஒப்பிப்பதை ஒருநாள் காந்தியடிகள் கேட்டார். சமஸ்கிருதத்திலும் சமய நூற்களிலும் ஆழமான புலமையுடையவர் தங்களுடன் வசிக்கப் புதிதாக வந்துள்ளார் என்று அப்போதுதான் ஆசிரம வாசிகள் அறிந்தனர். ஆசிரமத்தில் வசிக்கும் மகாராஷ்டிராவைச் சார்ந்த மாமா பாட்கே என்பவர்தான் மகாராஷ்டிர துறவியர் மரபின்படி, விநாயக் என்னும் பெயரை மாற்றி, வினோபா என்னும் பெயரை முதன்முதலில் சூட்டினார் என்பது வியப்பைத் தரும் செய்தியாகும்.

அடுத்துவந்த நாட்களில் காந்தியடிகளும் வினோபாவும் தானியங்களை அரைப்பது, கழிவறைகளைச் சுத்தம் செய்வது, கீதை, உபநிடதங்கள் ஆகியவற்றின் தத்துவங்களைக் கற்பது ஆகியவற்றை இணைந்து செய்தனர். சிலநாட்கள் கழித்து, “ஆசிரமத்தில் உள்ள ஒருசில முத்துக்களில் வினோபாவும் ஒருவர். ஆசிரமத்திற்கு ஆசி பெறுவதற்காக அவர் வரவில்லை; ஆசிரமத்தை ஆசீர்வதிக்க வந்துள்ளார்” என்று சி.ஜி.ஆண்ட்ரூஸ் அவர்களிடம் காந்தியடிகள் வருணித்தார். ஆனால், மிகுந்த தன்னடக்கத்துடன் கூடிய வினோபா, தம்மை ஒரு பூஜ்யமாகவே கருதிக்கொண்டார். தன்னை வெளிப் படுத்திக் கொள்கிறார் என்னும் சிறிய மனப்பதிவைக்கூட அவர் ஏற்படுத்தவில்லை. தம்முடன் வசிப்பவர் ஒருவரிடம் உரையாடும் போது வினோபா பின்வருமாறு கூறினார்: “ஆசிரமத்தில் எதை நான் பெற்றேனோ, அதுமட்டுமே நான் அறிந்த அறிவு. என் நாட்டிற்குச் செய்யும் தொண்டு, தீவிரச் செயல்மூலம் என்னைத் தனித்தன்மையுடையவனாகக் காட்டவேண்டும் என்று ன் முற்காலக் குறிக்கோளாக இருந்தது. ஆனால், அந்தக் குறிக்கோளி லிருந்து பாபு

என்னைத் தேற்றினார். என்னுள் கொழுந்துவிட்டு எரிந்துகொண்டிருந்த கோப எரிமலையையும் பிற உணர்ச்சி களையும் காந்தியடிகளே அணைத்தார். ஆசிரம வாழ்க்கையில், ஒவ்வொருநாளும் நான் முன்னேறிக் கொண்டுள்ளேன்.' ஆசிரமத்தில் முதன்முதலில், காந்தியடிகளைத் தாம் சந்தித்ததை நினைவுகூர்ந்து, வினோபா பின்னாளில் எழுதினார்: "காசியில் இருந்தபோது, இமயமலைக்குச் செல்லவேண்டும் என்பது என்னுடைய முக்கியக் குறிக்கோள். வங்காளத்திற்குச் செல்ல வேண்டும் என்பதும் உள்ளேயே இருந்த நீண்ட நாளைய பேரவா. ஆனால் இரு கனவுகளும் நிறைவேறவில்லை. காந்தியடிகளிடம் கடவுளின் கருணை என்னைக் கொண்டுவந்து சேர்த்தது. இமயமலையில் கிட்டும் அமைதியையும் வங்காளத்திற்கே உரிய எரியும் புரட்சி உணர்வையும் ஒருசேர காந்தியடிகளிடம் நான் கண்டேன். என்னுடைய இரு ஆசைகளும் நிறைவேறிவிட்டன என்று என்னுள் நான் கூறிக்கொண்டேன்."

ஒருநாள், சபர்மதி ஆற்றில் நீராடும்போது, தன்னுடைய சமநிலை தவறி, வேகமாகச் சுழன்று ஓடும் நீரோட்டத்தில் வினோபா சிக்கிக் கொண்டார். முதலில், சிறிது நேரத்திற்கு அவர் கூக்குரல் எதுவும் எழுப்பவில்லை. சிறிதுநேரம் கழித்து தான் தண்ணீரில் அடித்துச் செல்லப்படுவதை அறிந்ததும், "பாபுவிடம் என்னுடைய வணக்கத்தைத் தெரிவிக்கவும். வினோபாவின் உடம்பு மறைந்தாலும், அவருடைய ஆன்மாவிற்கு அழிவில்லை என்று கூறுங்கள்" என வினோபா கூக்குரலிட்டார். ஆனால், நல்ல காலமாக நீரோட்டம் குறுகலாக ஆழமற்று இருக்கும் மத்தியப் பகுதியில் இருந்த நீண்ட தரைப்பகுதிக்கு அவர் விரைவில் ஒதுக்கப்பட்டார். அந்த இடத்திலிருந்து ஆசிரமத்திற்கு வினோபா நீந்தி வந்தார்.

இதேமாதிரியான மற்றொரு நிகழ்ச்சியைக் காகாசாகேப் கலேகர் எடுத்துரைத்தார். ஒருமுறை அவரும் வினேபாவும் அருகி லிருந்த கிராமத்திற்குச் சென்றுவிட்டு, மாலையில் ரயில் பாதையிலே நடந்து திரும்பினார்கள். ரயில் பாலத்தை அவர்கள் கடக்கும்போது, பின்புறம் இருந்து ரயில் வரும் சப்தத்தை அவர்கள் கேட்டனர். பாலத்தின் இரு பக்கங்களிலும் நடைபாதையோ, தண்டவாளக் கம்பிகளோ எதுவும் இல்லை. காகாசாகேப் அலறியபடியே, இடைவெளிகளுடன்கூடிய மரப்பலகைகள் உள்ள பாலத்தின்மீது ஓடினார். வினோபாவிற்கு

பார்வைத்திறன் குறைவு என்பதால், மரப்பலகைகளுக்கிடையே இருந்த இடைவெளிகளைப் பார்த்து அவரால் ஓடமுடியவில்லை. காகாசாகேப்பைத் தொடர்ந்து அவரும் ஓட ஆரம்பித்தார். அவர் கொஞ்சம் தவறியிருந்தாலும் பாலத்தின் கீழே வேகமாகச் சீறிப்பாய்ந்து கொண்டிருந்த ஆற்றில் விழுந்திருப்பார். ஆனால், அவர் கற்ற கணிதம் காலத்தாற் செய்த உதவி காரணமாக, மரப்பலகைகளைப் பார்க்காமலே, எண் கணித அடிப்படையில், மரப்பலகைகளை அவர் கடந்து சென்றார். ரயில் என்ஜின் அவர்களுக்குப் பின்னால் சில அடிகள் தூரத்தில் இருந்தது. காகாசாகேப் ஏற்கெனவே பாலத்தின் மறு முனையைக் கடந்து விட்டார்; வினோபா இன்னமும் ஓடிக் கொண்டிருந்தார். அதைப் பார்த்ததும் "வினோபா, இடப்பக்கத்தில் குதியுங்கள்" என்று காகாசாகேப் கத்தினார். வினோபாவும் அவ்வாறே செய்து, அருகிலிருந்த பள்ளத்தில் குதித்தார். நூலிழையில் அவர் உயிர் தப்பினார். இந்த நிகழ்ச்சியைப் பற்றி கேள்விப்பட்டவுடன், பார்வைத் திறன் இன்னும் குறையுமுன்னர் கண்ணாடி அணிந்து கொள்ளுமாறு வினோபாவிற்குக் காந்தியடிகள் அறிவுரை கூறினார்.

தம்முடைய ஆசிரம வாழ்க்கையின்போது, பகலில் ஒரு நிமிடநேரம்கூட வினோபா ஓய்வெடுத்ததில்லை. விடுதியிலுள்ள மாணவர்களைக் கவனித்து வந்ததுடன், ராஷ்டிரியசாலா எனப் பட்ட தேசியப்பள்ளி மாணவர்களுக்குப் பல்வேறு பாடங்களை அவர் கற்றுத்தந்தார். அத்துடன், நூல்நூற்பது, ஆடை நெய்வது, சமைப்பது, அரைப்பது, விவசாயத்திற்கு ஏற்றவகையில் நிலத்தைக் கடப்பாரை, குந்தாணி போன்ற கருவிகளால் பண்படுத்துவது ஆகிய பணிகளைச் செய்வதிலும் அவர் சில மணி நேரங்களைச் செலவிட்டார். மாணவர்களுக்குப் பாடம் நடத்தும் பணியில்கூட, நெற்றி வேர்வை நிலத்தில் சிந்துமாறு, தன் ஆற்றலையெல்லாம் அவர் செலவிட்டார். எந்தப் பணியைச் செய்தாலும் அதில் தம்மை முழுமையாக ஈடுபடுத்திக்கொண்டார்.

1920ஆம் ஆண்டில், ஜம்னாலால் பஜாஜ், காந்தியடிகளுக்கு அறிமுகமானார். வார்தாவில் அதே போன்ற மற்றொரு ஆசிரமத்தை உருவாக்க வேண்டும் என்பதில் மிகுந்த ஆர்வம் காட்டிய அவர், தம்முடைய ஆசிரமவாசிகள் அனைவருடனும் புதிய ஆசிரமத்திற்கு மாறி வந்து இருக்குமாறு காந்தியடிகளைப் பணிவுடன் வேண்டினார்.

அந்த நேரத்தில் அது சாத்தியப்படவில்லை. ஆயின், ஜம்னாலாலின் தொடர்ந்த வற்புறுத்தல் காரணமாக, வார்தா ஆசிரமத்திற்கு வினோபாவை அனுப்ப காந்தியடிகள் இசைந்தார். இத்திட்டத்தை மகன்லால் கடுமையாக எதிர்த்தபோதிலும்கூட, பாபுஜி வெற்றி பெற்றார். சில மாணவர்களையும் குறிப்பிட்ட சக ஊழியர்களையும் அழைத்துக் கொண்டு வார்தா ஆசிரமத்திற்குச் செல்ல வினோபா இசைந்தார்.

முன்பு பரோடா சமஸ்தானத்திலும், தற்போது மகாராஷ்டிர மாநிலத்தில் கொலாபா மாவட்டத்திலும் உள்ள ககோடே என்னும் ஊரில் 11.9.1895 அன்று, விநாயக் நரஹரி பாவே பிறந்தார். அவர் தந்தை நரஹரி சம்புராவ், பரோடா அரசுப் பணியில் பணி யாற்றினார். வினோபாவின் தாத்தா சம்புராவ், ஆழ்ந்த தெய்வ பக்தியுடையவராயினும், தீவிர முற்போக்குச் சிந்தனைகள் உடையவர். வினோபாவின் தாய் ருக்மிணிபாய், தூயபக்தியுடைய பெண்மணி. அவருக்கு நூற்றுக்கணக்கான மராட்டி பஜனைப் பாடல்களும் பக்திப்பாடல்களும் தெரியும். தம்முடைய வீட்டு வேலைகளைச் செய்தபடியே அவர் அவற்றைப் பாடிக்கொண் டிருப்பார். பாசமும் பக்தியுமிக்க அவருடைய அன்னையின் கரங்களிலேயே, வினோபாவின் இளமைப்பருவ பண்புநலன் உருப்பெற்றது. வினோபாவின் அன்னையார், எளிமையும் சுயகட்டுப் பாடும் கொண்டதும், சமய விரதங்களை முறையாகக் கடைப் பிடிக்கும் பண்புடையதுமான வாழ்க்கை நடத்தினார். அடிப்படை யான நீதிநெறிகளையும் ஒழுங்குமுறைகளையும் தன்னுடைய அன்னையிடமிருந்தே வினோபா உள்வாங்கிக் கொண்டார். ‘கொடுப்பவன் கடவுள்; தடுத்து நிறுத்துபவன் சாத்தான்’ என்னும் அடிப்படை நீதியை அவர் தம் அன்னையாரிடம் இருந்து உள் வாங்கினார். பணியாளர் கூட்டத்தில் ஒருமுறை வினோபா கூறியதாவது: “என் ஆற்றலின் தோற்றுவாய் என் அன்னையே. என்னுடைய திறமையில் எல்லையற்ற நம்பிக்கை அவருக்குண்டு. அவரிடம் காணப்பட்ட உயிர்த்துடிப்புமிக்க அந்த நம்பிக்கையே எனக்கு எல்லையற்ற வலிமையைத் தந்தது.”

அறிவு, பக்தி, செயல்திறன் அல்லது முறையே ஞானம், பக்தி, கர்மம் ஆகிய மூன்றின் ஒன்றிணைந்த அசாதாரணமான கூட்டுக்

கலவையாக வினோபாவின் ஆளுமை உருப்பெறுவதற்கு சம்புராவ், நரஹரி, ருக்மிணிபாய் ஆகியோரின் சிறந்த பண்புகள் காரணமாக இருந்தன. ஒருவரிடம் ஒரு குணம் காணலாம். மூன்றும் ஒருசேர இருக்கும் ஒருவரைக் காண்பது மிக அரிதாகும்.

1940ஆம் ஆண்டு அக்டோபர் மாதம் பிரிட்டிஷ் அரசாங் கத்திற்கு எதிராகத் தனிநபர் சத்தியாக்கிரகப் போராட்டத்தை அறிவித்தபோது, வினோபா பாவேயை முதல் சத்தியாக்கிரகி யாகவும், ஜவஹர்லால் நேருவை இரண்டாவது சத்தியாக்கிரகி யாகவும் காந்தியடிகள் தேர்ந்தெடுத்தார். வினோபாவின் இசைவைப் பெறுவதற்காக அண்ணல் காந்தியடிகள் தாமே பவுனார் ஆசிரமத்திற்குச் சென்றார். அப்போது நடந்த பேச்சின்போது வினோபாவிடம், அவருடைய செயல்பாடுகளிலிருந்து விடுபட்டு ஓய்வுபெற்று, சத்தியாக்கிரகத்தில் ஈடுபட வேண்டும் என்று தாம் விரும்பியதாகக் கூறினார். அதற்கு வினோபா கூறிய பதில் அவருடைய பண்பைக் காட்டுவதாக அமைந்தது: “என்னுடைய தலையில் எந்தச் சுமையையும் நான் சுமக்கவில்லை. இங்கே, இப்பொழுதே உங்கள் அழைப்பை ஏற்றுச் செயல்பட நான் ஆயத்தமாக உள்ளேன். சாவுக் கடவுளான எமதர்மராஜனே எனக்காக அனுப்பப்பட்டாலும் சரி, நான் உங்கள் அழைப்பை ஏற்றுச் செயல்படுவேன்.” காந்தியடிகளுடன் பவுனார் ஆசிரமத்திற்கு உடன்வந்த ஜம்னாலால் பஜாஜ், மகாதேவ தேசாய் ஆகிய இருவரும், விருப்பத்துடன் கூடிய பணிவும் அர்ப்பணிப்பும் நிறைந்த மிக அரிதான இந்த பதில் கேட்டுப் பெரிதும் நெகிழ்ந்துபோயினர்.

வினோபாவின் இசைவைப் பெற்றபிறகு, 5.10.1940 அன்று காந்தியடிகள், சுருக்கமான அறிக்கை ஒன்றை வெளியிட்டார். கீழ்க்கண்ட சொற்களில் வினோபாவை அவர் அறிமுகம் செய்தார்.

“வினோபா பாவே என்பவர் யார்? தனிநபர் சத்தியாக்கிரகம் சட்டமறுப்பு இயக்கம் என்பதற்கு அவர் தேர்ந்தெடுக்கப்பட்டது ஏன்? அவர் ஒரு பட்டதாரி; 1916ஆம் ஆண்டில் நான் இந்தியா திரும்பியதும், அவர் கல்லூரிப் படிப்பை விட்டு வெளியேறினார். அவர் சமஸ்கிருத அறிஞர். ஆசிரமத்தின் தொடக்க காலத்திலேயே அதில் சேர்ந்தார். மேலும் தன்னைத் தகுதிப்படுத்திக் கொள்வதற்காக, சமஸ்கிருதம் படித்து விருத்தி செய்திடவேண்டி அவர் ஓராண்டுக்காலம்

விடுமுறை எடுத்துச் சென்றார். சென்ற ஆண்டு, நடைமுறைப்படி அவர் ஓராண்டு விடுமுறையில் சென்ற அதே தேதியில், இவ்வாண்டு யாரும் அறியாமலே அவர் ஆசிரமத்திற்குள் திரும்பி வந்தார். அவர் விடுமுறை முடிந்து திரும்ப வேண்டிய நாள் அதுதான் என்பதை நான் அறவே மறந்து விட்டேன். கழிவறையைச் சுத்தம் செய்வதிலிருந்து சமையல் செய்வது வரை ஆசிரமப்பணிகள் அனைத்திலும் அவர் பங்கெடுத்துக் கொண்டார். அவரிடம் அபாரமான நினைவு ஆற்றல் இருந்தும், இயற்கையிலே மிகுந்த ஆர்வமுடைய மாணவராக விளங்கியும்கூட, வினோபா தம்முடைய பெரும்பகுதி நேரத்தை நூல்நூற்பதிலேயே செலவழித்து, நூற்பதில் விரல் விட்டு எண்ணக்கூடிய ஒருசிலருள் ஒருவராக சிறப்புத் தகுதி பெற்றார்.. உலகம் முழுவதிலும் நூல்நூற்றல் மையமான செயற்பாடாக அமைந்து, கிராமங்களில் உள்ள வறுமையை அதுவே நீக்கும் என்றும், வாழ்க்கையை அப்பணியே உயிர்ப்புடையதாக ஆக்கும் என்றும் அவர் நம்புகிறார். பிறப்பிலே ஆசிரியராகப் பிறந்தவர் என்று சொல்லுமளவுக்கு ஆற்றல் மிக்க அவர், கைத்தொழில்கள் மூலம் கல்வி கற்றுத்தரும் திட்டத்தைச் செயல்படுத்துவதில், 'இந்துஸ்தானி தலிமி சங்கம்' என்னும் அமைப்பைச் சார்ந்த ஆஷாதேவி அரியநாயகம் அவர்களுக்குப் பெரிதும் உதவி வருகிறார். நூல்நூற்பதைக் கைத்தொழிலாக வைத்து வினோபா ஒரு பாடநூலை உருவாக்கியுள்ளார். அடிப்படைக் கல்வியில் சரியாகவும் திறமையுடனும் நூல் நூற்பதைக் கைத்தொழிலாக நாம் கற்றுக்கொடுத்தால், அது உயர்ந்த நிலைக்கு இட்டுச் செல்லும் என்பதைக் கேலி செய்தவர்கள் உணருமாறு வினோபா செய்து காட்டினார். தக்ளி நூற்பதில் புரட்சிகரமான சாதனைகளைச் செய்து, இதுவரை அறியாத புதுமைகளை செயல்படுத்திக் காட்டினார் வினோபா. சரியாக நூல்நூற்பதில் அவருக்கு இணையானவர் இந்தியாவில் யாருமில்லை.

தன்னுடைய இதயத்தில் தீண்டாமையின் சுவடுகளே இல்லாமல் அறவே அழித்துவிட்டார். சாதி ஒற்றுமையில், அவர் என்னைப் போன்ற உணர்வுடையவர். இஸ்லாத்தை அறிந்து கொள்வதற்காக, மூலமொழியில் குரானைப் படிக்க அவர் ஓராண்டைச் செலவிட்டார். அதற்காக அவர் அரபி மொழியைக் கற்றார்.

வினோபாவின் கட்டளைக்குக் கீழ்ப்படிந்து எந்தத் தியாகத்தையும் செய்ய எழுந்து நிற்கும் பணியாளர்களையும் சீடர் களையும் கொண்ட சேனை ஒன்றை அவர் வைத்திருந்தார். தொழுநோயாளிகளுக்குச் சேவை செய்யவே தன்னை அர்ப் பணித்துக்கொண்ட இளைஞன் ஒருவனை உருவாக்கியதற்கு முழுப்பொறுப்பும் அவரையே சாரும். வார்தாவிலுள்ள மகளிர் ஆசிரமத்திற்கு (மகிளா ஆசிரமம்) வினோபா பல ஆண்டுகளுக்கு இயக்குநராக இருந்தார். தரித்திர நாராயணர்களாகிய ஏழைஎளிய மக்களிடம் அவருக்கு இருந்த ஈடுபாடு, வார்தாவிற்கு அருகிலுள்ள கிராமத்திற்கு அவரை இட்டுச் சென்றது. அங்கிருந்து, தாம் முன்னமே பயிற்சி அளித்து உருவாக்கிய சீடர்களின்மூலம், கிராமவாசிகளுடன் தொடர்பை உருவாக்கி அவர் நிலைநாட்டிக் கொண்டார்.

இந்தியாவில் அரசியல் விடுதலையின் அவசியத்தை வினோபா நம்பினார். அவர் மிகச்சரியான வரலாற்று மாணவர். கதர் உற்பத்தியை மையமாகக் கொண்ட ஆக்கப்பூர்வமான செயல்பாடு இல்லாமல் கிராமவாசிகளுக்கு உண்மையான விடுதலை கிடைக்காது என்று அவர் நம்பினார். முந்தைய சத்தியாக்கிரகப் போராட்டத்தின் இணைபிரியாத பகுதியான அஹிம்சையின் வெளிப்படையான பொருத்தமான குறியீடாகஇலச்சினையாக-நூல் நூற்கும் ராட்டையே இருக்கமுடியும் என்று அவர் நம்பினார். அரசியல் மேடையில் அவர் ஒருபோதும் புகழ்பெற்று விளங்கியதில்லை. பின்னணியில் சட்டமறுப்பு இயக்கம் இருக்க, ஏராளமான சகபணியாளர்களுடன் அமைதியான ஆக்கப்பணிகள் என்பது, ஏற்கெனவே கூட்டம் நிறைந்து கும்பலாக உள்ள அரசியல் மேடைகளைவிடவும் மிகுந்த வலிமை வாய்ந்தது என்று அவர் நம்பினார். ஆக்கப்பணிகளில் உள்ளார்ந்த நம்பிக்கையும் நடைமுறைச் செயற்பாடும் இல்லாமல், அஹிம்சை எதிர்ப்பு நிகழமுடியாது என்று அவர் முழுமையாக நம்பினார்."

வினோபாவைப் பற்றி அண்ணல் காந்தியடிகள் எழுதுவது அல்லது பேசுவது என்பது இது முதல் தடவை அல்ல. 1916ஆம் ஆண்டில், இதற்கு முன்னதாகவே, பரோடாவில் இருந்த வினோபாவின் தந்தைக்கு எழுதிய சுருக்கமான கடிதத்தில், "உங்கள் மகன் வினோபா இப்போது என்னுடன் இருக்கிறார். பல ஆண்டுகள் கடுமையாகப் பாடுபட்டு முதிர்ந்த வயதில் அடையக் கூடிய பண்புகளான, மிக

எளிதில் நெகிழும் மனம், மிக உயர்ந்த ஊக்கம், சமயத்துறையில் பெறும் பக்குவம் ஆகியவற்றை அவர் இளம் வயதிலே பெற்றுள்ளார்.'' என்று எழுதினார்.

தனிநபர் சத்தியாக்கிரகப் போராட்டத்தில் வினோபா மூன்று முறை சிறை செய்யப்பட்டு, ஒருவருடகாலம் சிறைத் தண்டனை பெற்றார். சிறைவாசத்தில், 'சுயராஜ்ஜிய சாஸ்திரம்' அல்லது 'அரசியல் இலக்கணம்' என்னும் நூலை வினோபா எழுதினார். அந்த நூல், அரசியல் பற்றி எழுதப்பட்ட மிகச் சில மூலநூல்களான ஆய்வுநூல்களில் ஒன்றாக வைத்துப் போற்றப்படுகிறது.

மீண்டும் 1942ஆம் ஆண்டு நடைபெற்ற, 'வெள்ளையனே வெளியேறு' இயக்கப் போராட்டத்தில் முதல் நாளிலேயே அவர் கைதாகி சிறையில் அடைக்கப்பட்டார். மூன்று ஆண்டுகளுக்குச் சிறைபிடிக்கப்பட்ட அவர் முதலில் வேலூர் சிறையிலும் அதன் பின்னர் சியோனி சிறையிலும் காவலில் வைக்கப்பட்டார். 1944இல் விடுதலை பெற்றதும் வினோபா பவுனார் ஆசிரமத்திற்குத் திரும்பி, தம்முடைய ஆக்கப் பணிகளைத் தொடர்ந்தார்.

1948ஆம் ஆண்டில் ஜனவரி 30ஆம் நாள், தம்முடைய இன்னுயிரை மகாத்மா காந்தியடிகள் தியாகம் செய்தபின்னர், மார்ச் மாத முற்பகுதியில், சேவாகிராமத்தில் அகில இந்திய மாநாடு ஒன்று நிகழ்த்தப்பட்டது. அந்த மாநாட்டிற்கு, ராஜேந்திர பிரசாத், ஜவஹர்லால் நேரு, அபுல் கலாம் ஆசாத், ஜே.பி. கிருபளானி, சங்கரராவ் தியோ, முதல்தரமான ஆக்கப் பணியாளர்களான காகா கலேல்கர், ஆர்.ஆர். திவாகர், தாதா தர்மாதிகாரி, பி.ஸி. கோஷ், ஜெயப்பிரகாஷ் நாராயணன் ஆகியோர் உள்ளிட்ட பல தலைவர்கள் வந்திருந்தனர். காந்தியடிகளின் கோட்பாட்டின்படி, வழிகளும் தூயதாக இருக்கவேண்டும் என்பதில் நம்பிக்கை யுடையவர்கள் அனைவரையும் உள்ளடக்கிய, உலகம் முழுவதும் பரவியுள்ள அமைப்பான, சர்வோதய சமாஜத்தை வினோபா அதில் தொடங்கி வைத்தார்.

நேருவின் வேண்டுகோளின்பேரில், அகதிகளின் நடுவில் சிலகாலம் வரை வினோபா பணியாற்றினார். அன்பு, கருணை, இரக்கம் ஆகிவற்றைப் பரப்புவதற்காக வினோபா நாட்டின் பிறபகுதிகளுக்குப் பயணம் செய்தார்.

1950ஆம் ஆண்டில் ஆசிரமத்திற்குத் திரும்பியதும் வினோபா அடிகள், ‘கஞ்சன் முக்தி’ அல்லது ‘பணப்பொருளாதாரத்தில் இருந்து விடுதலை’ என்னும் புதிய சோதனையைத் துணிந்து மேற்கொண்டு செயற்படுத்தினார். அவரும் அவருடைய சக ஊழியர்களும், ஆசிரமத்தில் உற்பத்தி செய்யப்படுவதையே உண்ணுவது, ஆசிரம எல்லைக்குள் நூற்று, நெய்யப்படும் கதராடையே அணிவது என்னும் மனமார்ந்த உறுதிமொழி ஒன்றை எடுத்துக் கொண்டனர். உடல் உழைப்பு அல்லது சிரமதானம் தவிர ஏனைய அனைத்து வகையான நன்கொடைகளும் கடுமையாக விலக்கப்பட்டன.

தன்னுடைய வாழ்க்கை என்னும் கடுமையான சோதனை யில் வினோபா ஈடுபட்டிருந்த சமயம், ஹைதராபாத் அருகிலுள்ள சிவராம்பள்ளி என்னும் ஊரில் நடைபெறும் அகில இந்திய சர்வோதய இரண்டாவது சம்மேளனத்தில் கட்டாயம் கலந்து கொள்ளுமாறு சங்கரராவ் தியோவிடமிருந்து அழைப்பு வந்தது. வினோபா முதலில் இயல்பாக அவ்வழைப்பை ஏற்கவில்லை. ஆனால், முடிவாக அவர் தம் கருத்தை மாற்றிக் கொண்டார். அப்போது வார்தாவிலிருந்து சிவராம்பள்ளிக்கு இடையிலுள்ள 300 மைல் தூரத்தை நடந்துசெல்லுவதென நடைப்பயணத் திட்டத்தை வினோபா முடிவாக வெளியிட்டார்.

மாநாட்டின் முடிவில், தீவிரவாதச் செயல்களால் பாதிக்கப் பட்ட தெலுங்கானா பகுதிக்குச் சுற்றுப்பயணம் செல்ல விரும்பும் விருப்பத்தை வெளியிட்டார். எந்தவிதமான பாதுகாப்பு ஏற்பாடு களையும் ஏற்றுக்கொள்ள அவர் மறுத்துவிட்டார். 1951ஆம் ஆண்டு ஏப்ரல் 18ஆம் நாளன்று, போச்சம்பள்ளி கிராமத்தை வினோபா அடைந்தபோது, சுமார் நாற்பது குடும்பங்களைக் கொண்ட தாழ்த்தப்பட்ட மக்கள் கூட்டம் வினோபாவைச் சூழ்ந்து கொண்டது. தங்களுக்கும் நிலம் தருமாறும், அதில் கடுமையாக உழைத்து தங்கள் வாழ்க்கைப் பாட்டிற்குத் தேவையானவற்றை அதிலிருந்து பெற்றிடமுடியும் என்று அவர்கள் வினோபாவிடம் மன்றாடிக் கேட்டனர். அந்த மக்களின் குமுறலை எவ்வாறு தணிவிப்பது எனத் தெரியாமல் வினோபா கலங்கி நின்றார். முதலில், அரசாங்கத்திடம் கூறி அவர்களின் வேண்டுகோளை எண்ணிப் பார்க்குமாறு கேட்க நினைத்தார். ஆனால், அந்த நேரத்தின் உணர்ச்சியால் தூண்டப் பட்டு,

எந்த எதிர்பார்ப்பும் இன்றி, தாழ்த்தப்பட்ட ஏழை மக்களுக்கு நிலம் தந்துதவ அந்தக்கூட்டத்தில் யாரேனும் ஆயத்தமாக உள்ளார்களா என்று பார்வையாளர் கூட்டத்தைப் பார்த்து அரை மனதுடன் அவர் கேட்டார். ஓர் இளைஞன் கைகட்டியவாறே எழுந்து நின்று, தன்னுடைய நூறு ஏக்கர் நிலத்தையும் தானமாகத் தருவதாகவும் அதை மறுக்காமல் ஏற்றுக் கொள்ளுமாறும் மன்றாடினான். ஒவ்வொருவரும் ஆச்சரியத்தால் வியந்துநிற்க, வினோபாவின் கண்களில் கண்ணீர் வெளிப்பட்டது. இந்த அதிசயத்தில் கடவுளின் கருணைக் கரங்களைக் கண்டார். விசாரிப்புகளுக்குப் பிறகு, தாழ்த்தப்பட்ட மக்கள் தங்களுக்குள் கூடிப்பேசி கலந்து கொண்டு தங்கள் தேவைக்கு 80 ஏக்கர் நிலம் போதும் என்று கூறினர். மாலைநேர பிரார்த்தனையின்போது, மிகவும் ஆழ்ந்த உணர்ச்சி வசப்பட்டநிலையில், இந்த முதல் பூமிதானத்தை வினோபா அறிவித்தார்.

இந்தியாவில் பூதான இயக்கம் தோன்றியது இப்படித்தான். நாடாளுமன்றத்தில் பிரதமர் நேரு மிகுந்த நெகிழ்ச்சியுடனும் அன்புடனும் உரத்த குரலில் இதனை அறிவித்தார். நியூயார்க் டைம்ஸ் இதழின் சிறப்புச் செய்தியாளர், ராபர்ட் டிரம்புல் என்பவர், ‘நிலங்களைக் கொடுக்கும் கடவுள்’, ‘அன்பினால் மனிதர்களைப் பறிப்பவர்’ என்று வினோபாவை வருணித்தார். குடியரசுத்தலைவர் பாபு ராஜேந்திர பிரசாத், “பூதான இயக்கம் என்பதை நிலக்கொடை என்று மட்டும் வெறுமனே குறிக்கக் கூடாது; ஆனால், அதன் பின்னுள்ள உணர்வு, காந்தியடிகள் எதிர்நோக்கிய சமூகஅமைப்பு பற்றிய பார்வையாகும். அத்துடன், அதை அடையக்கூடிய நம்பிக்கையை ஊக்கமூட்டி, எழுச்சி யூட்டுவதுமாகும்” என்றார். டைம்ஸ் இதழ், தன்னுடைய அட்டைப் படக் கட்டுரையில், ‘நடைமனிதர்’ வினோபாவை, காந்தியடிகளின் ‘ஆற்றல்மிக்க சீடர்’ என்றழைத்துப் பாராட்டி எழுதியது.

வினோபாவின் பூதான இயக்கத்தின் நடைப்பயணம் பதின்மூன்று ஆண்டுகளுக்கும் மேலாக, இந்தியாவின் பல்வேறு பகுதிகளையும் உள்ளடக்கி, ஏறத்தாழ 36,500 மைல் தூரத்தைக் கொண்டதாக அமைந்தது. இந்த தூரம், பூமியின் மொ சுற்றளவை விடவும் மிகுதியானது. பாதயாத்திரையின்போது, 44 இலட்சம் ஏக்கர் நிலங்களை அவர் தானமாகப் பெற்றார். வயலில் வேலைசெய்யும் நிலமற்ற

ஏழை விவசாயக் கூலிகளுக்கு, அதில் 13 லட்சம் ஏக்கர் நிலங்கள் பகிர்ந்தளிக்கப்பட்டன. பூதான இயக்கத்தைத் தொடர்ந்து கிராமதான இயக்கம், ஜீவன்தான இயக்கம் ஆகியவை தொடரப்பட்டன. 1.6 லட்சம் கிராமங்களை வினோபா கிராமதான இயக்கத்தில் கிராமதானமாகப் பெற்றார். இவற்றில் பெரும்பாலான கிராமங்கள், பீகாரிலும் ஒரிசாவிலும் உள்ளன. வினோபாவின் தனிப்பட்ட முயற்சியால் இது நடை பெற்றது. ஜீவன்தான இயக்கத்தில் உற்சாகம் ஏற்படுத்தியவர் ஜெயப்பிரகாஷ் நாராயணன் ஆவார். தன்னுடைய வாழ்க்கையை அர்ப்பணிக்கும்போது, "சுதந்திரம் அடைந்தபின் நம்பிக்கையின்மை நம்முடைய இதயங்களில் தங்கிவிட்டது. அஹிம்சை என்பது எதிர்மறைக் கொள்கையாகவே கருதப்பட்டது. இந்த மாயைகளை வினோபா நீக்கியுள்ளார். பூதான இயக்கத்தின் ஒளி பரவியதால், சந்தேகங்களும் கருமையும் மிகுந்த மேகங்கள் சிதறின. இந்தப் புதிய பார்வையை முன்னெடுத்துச் செல்வதற்காக உறுதியாகப் பணி யாற்றி கனவை நனவாக்குவதே நம்முன் உள்ள சவால்" என்று கூறினார்.

பல்வேறு இயக்கங்களையும் ஆசிரமங்களையும் உருவாக்கிய ஆச்சார்ய வினோபா பாவே, 1940ஆம் ஆண்டிற்கு முன், இந்தியா விற்கு வெளியே அதிகம் அறியப்படவில்லை. பூதான இயக்கத் திற்குப் பிறகு உலகம் முழுவதும் அறிந்தவரானார். 'நடந்தே சென்று காப்பாற்றுபவரும் துறவியுமான வினோபா அவர்களை மார்ச் 1962இல் லண்டனில் நடைபெற்ற அணுசக்தி எதிர்ப்பு இயக்கத்தில் சேருமாறு பெட்ரண்ட் ரஸ்ஸல் அழைத்தார். 'மனித செயல் பாடுகளின் மனச்சாட்சியினுடைய குறியீடாக விளங்குபவர்' என்று ரஸ்ஸல், வினோபாவை உருவகப்படுத்தினார். ஆர்தர் கோஸ்ட்லர் அவரை மூன்றுமுறை சந்தித்தார்; 'காந்தியடிகளுக்குப் பிற்பட்ட மிகப் பெரிய அமைதிப்புரட்சி' என்று பூதான இயக்கத்தை அழைத்தார். "இந்தியப் பழைய மரபின் சாரத்தை மிகப்பெரும் உயிர்மூச்சாகவும் சின்னஞ்சிறு உடம்பில் செறிவாக அடக்கி வைத்துள்ள துறவி" என்று எல்ஸ்வொர்த் பங்கர் வினோபாவை வருணித்தார்.

ஆங்கிலக் கவி டென்னிசனின் பேரன் ஹாலம் டென்னிசன், வினோபாவுடன் பல நாட்கள் நடைப்பயணம் மேற்கொண்டவர். "இந்தியாவின் முழு வடிவம்' என்று வினோபாவை அழைத்தார்.

“இந்த இருபதாம் நூற்றாண்டு ஜெட் ஆகாய விமானங்களில் வளம் பெற்றிருக்கலாம்; ஆனால் துறவிகளைப் பெற்றிருப்பதில் அது வளம் பெறவில்லை. உள்முகமான மாற்றம் ஏற்படாமல், வெறுமனே ஏற்படும் முன்னேற்றம் பயனில்லை என்பதை நாம் நினைவிற் கொள்ள வேண்டும். முன்னேறிச் சென்று தாக்கத்தை ஏற்படுத்தும் ஆற்றலை வினோபா நமக்கு ஒருவகையில் நினைவுபடுத்துகிறார்.” பெரும்பாலான துறவிகளிடம் காணக்கூடிய ‘இல்லாமையின் பெருமையை’ வினோபா ஏற்கவில்லை. தன்னுடைய வாழ்க்கைப் பாதையைப் பின்பற்றுமாறு அவர் எப்போதும் யாரையும் வற்புறுத்தியல்லை. மேலும், அவர் தன்னுடைய சொந்த வழியில், அதிர்வூட்டக்கூடிய கருணையுடன் தொடர்ந்து நடந்தார். அவருடைய பணி வெற்றி பெறுமா என்று கேட்ட ஒருவரிடம் பின்வருமாறு பதில் கூறினார்: “நெருப்பு வெறுமனே எரிகிறது. உணவைச் சமைப்பதற்கு வேண்டிய பானையை யாரேனும் தன்மீது வைத்தார்களா, அதில் உலை வைக்கப் போதுமான நீர் நிரப்பினார்களா, அரிசியைப் போட்டார்களா என்றெல்லாம் அது கவலைப் படுவதில்லை. எரிவது என்பது மட்டுமே அதனுடைய பணியாகும்.” என்று ஹாலம் டென்னிசன் எழுதினார்.

1982 நவம்பர் மாதம் 15 ஆம் நாள், வினோபா காலமானார். சர்வோதய மாநாட்டிற்கு அனுப்பிய செய்தியில், ஒருமுறை ஜவஹர் லால் நேரு பின்வருமாறு கூறினார்: “துன்பங்கள் இருப்பினும், ஆற்றல்மிக்க காட்சியுடன் கூடிய இந்தியாவில் மென்மையும் நேர்மையும் கொண்ட வினோபாஜி, பாறை போன்ற உறுதியுடனும் அடக்கத்துடனும் உயர் பண்புடனும் தம்முடைய கண்களில் எதிர்காலம் பற்றிய பார்வையுடன் இருந்தார். காந்தியடிக ளுடையதும் இந்தியாவுடையதுமான உயிர் நாடியை அவரைப் போல வேறு எவரும் பிரதிநிதிப்படுத்தவில்லை.”

• இக்கட்டுரை, ஸ்ரீமத் நாராயணன் எழுதிய ‘வினோபா-வாழ்வும் பணியும் என்ற நூலை அடிப்படையாகக் கொண்டது. ஸ்ரீமந் நாராயணன், ‘வினோபா-வாழ்வும் பணியும் பாப்புலர் பிரகாஷன், டாடியோ சாலை, பம்பாய், 1970.

4. நரஹரி பரிக்

கத்லால் என்னும் ஊரில் வாழ்ந்து வந்த, நல்ல பண்பாட்டுச் சிறப்புமிக்கதும் கல்வியறிவு உடையதுமான வைசிய இனக்குடும்பம் ஒன்றில், 1891ஆம் ஆண்டு அக்டோபர் மாதம் 7ஆம் நாளில் நரஹரி பரிக் பிறந்தார். கதாயத வைணவ இனத்திலிருந்து முதல் வழக் கறிஞராக ஆன மோதிலால் முல்ஜி, நரஹரி பரிக்கின் பாட்டனார் ஆவார்.

நரஹரிபாயின் தந்தை துவாரகாதாஸ் பரிக், தன் தந்தை மோதிலாலின் அடிச்சுவடுகளைப் பின்பற்றி வழக்கறிஞர் பணியில் சேர்ந்தார். உண்மை, நீதி இரண்டையும் தம் இரு கண்களாக மதித்தவர் அவர். கூச்ச சுபாவம் கொண்ட வைசியகுலம் சார்ந்தவ ராக இருந்தாலும், துவாரகாதாஸ் குதிரைவீரராகவும் வாள் சண்டையில் வல்லவராகவும் இருந்தார். துவாரகாதாஸின் மூத்த சகோதரர், அவருடைய இளைய சகோதரர் ஜேத்தாலால், பின்னர் நரஹரிபரிக் என அனைவருமே வழக்கறிஞர் பணியை விரும்பி ஏற்றனர். அத்துடன், மூவருமே அவர்களுடைய காலத்தின் தலைசிறந்த வழக்கறிஞர்களாகத் திகழ்ந்தனர். நரஹரிபரிக் மரபாகப் பெற்ற குடியுரிமைப் பண்பு இதுதான்.

புத்திக்கூர்மையும் குறும்புத்தனமும் கொண்ட மாணவரான நரஹரி, மிகுந்த ஈடுபாட்டுடன் விளையாட்டுக்களில் நாட்டம் கொண்டு விளையாடினார். பட்டம் விடுவது மிகவும் பிடித்தமான பொழுதுபோக்கு ஆகும். சபர்மதி சத்தியாக்கிரக ஆசிரமத்தில் சேர்ந்த பின்னர்கூட அவர் ஒருபோதும் அதை நிறுத்தவில்லை. குஜராத் வித்யாபீடத்தின் பதிவாளராகச் சேர்ந்த பின்னரும்

★வனமாலா தேசாய், குஜராத்தி மொழியில் எழுதியுள்ள ‘நரஹரிபாய்’ என்னும் வாழ்க்கை வரலாற்று நூலை அடிப்படையாகக் கொண்டது. ஆசிரியர் அனுமதியுடன் பயன்கொள்ளப்பட்டது. பால்கோவிந்த பிரகாஷன், அகமதாபாத், 1977.

அங்கிருந்த மாணவர்களுடன் சேர்ந்து விளையாடுவதற்கு வெட்கப் பட்டதுமில்லை; தயக்கம் காட்டியதுமில்லை.

1896ஆம் ஆண்டிலிருந்து 1913ஆம் ஆண்டு வரையிலான பதினேழு ஆண்டுகள் அவருடைய வளர்பருவ வாழ்க்கை, கல்வி யில் செலவழிந்தது. 1906 ஆம் ஆண்டில், தந்தை துவாரகாதாஸின் நண்பர் லல்லுபாய் ஷாவின் மகள் மணிபென்னை மணந்தார்.

1909ஆம் ஆண்டில், தன்னுடைய நெருங்கிய நண்பன் மனுபாய் மெஹ்தாவுடன், நரஹரிபரிக் உயர்கல்வி பெறுவதற்காக பம்பாய்க்குச் சென்று ஜி.டி விடுதியில் தங்கிப்படித்தார். மனுபாய் அறிமுகத்தால் ஏற்பட்ட மகாதேவ தேசாயுடனான நட்பைப் போற்றினார். அவர்களிடையே ஏற்பட்ட நட்பு, அவர்களுடன் நின்றுவிடாமல் அவர்களின் பிள்ளைகளிடையிலும் தொடர்ந்து வளரவிருப்பதை அந்த நேரத்தில் அவர்கள் அறிந்திருக்க மாட்டார்கள்.

1913ஆம் ஆண்டில், எல்.எல்.பி. என்னும் சட்டப்படிப்பில் தேர்ச்சி பெற்றபின், அகமதாபாத் நகரில் அவர் வழக்கறிஞர் பணியைத் தொடங்கினார். அதே ஆண்டில் மகாதேவ தேசாயின் தந்தை ஹரிபாய் தேசாய், அகமதாபாத்திலுள்ள மகாலட்சுமி பெண்கள் பயிற்சிக் கல்லூரி முதல்வராகப் பணியில் அமர்த்தப் பட்டார். செலவைக் குறைப்பதற்காக மகாதேவ தேசாய் பம்பாயி லிருந்து தம்முடைய இருப்பிடத்தை அகமதாபாத்திற்கு மாற்றினார். நரஹரிபாய், காமேஷ்வர் போல் என்னும் இடத்திலும், மகாதேவ தேசாய் சங்க்தி ஷெரி என்னும் இடத்திலும் தங்கியிருந்தனர். பகல்நேரத்தில் தங்கள் பணிகளை முடித்துக்கொண்டு இந்த இரு நண்பர்களும் நாள்தோறும் மாலையில் சந்தித்து வந்தனர். வங்க மொழியைப் படிப்பதற்கு இந்த மாலைச் சந்திப்பைப் பயன்படுத்திக் கொள்வது என அவர்கள் விரைவில் முடிவுசெய்து, தீவிரத்துடன் அதைத் தொடர்ந்தனர். இதன் விளைவாக, ரவீந்தரநாத் தாகூரின் ‘சித்ராங்கதா’, ‘விதயா அபிஷப்’, ‘பிரச்சின் சாகித்ய’ ஆகிய படைப்புக்களை மொழிபெயர்த்தனர்.

இரண்டு ஆண்டுகள் கழித்து ஒரு வேலை தேடி மகாதேவபாய் பம்பாய்க்குச் சென்றபோது இந்த உறவு தடைப்பட்டது. மகாதேவபாயின் தந்தை பணியிலிருந்து ஓய்வு பெற்றபின், மகாதேவபாய், துர்க்காபென் ஆகியோரைக் கொண்ட தம் குடும்பத்தை

நடத்துவதற்குப் போதிய வருவாய் இல்லாததால், அகமதாபாத் நகரை விட்டுக் குடிபெயர்ந்து, பம்பாய் சென்று குடியேறினர். பம்பாய்க்குச் செல்வற்குமுன், மகாதேவதேசாய், நரஹரிபரிக் இருவருக்கும் காந்தியடிகளைச் சந்திக்கும் ஒரு வாய்ப்பு கிடைத்தது. இந்தச் சந்திப்பு பற்றி இதே நூலில் வேறொரு இடத்தில், மகாதேவ தேசாய் பற்றிய இயலில் விரிவாக சொல்லப்பட்டுள்ளது. அவர்கள் இருவரின் வாழ்க்கைப் போக்கையும் காந்தியடிகளின் சந்திப்பு மாற்றியது என்பதைக் கட்டாயம் இங்கு சுட்ட வேண்டும்.

வழக்கறிஞர் தொழிலில் நரஹரிபாய் நன்கு முன்னேறிக் கொண்டிருந்தார். தன்னுடைய குடும்பத்தின் பாரம்பரியமான பெருமையையும் செழுமையையும் அவர் காப்பாற்றி வந்தார் என்று நம்பப்பட்டது. ஆனால், 1916ஆம் ஆண்டில் அவருடைய தாயின் மறைவிற்குப் பிறகு, காந்தியடிகளின் ஆசிரமத்தில் ஆசிரமவாசியாக வாழ முடிவு செய்தார். இந்நாட்களில் எல்லாம், தன் கணவனின் செயல்களை மிகவும் கூர்மையாகக் கவனித்து வந்த மணிபென், நாள்தோறும் தன் கணவர் காந்தி ஆசிரமத்திற்குச் சென்று வருவதை பல சமயங்களில் மன உளைச்சலுடனும் கவலையுடனும் கவனித்தார். ஒருநாள் தன் கணவரின் மனத்திலுள்ள திட்டத்தையும் நிலையையும் குறித்து வெளிப்படையாகக் கேட்டார். நரஹரி தன் மனைவி மணிபென்னை ஆசிரமத்திற்கு அழைத்துச் சென்று, கஸ்தூரிபா காந்தியிடம் அவரை அறிமுகம் செய்து, அந்தக் குடியிருப்பு எதற்காக உள்ளது என்பதை விளக்கினார்.

1917 ஏப்ரலில் பீகாரிலுள்ள சம்பரனில், காந்தியடிகள் சத்தியாக்கிரக முயற்சியைத் தொடங்கினார். அவர் சத்தியாக் கிரகத்தைத் தொடங்கும்முன், அந்த மாவட்டத்தை விட்டு வெளியேறுமாறு மகாத்மா காந்திக்கு அரசாங்கம் நோட்டீஸ் கொடுத்தது. காந்தியடிகள் அந்த நோட்டீஸை மதிக்கவில்லை. அதன் முடிவிற்குமுன், நரஹரிபரிக் மீது ஏற்கெனவே தாம் ஒரு கண் வைத்துள்ளதாகவும், அகமதாபாத்திலுள்ள நரஹரியிடம் எந்தப் பணியையும் தயக்கமின்றிக் கொடுக்கலாம் எனவும் மகன்லால் காந்திக்கு அவர் எழுதினார். இந்தக் கடிதத்தைப் படித்ததும் காந்தியடிகள் விரும்பினால் ஆசிரமத்திலுள்ள பள்ளியில் பணிக்குச் சேருவதென தனக்குள் முடிவெடுத்தார். தன்

குடும்ப உறுப்பினர்கள் யாரிடமும் கலந்து பேசாமலே இந்த முடிவை அவர் எடுத்தார்.

காந்தியடிகள் சத்தியாக்கிரக சோதனையைச் செய்ய மேற் கொண்ட சமயம் சம்பரனுக்கு இன்னும் சில பணியாளர்களை அனுப்பி வைக்குமாறு ஆசிரமத்திற்குத் தகவல் அனுப்பினார். அந்தப் பட்டியலில் நரஹரிபாயும் மணிபென்னும் இருந்தனர். மகாதேவபாய், துர்க்காபென் இருவரும் காந்தியடிகளுடன் ஏற்கெனவே இருந்தனர். மோதிஹறியில் அவர்கள் முதன்முதலில் தங்கினர். அங்கு ஒரு சமையலறை தொடங்கப்பட்டது. பாபுஜி, கஸ்தூரிபா, மகாதேவபாய், ராஜேந்திரபிரசாத், தமிதர்பாபு, பிரிஜ் கிஷோர், சுவாமி சத்தியதேவ் ஆகியவர்களுக்காக மணிபென், துர்க்காபென் இருவரும் சமைத்தனர்.

பெண்களுக்கு - குறிப்பாக மணிபென், துர்க்காபென் இருவருக்கும் - மோதிஹறி, மதுபனி ஆகிய இடங்களில் தங்குவது முற்றிலும் புதிய அனுபவமாக இருந்தது. அவர்கள் குஜராத்தி மொழியில் தொடக்கநிலைக் கல்வி மட்டுமே பெற்றிருந்தனர். இந்தியில் பேசுவது குறித்து அவர்களால் கனவு காணக்கூட முடியாது. ஆனால் காந்தியடிகள், அவர்கள் இருவரையும் பீகாரிப் பெண்களுக்கு வாழ்க்கை வரலாறு, இலக்கியம் ஆகியவற்றைக் கற்றுக் கொடுக்கச் சொன்னார். ஒருவேளை, ஒரு ஆண் அல்லது பெண்ணிடம் மறைந்து கிடக்கும் திறமையை வெளிக்கொணர இதுவே ஏற்ற வழியாக இருக்கலாம். காந்தியடிகளின் ஆறாவது அறிவு இதை அறிந்திருந்தது.

பீகாரில் நரஹரிபாயும் மணிபென்னும் நீண்ட நாட்கள் தங்கியிருக்கவில்லை. நரஹரிபாய், ஆசிரமப்பள்ளியில் ஆசிரியராகச் சேர்ந்தார். அதனால் பள்ளியைவிட்டு நீண்டகாலத்திற்கு அவர் வெளியே இருக்க முடியாது. ஆகவே அகமதாபாத்திற்கு அவர்கள் திரும்ப அழைக்கப்பட்டார்கள்.

1919ஆம் ஆண்டில், 'யங் இந்தியா', 'ஹரிஜன்' ஆகிய இரு இதழ்களின் வெளியீட்டையும் காந்தியடிகள் தம் கையில் எடுத்துக் கொண்டார். அச்சகப் பணி, வெளியீடு இரண்டையும் பார்த்துக் கொள்ள சுவாமி ஆனந்த் அழைக்கப்பட்டார். அச்சுக் கலையில் நன்குதேர்ந்த ஜுகத்ராம் தவே, சுவாமியுடன் அப்பணிக்கு வந்தார். காகாசாகேப், கிஷோரி லால், நரஹரிபாய் ஆகியோர் அடங்கிய ராஷ்டிரிய சாலாவைப்

பார்த்ததும், ஜுகத்ராம் தவே அச்சுப் பணியிலிருந்து தாமும் கல்விப் பணிக்கு மாற முடிவு செய்தார்.

1920ஆம் ஆண்டில், ஒத்துழையாமை இயக்கம், பிரிட்டிஷ் பொருட்களைப் புறக்கணிப்பது, கிலாபத் இயக்கம் ஆகியன நடைபெற்ற ஆண்டாகும். திலகரின் சுயராஜ்ஜிய நிதி ஆண்டும் அதுவே. வரிகொடா இயக்கத்திற்குரிய சத்தியாக்கிரகப் போரை நடத்தும் இடமாகப் பர்தோலி தேர்வு செய்யப்பட்டது. சௌரி சௌராவிலிருந்து போலீஸாரின் கொடூரமான கொலை பற்றிய அதிர்ச்சி தரும் செய்தி வந்தது. 1922ஆம் ஆண்டு மார்ச் 10ஆம் நாள் காந்தியடிகள் கைது செய்யப்பட்டு ஆறு ஆண்டுகள் சிறைத் தண்டனை பெற்றார்.

இந்தக் காலகட்டத்தில்தான், கிராம நிர்மாணப் பணிகளுக் காகச் செல்ல நரஹரிபாய் முடிவு செய்தார். இதற்காக 1923ஆம் ஆண்டில், பர்தோலிக்கு அருகிலுள்ள சர்பான் என்ற கிராமத்திற்குச் சென்றார். சகன்லால் ஜோஷி, சங்கர்லால் பங்கர், உத்தம்சந்த்ஷா, டாக்டர் திரிபுவன்தாஸ், ஜுகத்ராம் தவே ஆகியோர் அவருடன் சென்றனர். ஒன்றுபட்ட ஒரு குடும்பமாக இந்த அணியினர் வாழ்ந்து வந்தனர். நாளடைவில் அவர்களின் செயற்பாடுகள் விரிவடைந்தன. 1925ஆம் ஆண்டில், பர்தோலியில் மற்றொரு ஆசிரமம் தொடங்கப் பெற்றது. பர்தோலி வித்யாலயத்தின் கல்விச் செயற்பாடுகளின் முன்னோடிகளாக உத்தம்சந்த்ஷா, சகன்லால் ஜோஷி, ஜுகத்ராம் தவே ஆகியோர் ஆயினர்.

1927ஆம் ஆண்டில், குஜராத்தில் முன்னெப்போதும் கண்டிராத அளவிற்குப் பேய்மழை பெய்து, அழிவு ஏற்படுத்தும் வெள்ளப் பெருக்கு ஏற்பட்டது. அனைத்து விதமான போக்குவரத்துகளும், தகவல் தொடர்புகளும் முற்றிலும் பாதிக்கப்பட்டு செயலற்றுப் போயின. வெள்ள நிவாரணப் பணியை மேற்கொள்ள சர்தார் வல்லபபாய் படேல் முன் வந்தார். மத்திய குஜராத்தில் உள்ள மதார் தாலூகாதான் மிகவும் மோசமாகப் பாதிக்கப்பட்ட பகுதியாகும். மணி பென்னையும் குழந்தைகளையும் சபர்மதி ஆசிரமத்திற்கு அனுப்பிவிட்டு நரஹரிபாய் நேரடியாக மதார் தாலூகாவில் முகாமிட்டார். இந்தக் காலத்தில் பெங்களூரில் உடல்நலமின்றி இருந்த காந்தியடிகள் தேறிக்கொண்டு வந்தார். திரு காரெட்

என்பவரை வெள்ள நிவாரண மீட்புப் பணி சிறப்பு அதிகாரியாக பம்பாய் அரசாங்கம் நியமித்தது. காங்கிரஸ்வாதி களான தேசிய விடுதலைப் போராட்ட காந்தியவாதிகளின் நிவாரணப் பணிகள் கண்டு அந்த அதிகாரி மட்டற்ற மகிழ்ச்சி யடைந்தார்.

நிவாரணப் பணிகள் முடிந்து ஓயும் முன்பாக, உடனடி நிகழ்வாக, பர்தோலி சத்தியாக்கிரகம் தொடங்கியது. இந்திய சத்தியாக்கிரகப் போராட்ட வரலாற்றிலேயே இது தனித்தன்மை உடையது. பர்தோலி தாலுகா முழுவதுமே பிரிட்டிஷ் அரசாங்கத் திற்கு எதிராக, ஒரே பாறையில் செதுக்கிய சுவர் போன்று உறுதியுடன் நின்றது. சர்பான், பர்தோலி ஆகிய இரு இடங்களிலும் ஆசிரமவாசிகள் அடங்கிய இந்த அணியினரின் பணி அடித் தளத்தில் இருந்தது. பர்தோலி பணியை முடித்தபின், குஜராத் வித்யாபீடத்தின் பதிவாளர் பணிகளைப் பார்க்க அகமதா பாத்திற்கு வந்த நரஹரிபாய் அலுவலகப் பொறுப்பை ஏற்றார். அந்த வித்யாபீடத் தலைவராக காகாசாகேப் கலேல்கர் இருந்தார். நரஹரிபரிக் மனிதநேயமும், இரக்க உணர்வும் மகிழ்ச்சியான மனநிலையும் கொண்ட சுறுசுறுப்பான மனிதர். வித்யாபீட மாணவர்கள் மத்தியில் அவர் மிக விரைவில் பரவலாக அறிமுக மானார். நரஹ்ரிபரிக்கின் பணிகளை நன்றியுடன் பாராட்டி, அவர் ஒருவரின் தனிப்பட்ட செயல்திறமும் ஆற்றலும் மிக்க துணையால் தான் தாம் வித்யாபீடத்தைச் சிறப்புற நடத்த முடிந்தது என்று காகாசாகேப் குறிப்பிட்டார். மாணவர்கள் மத்தியில் வழங்கும், ‘ஆன் அரசி பதவியிலிருந்தாலும் சாரா அரசியே ஆட்சி செய்கிறாள்’ என்ற மரபுத் தொடரை அவர் இச்சமயத்தில் நினைவு கூர்ந்தார். காகாசாகேப், வித்யாபீடத் தலைவராக இருந்து கட்டுப்பாடுகளை விதித்தாலும், நரஹரி நிர்வாகத்தில் அனைத்து மாணவர்களும் மகிழ்ந்தனர். நரஹரிபரிக்கின் நிர்வாகம் எப்போதும் மகிழ்ச்சி தருவதாகவும் இனிமையானதாகவும் கடுமையற்றும் இருந்தது. நரஹரி எப்போதும் நகைச்சுவை உணர்வுடன் காணப்பட்டார். அவருடைய நண்பர் மகாதேவதேசாயும் இதே போன்று நகைச் சுவை உணர்வு மிக்கவராக விளங்கினார்.

1930ஆம் ஆண்டு மார்ச் 12ஆம் நாளன்று, மகாத்மாகாந்தி சபர்மதி ஆசிரமத்திலிருந்து புகழ்பெற்ற தண்டி யாத்திரையைத் தொடங்கினார். தாமில்லாத சமயத்தில் ‘நவஜீவன்’ இதழ்ப் பணியை இமாம்

சாஹேப் பார்த்துக்கொள்ள வேண்டும் என்றும், நரஹரி அவருக்கு உதவ வேண்டும் எனவும் பொறுப்பை ஒப்படைத்தார். சில நாட்கள் கழித்து, தரசனாவை நோக்கிச் செல்வதாக மகாத்மா காந்தி முடிவு செய்தார். அவரைத் தொடர்ந்து செல்ல வேண்டிய அணிகள் பற்றி முறையாகத் தீர்மானிக்கப்பட்டது. காந்தியடிகளின் கைதுக்குப் பின்னர், அப்பாஸ் தயாப்ஜி, சரோஜினி நாயுடு, இமாம் சாஹேப், மணிலால் காந்தி, நரஹரிபரிக், பியாரிலால் ஆகியோர் முறையே அடுத்தடுத்து தலைமை ஏற்றனர். தொடர்விளைவாக, நரஹரிபாய் உள்பட சிலரைப் போலீசார் மிகக் கடுமையாக அடித்தனர்.

நரஹரிபாய், தரசனாவில் மிகவும் தீவிரமாக ஈடுபட்டிருந்த சமயம், அகமதாபாத்தில் கள்ளுக்கடை மறியலில் மணிபென் ஈடுபட்டிருந்தார். அச்சமயத்தில் நரஹரிபாய் மிகவும் கடுமையாக அடிக்கப்பட்டு மரணமடையும் அளவிற்குப் போலீசாரால் தாக்கப் பட்டார் என்று மணிபென்னிடம் சிலர் கூறினர். நல்ல காலமாக அச்செய்தி உண்மையில்லை. ஆயினும், அது எப்படி மணி பென்னைப் பாதித்திருக்கும் என்று ஊகிப்பது ஒன்றும் கடினமல்ல. தர்சனா சத்தியாகிரகம் நடைபெறும்போதே நரஹரிபாய் கைது செய்யப்பட்டு, நாசிக் ஜெயிலில் சிறைவைக்கப்பட்டார்.

1933ஆம் ஆண்டில், ஆசிரமத்தைக் கலைத்து விடுவதென காந்தியடிகள் முடிவு செய்தார். அப்போது நரஹரி சிறையில் இருந்தார். ஆசிரமத்திற்காகவே தங்களை அர்ப்பணித்துக் கொண்ட சில குடும்பங்களுக்கு இடர்ப்பாடான சூழலை இம்முடிவு ஏற்படுத்தியது. நரஹரி பரிக்கின் பிள்ளைகளான வனமாலா, மோகன், மகாதேவதேசாயின் ஒரே மகனான நாராயணன் தேசாய், குலாம் ரசூல் குரேசியின் மகன் ஹமீது, மகாதேவ தேசாயின் தங்கை நிர்மலா, சாரதா, ஆனந்தி, மணி ஆகியோர் உள்ளிட்ட பத்து சிறுவர் சிறுமியருக்கு செல்ல வேறு இடம் எதுவும் இல்லை. மாற்று ஏற்பாடு செய்யும் வரையிலும் தன்னுடன் வைத்துக் கொள்வதாக அனுசுயாபென் சாராபாய் தன் பொறுப்பில் அக்குழந்தைகளை அழைத்துச் சென்றார்.

நரஹரிபரிக் தொடர்ந்து சிறையிலேயே இருந்தார். 1934ஆம் ஆண்டில் அரசியல் கைதிகள் அனைவரும் விடுதலை செய்யப் பட்டபோதுதான் அவர் விடுதலை பெற்றார். ஆசிரமம் மூடப்

பட்டதால், நரஹரி உள்ளிட்ட சிலர், தங்க இடமின்றி நடுத் தெருவில் நின்றனர். இந்தச் சூழ்நிலையில், பத்ராவிலுள்ள காங்கிரஸ் இல்லத்தின் மாடியைப் பயன்படுத்திக்கொள்ளுமாறு நரஹரி பரிக்கிற்குச் சர்தார் படேல் அறிவுரை கூறினார். மூன்று வெவ்வேறு குடும்பங்கள் வசிப்பதற்கு ஏற்ற வகையில், அந்த வீட்டின் மாடிப் பகுதி மூன்று பகுதிகளாகப் பகுக்கப்பட்டது. அந்த நகரில் வாடகைக்கு ஒரு வீடு வைத்துக்கொள்ளும் பொருளாதாரச் சூழல் அமீனாபென் குரேஷி ஒருவருக்கு மட்டுமே இருந்ததால், அங்கு குடியிருக்கச் சென்றார். காங்கிரஸ் இல்லத்தில் இருந்த இடம் தற்காலிக ஏற்பாடாக இருந்ததால், குடியிருக்க மற்றொரு இடம் தேடுவது அவசரத் தேவையாக ஆனது. இந்த நேரத்தில், வார்தா விற்கு உடனடியாகச் சென்று அங்கு வசிக்குமாறு நரஹரிபரிக்கிற்கு, ஜம்னாலால் பஜாஜிடமிருந்து அழைப்பு வந்தது. வார்தாவிற்குச் செல்லவும் அங்கு நிலையாக வசிக்கவும் நரஹரியின் மனம் இசைய வில்லை. அவரை அகமதபாத்தில் அரசியல் பணிகளில் ஈடுபடுத்த சர்தார் படேல் விரும்பினார். நரஹரிக்கு அதுகூட இசைவானதாகப் படவில்லை. இறுதியாக, ஹரிஜன் பணிகளுக்குப் பொறுப்பாக, அதனைப் பொறுப்பேற்று நடத்தும் ஒருவராக நரஹரி நியமிக்கப் பட்டார். அவரும் ஹரிஜன் ஆசிரமத்தில் இருந்து வாழலானார்.

1937ஆம் ஆண்டில், 'ராஷ்டிரிய கேலவாணி' என்று பெயரிடப்பட்ட, நாடு முழுவதற்கும் ஒரே மாதிரியான கல்வி முறையை உருவாக்க காந்தியடிகள் திட்டமிட்டார். அக்கல்வி முறையின் கட்டமைப்பு, நடைமுறை பற்றி விவாதிக்க வார்தாவில் மாநாடு ஒன்றை அவர் கூட்டினார். நரஹரிபாய் இந்த மாநாட்டில் கலந்துகொண்டார். அதன்பின்னர், பாபல்மாய் மேத்தாவின் திறமைமிக்க கரங்களின் உதவியால் கேதா மாவட்டத்தில் தம்னா என்னும் இடத்தில், சோதனை முறை பள்ளியைத் தொடங்கினார். சூரத் மாவட்டத்தில், மாதியில் இருந்து புகாரி வரையிலும் 13 தொடக்கப்பள்ளிகளிலும் இது மாதிரியான சோதனை முயற்சி தொடங்கப்பட்டது. நரஹரியின் இத்தகைய முயற்சிகளைக் கண்டு வியந்தும் பாராட்டியும் போற்றும்போது, காந்தியடிகளின் கல்வி முறையை நடைமுறைப் படுத்துவதில், கல்வியாளர்களான தன்னையும் மற்றவர்களையும் விடவும், குஜராத்தில் உண்மையான பணிகளை நரஹரிபரிக்தான் செய்துள்ளார் என்று காகா சாகேப் கலேல்கர் கூறினார்.

ஹரிபுராவில், 1938ஆம் ஆண்டில், அகில இந்தியக் காங்கிரஸ் கமிட்டியின் தொடக்க அமர்வு நிகழ்ந்தபோது வரவேற்புக் குழுவில் பணியாற்றிய நான்கு செயலாளர்களில் நரஹரிபரிக்கும் ஒருவர். அந்த அமைப்புப் பணிகளை ஆற்றலுடன் நரஹரிபரிக் செய்திட ரவிசங்கர் மகராஜ், ராவ்ஜிபாய் படேல் துணைநின்றனர்.

அதே ஆண்டு, குஜராத் சாகித்ய பரீஷத்தின் 13வது கூட்டம் கராச்சியில் நடைபெற்றது. அதனுடைய பொருளாதார, சமூகவியல் பிரிவுக்கு நரஹரிபரிக் தலைவராகத் தேர்ந்தெடுக்கப்பட்டார். 1939ஆம் ஆண்டில், குஜராத்தில் நடைபெற்ற ஏழாவது இலக்கிய மாநாட்டிற்கு அவர் தலைமை ஏற்றார். தொடர்ந்து வந்த ஆண்டுகளான 1940-41 காலகட்டத்தில், இன ஒற்றுமை, அமைதி ஆகிய பணிகளில் அவர் தம்மை ஈடுபடுத்திக்கொண்டார். அந்தக் குழுவிற்கு மகாதேவதேசாய் தலைமை ஏற்க, நரஹரிபரிக் துணைத் தலைவராக இருந்து பணி ஆற்றினார்.

1942ஆம் ஆண்டிலிருந்து அவருடைய உடல்நலம் சீர்கெட ஆரம்பித்தது. உயர் ரத்த அழுத்த நோயால் அவர் துன்பப்பட்டார். ‘வெள்ளையனே வெளியேறு’ இயக்கத்தின்போது ‘செய் அல்லது செத்து மடி’ என்று கிளர்ந்து எழுந்தபோது, பலர் வன்முறையில் ஈடுபட, தகவல் தொடர்பும் போக்குவரத்தும் மிகமோசமாகப் பாதிக்கப்பட்டன. அரசாங்க நிர்வாகத்தை அடியோடு சீர்குலைக்க, தலைமறைவுச் செயல்கள் நிறைய நடைபெற்றன. மக்களின் இத்தகைய பிரம்மாண்டமான எழுச்சிக்கும் உணர்ச்சி வேகத்திற்கும் எதிராக, கிளர்ச்சியும் வன்முறைச் செயல்களும் மகாத்மாவின் கொள்கைக்கும் வழிமுறைகளுக்கும் எதிரானவை என்று வெளிப் படையாக அறிக்கை ஒன்றை நரஹரி வெளியிட்டார்; இத்தகைய வன்முறைகளுக்கு ஒருபோது ஆதரவு தரக்கூடாது என்றார். அவருடைய இந்த நிலைப்பாட்டிற்காக அவர் விமர்சனத்திற்கு ஆளானபோதிலும், தம் கொள்கையில் அவர் உறுதியுடனும் தெளிவாகவும் நின்றார்.

1942ஆம் ஆண்டில் தம்முடைய ஆயுட்கால நண்பர் மகாதேவ தேசாயின் திடீர் மறைவால், ஈடுசெய்ய முடியாத இழப்பிற்கும் ஆழமான துயரத்திற்கும் நரஹரி ஆளானார். ஆசிரமத்தில் ஒரே குடும்பமாக அவர்கள் வாழ்ந்தவர்கள்; இருவரும் எப்போதும் இணைந்து வாழ்ந்தவர்கள்.

1945ஆம் ஆண்டில் சேவாகிராமத்திற்கு மகாத்மா காந்தியடிகள் அவரை அழைத்தார். அங்கு அவருடைய கண் காணிப்பிலும் வழிகாட்டலிலும் நரஹரியின் உயர் ரத்த அழுத்த நோய்க்கான சிகிச்சையை அவர் பெறலாம் என காந்தியடிகள் எண்ணினார். ஆனால் அது நீடிக்கவில்லை. காதி வித்யாலயத் திற்குப் பொறுப்பேற்று நரஹரி அங்கு தங்கினார். பின்னர், கிராம சேவா வித்யாலயம் என்று அதற்குப் பெயரிடப்பட்டது. ஒன்றரை ஆண்டுகள் கழித்து அவர் மீண்டும் நோய்வாய்ப்பட்டார். அவருடைய வலதுகை செயலற்றுப் போனது. காலில் மூட்டு வலியாலும் துன்பப்பட்டார்.

மகாத்மா காந்தியடிகளின் மரணம் என்ற பெயரில் அடுத்த துயரத் தாக்குதல் வந்தது. காந்தியடிகள் தொடங்கிய வரலாறு காணாத அந்த இயக்கத்தில் முதன்முதலில் சேர்ந்த ஒருசிலரில் நரஹரியும் ஒருவர். நரஹரிக்கு தந்தையைவிட மேலானவர் மகாத்மா. அவர் சுட்டுக் கொல்லப்பட்ட செய்தியைக் கேட்டால், நரஹரிபரிக் தாங்கமாட்டார் என்று அவருடைய உறவினர்கள், அச்செய்தியைக் கூறாமல் மறைத்துவிட்டனர். ஆனால், காந்தியடி களிடம் நரஹரி பெற்றிருந்த பயிற்சிதான் காந்தியடிகளின் இழப்பைத் தாங்கிக்கொள்ள உதவியது. ஆனாலும் அவர் உடலாலும் உள்ளத்தாலும் நொறுங்கிப் போனார். குஜராத்திலுள்ள நதிகளில் கரைப்பதற்காக மகாத்மாவின் அஸ்திக் கலசத்தை கனத்த இதயத் துடன் அவர் பெற்றுக்கொண்டார்.

அதன்பின்னர், தீவிரமான பணிகளிலிருந்து ஓய்வுபெற அவர் முடிவு செய்தார். தம்முடைய கல்லூரி நாட்களிலிருந்தே அவருக்கு மிகவும் பிடித்தமான இலக்கியப் பணிகளில் முழுமையாகத் தம்மை ஈடுபடுத்திக்கொள்ள அவர் விரும்பினார். தம்முடைய வாழ்க்கை யின் இறுதிப் பகுதிகளில், மகாதேவ தேசாயின் நாட்குறிப்புகள் சிலவற்றை அவர் பதிப்பித்தார். ‘சிரேயர்த்தினி சாதனா’ என்னும் தலைப்பில், கிஷோரிலால் மஷ்ருவாலாவின் வாழ்க்கை வரலாற்றை நரஹரி எழுதினார்; சர்தார் வல்லபபாய் படேலின் வாழ்க்கை வரலாற்றை விரிவாக எழுதினார். கோந்தியடிகளின் கீதை பயிற்று முறை’ என்ற நூலையும் அவர் எழுதினார்.

தங்கள் தலைவரின் பாதங்களின்கீழ் அமர்ந்து சேவை செய்வதை மகாதேவ தேசாயும் நரஹரியும் விரும்பி முடிவு செய்தனர். அதை முழுமையாக நிறைவேற்றியதுடன், தம்மால் இயன்ற அளவில்

அனைத்துப் பணிகளையும் விட்டு விடாமல் முழுமையாகச் செய்தனர். காந்தியடிகளைப் பற்றி நுட்பமாகவும் விவரமாகவும் தெரிந்துகொள்ள விரும்பிய வெளியுலகிற்கு, நுணுக்கமான விவரங்களுடன் காந்தியடிகளை வெளிக் காட்ட முயன்றார்; மகாதேவ தேசாய்; நம்பிக்கையுடனும் ஈடுபாட்டுடனும், காந்தியடிகளின் எண்ணங்களையும் செயல்களையும் விளக்கினார்.

காந்தியடிகளின் வாழ்க்கை முறைக்கு ஏற்ப, தன்னுடைய குருவின் நினைவுச் சின்னங்களாக அமையுமாறு நிறுவனங்களை உருவாக்கினார் நரஹரிபாய். சத்தியாக்கிரக ஆசிரமம், ராஷ்டிரியப் பள்ளிகள், கிராமசேவா வித்யாலயம், காந்தி சேவாசங்கம், குஜராத் வித்யாபீடம், கோசேவா சங்கம் போன்ற ஆக்கபூர்வமான நிறுவனங்கள் பலவும், நரஹரிபரிக்கின் உண்மையானதும் ஈடுபாடு மிக்கதுமான முயற்சிகளை என்றென்றும் வெளிப்படுத்தி நிற்கும்.

5. மகாதேவ தேசாய்

1892ஆம் ஆண்டு, ஜனவரி 1ஆம் நாள், குஜராத் மாநிலம் சூரத் மாவட்டம், சரஸ் கிராமத்தில், மகாதேவ தேசாய் பிறந்தார். அவருடைய தந்தையார் சரஸ் கிராமத் தொடக்கப்பள்ளியில், ஆசிரியராகப் பணியாற்றிய ஹரிபாய் தேசாய் ஆவார். தேசாய் என்ற பெயருடைய குலமரபினரின் மூதாதையர்கள் திஹுன் என்ற ஊரைச் சார்ந்தவர்கள். மகாதேவ தேசாயின் தாய், ஜமுனாபென். அவர் மிகவும் கூர்மையான அறிவுத்திறனும் நல்லியல்பும் உடையவர். கிராமவாசிகள் அனைவரும் அந்த அம்மையாரைப் போற்றி மதித்தனர். மகாதேவ தேசாய் உடற்கட்டில் தன் தந்தையையும், தோற்றத்தில் தன் தாயையும் கொண்டிருந்தார். 1899ஆம் ஆண்டில் அவருடைய அன்னையார் காலமான போது, மகாதேவ தேசாய் ஏழு வயதுச் சிறுவனாக இருந்தார்.

ஹரிபாய் நேர்மையானவராகவும் எளிய மனிதராகவும் இருந்தார்; எளிதில் யாரையும் நம்பி விடுவார். அபாரமான நினைவாற்றலும், நுட்பமான அறிவும், அழகான கையெழுத்தும் உடையவர் அவர்; குஜராத்தி இலக்கியங்களை அவர் பெரிதும் விரும்பினார். விடாமுயற்சியுடன் நூல்களை அவர் படித்தார். சமஸ்கிருதம் படிக்கவில்லை என்றாலும், ராமாயணம், மகாபாரதம், கீதை, உபநிடதங்கள் ஆகிய நூல்களை விளக்க நூல்களின் துணை கொண்டு படித்தார். பஜனைப் பாடல்கள் பாடுவதில் ஆர்வம் கொண்ட அவர் அன்றாடம் காலையில் பஜனைகள் பாடுவார்.

• 1950இல், அகமதாபாத், நவஜீவன் பதிப்பகம் வெளியிட்ட, நரஹரி பரிக் எழுதிய, 'மகாதேவ தேசாயின் இளம் பருவ வாழ்க்கை' என்ற நூல், ஜெயந்த் பாண்டியா, கந்திஷா ஆகியோர் பதிப்பித்த குஜராத்தியில் உள்ள, 'சுக்ர தரக் சம மகாதேவபாய்' என்னும் நூற்றாண்டு விழாத் தொகுதியிலுள்ள பல்வேறு கட்டுரைகளிலிருந்தும் தொகுக்கப்பட்ட செய்திகள். வெளியீட்டாளர்களின் அனுமதி பெற்றது.

ஏழையான போதிலும், பண்பட்ட தந்தையின் பெயர் விளங்கும்படி, புத்திக் கூர்மையுடன் மகாதேவதேசாய் கல்வி கற்றார். 1905ஆம் ஆண்டில் அவர் துர்காபென்னை மணந்தார். அப்போது அவருக்கு 13 வயது; மணமகள் 12 வயது நிரம்பியவர். மகாதேவ தேசாய் 14ஆம் வயதில் தம்முடைய திருமணத்திற்கு அடுத்த ஆண்டில், மெட்ரிகுலேஷன் தேர்வில் தேர்ச்சி பெற்றார். சூரத் உயர்நிலைப்பள்ளியில் முதல் மாணவரான அவர், மெட்ரிகுலேஷன் தேர்விலும் உயர்தரத்தை நிலைநாட்டினார். ஜனவரி 1907இல் எல்பின்ஸ்டோன் கல்லூரியில் அவர் சேர்ந்தார். அந்தச் சமயத்தில் ஹரிபாயின் சம்பளம் மாதம் நாற்பது ரூபாய். ஆகவே, மகாதேவ தேசாயின் உயர்கல்விக்குச் செலவழிப்பது அப்போது முடியாததாக இருந்தது. இந்தச் சூழலிலே, கோகுல்தாஸ் தேஜ்பால் தங்கும் விடுதியில் இலவசமாகத் தங்கிப் படிக்க மகாதேவ தேசாய் விண்ணப்பித்தார். நல்லவேளையாக அனுமதியும் பெற்றார். மகாதேவ தேசாய்க்குக் கிடைக்கட்டும் என்பதற்காக அவருடைய நண்பர் வைகுந்த் லல்லுபாய் மேத்தா, பரிவுடன் விட்டுக் கொடுத்த கல்வி உதவித் தொகையை எதிர்பாராதவிதமாக அவர் பெற்றார். தன்னுடைய தந்தையாருக்குச் சுமையாக இல்லாமலே படிப்பைத் தொடர் மகாதேவ தேசாய்க்கு இது உதவியது.

உள்ளரங்க அல்லது மைதான விளையாட்டுகள் எதிலும் அவருக்கு நாட்டம் இருந்ததும் இல்லை; விளையாடியதும் இல்லை. நடப்பதை அவர் விரும்பினார். அகமதாபாத்தில் உள்ள சாரங்கபூர் வாயிலில் உள்ள பங்கோர் நகா என்ற இடத்தில் நவஜீவன் அமைக்கப்பட்ட போது, நாள்தோறும் சபர்மதி ஆசிரமத்திலிருந்து நவஜீவன் அலுவலகத்திற்கு நடந்து சென்று நடந்தே திரும்புவார். சராசரியாக ஒரு மணிநேரத்தில் நான்கு மைல் தூரம் சுறுசுறுப்பாக அவர் நடப்பார். 1918ஆம் ஆண்டில் ராணுவத்திற்குஆள் சேர்ப்பு நடந்த சமயத்தில், நாடியாட் என்னும் இடத்தில் உள்ள இந்து ஆனந்த் ஆசிரமத்தில் மகாதேவ தேசாய் தங்கியிருந்தார். நீண்டதூர அணி வகுப்புப் பயிற்சிமுறையுடன் பழகியதன் காரணமாக, அவர் மிக அதிகாலையிலே எழுந்து, ஒன்பது மைல்தூரம் நாள்தோறும் நடப்பார். அவ்வாறு 18 மைல் தூரம் நடந்து அலுப்பு ஏற்படும் நிலையில்கூட, காந்தியடிகளுக்காக அவர் நாள் முழுவதும் பணி

யாற்றுவார். வார்தாவிலிருந்து சேவா கிராமத்திற்குத் ஆசிரமத்தைக் காந்தியடிகள் மாற்றிக்கொண்டபோது, மகன்வாடியிலிருந்த தம் வீட்டிலிருந்து, 5.5 மைல் தொலைவிலிருந்த ஆசிரமத்திற்கு நடந்து சென்றுவிட்டு, மாலையில் நடந்தே வீடு திரும்புவார். சில வேளை களில், மத்திய இந்தியாவின் மிகக் கடுமையான வெயில் காயும்பொழுதில்கூட இரண்டு முறை சென்று திரும்பி, ஒரு நாளில் 22 மைல் தூரம் நடப்பார். அப்படிப்பட்ட நீண்ட நடை காரணமாக படிப்பது, எழுதுவது, நூல் நூற்பது போன்ற தம்முடைய அன்றாடப் பணிகளை மகாதேவ தேசாய் ஒருபோதும் நிறுத்தமாட்டார்.

விளையாட்டில ஆர்வம் இல்லாமல் இருந்தாலும்கூட, மகாதேவ தேசாயிடம் விளையாட்டு வீரனுக்குரிய பண்பு மிகுந் திருந்தது. மற்றவர்களின் குறைகளைக் கூறி விமர்சனம் செய்யாமல், அவர்களின் நற்பண்புகளைப் பார்த்துப் பாராட்டுவார். எப்போதும் தீவிரமாக இருப்பவர் என்று அவரைக் குறிப்பிட்டாலும், அன்பு நிறைந்த மனத்தவராக, நகைச்சுவை உணர்வு இயல்பாக உடையவ ராக, கேலியும் கிண்டலும் நகைச்சுவையுடன் கூடிய கலையை அறிந்தவராக, தீவிரமான முக்கிய வேலைகளில் நகைச்சுவையை வெளிப்படுத்துபவராக மகாதேவ தேசாய் இருந்தார். ஆகவே, அவரைச் சுற்றி எப்போதுமே, மகிழ்ச்சி ஆரவாரமும், உற்சாகமான ஊக்கமும், விளையாட்டுத்தனமும் நிறைந்து காணப்படும். அவருடைய இந்தப் பண்பு அனைவரையும் அவரிடம் ஈர்த்தது.

1910ஆம் ஆண்டில், பி.ஏ. தேர்வில் தேர்ச்சி பெற்றபின், மகாதேவ தேசாய் எம்.ஏ. படிக்க வேண்டுமென்று விரும்பினார். அந்த ஆண்டில், அவர் விரும்பிய பாடம் எம்.ஏ.-யில் கற்றுக் கொடுக்கப்படாது என்று அறிவிக்கப்பட்டதால், சட்டப்படிப்பான எல்.எல்.பி. படிக்க அவர் விரும்பினார். தன் தந்தைக்குப் பாரமாக இருக்க தேசாய் விரும்பாததால், தன் காலிலே தான் நின்றுகொண்டு, தன் கல்வித் தகுதிகளைச் செம்மைப்படுத்த அவர் விரும்பி, ஒரு வேலை பார்த்து, தன் தேவைகளை அந்த வருவாய் மூலம் பார்த்துக் கொண்டார். கீழ்த்திசை மொழிகளின் மொழி பெயர்ப்பாளர் அலுவலகத்தில் அவர் பணியில் சேர்ந்தார். மோர்லி பிரபு என்பவர் எழுதிய ‘சமரசம் செய்வது பற்றி’ என்னும் நூலை குஜராத்தி மொழியில் சிறப்பாக மொழிபெயர்ப்பவருக்கு ரொக்கமாக ரூபாய் ஆயிரம் தரப்படும்

என்று இந்தச் சமயத்தில் குஜராத் போர்ப்ஸ் சங்கம் அறிவித்தது. மகாதேவ தேசாய் அந்தப் போட்டியில் பங்கு கொண்டு முதற்பரிசு பெற்றார்.

1913ஆம் ஆண்டின் முடிவில் அவர் எல்.எல்.பி. தேர்வில் வெற்றி பெற்றார். அந்தச் சமயத்தில், அவருடைய தந்தையார் அகமதாபாத்திலுள்ள பெண்கள் பயிற்சிக் கல்லூரியில் முதல்வ ரானார். ஆகவே, அகமதாபாத்திலே தங்கிட மகாதேவ தேசாய் முடிவு செய்தார்; குடும்பச் செலவு பற்றிய எண்ணமே இதற்குக் காரணம். அகமதாபாத்தில் 15 முதல் 18 மாதங்கள் முடிய அவர் தங்கினார். அவருடைய தந்தை ஓய்வுபெற்றதும் நண்பர் வைகுந்த் எல். மேத்தாவின் உதவியால் பம்பாயிலுள்ள மத்திய கூட்டுறவு வங்கியில் மகாதேவ தேசாய் ஆய்வாளர் வேலையைப் பெற்றார். ஆனால், அவருடைய விதி, அவரை மகாத்மாவின் கரங்களுக்குள் அழைத்துச் சென்றது.

ஜனவரி 1915ஆம் ஆண்டில், காந்தியடிகள் தென்னாப்பிரிக் காவை விட்டு இந்தியா திரும்பினார். அகமதாபாத்தில், கோச்ரப் என்ற இடத்திற்கு அருகிலிருந்த பங்களாவை வாடகைக்கு எடுத்து 1915ஆம் ஆண்டு மே மாதம் ஆசிரமத்தை அவர் தொடங்கினார். சிலகாலம் கழித்து, தாம் திட்டமிட்டுள்ள ஆசிரமத்தின் நோக்கங் களையும் நடைமுறை விதிகளையும் விளக்கி ஓர் அறிக்கையைத் தயாரித்து, நாடெங்கிலுமுள்ள தம்முடைய நண்பர்களையும், தம் நலனில் அக்கறை உள்ளவர்களையும் அந்த அறிக்கை பற்றி கருத்துக்களைக் கூறுமாறும் விமர்சனம் செய்யுமாறும் காந்தியடிகள் வேண்டுகோள் விடுத்தார். மகாதேவ தேசாயும் நரஹரி பரிக்கும் இணைந்து தங்கள் விமர்சனத்தை அனுப்பிவிட்டு காந்தியடிகளிட மிருந்து பதிலை எதிர்பார்த்துக் காத்திருந்தனர்.

அடுத்த சிறிது நாட்களிலே, பிரேமபாய் ஹாலில் நடைபெற்ற பொதுக்கூட்டம் ஒன்றில் பேசுவதற்கு மகாத்மா காந்தி அங்கு வந்தார். கூட்டம் முடிந்து ஆசிரமத்திற்குக் காந்தியடிகள் திரும்பிய போது, மகாதேவ தேசாயும் நரஹரியும் அவரைத் தொடர்ந்தார்கள். அவரை இடைமறித்து, தாங்கள் அனுப்பிய கடிதம் கிடைத்ததா என்று அவர்கள் இருவரும் அவரிடம் கேட்டனர். "ஆம், இருவர் கையெழுத்திட்ட கடிதம் ஒன்று எனக்கு வந்தது. அந்த இருவரும்

நீங்கள்தானா?" என்று காந்தியடிகள் கேட்டார். இருவரும் ஆம் என்று பதில் கூறினர். அதன்பின், அவர்களிருவரையும் ஆசிரமத் திற்கு அழைத்துச் சென்று, ஏறத்தாழ ஒன்றரை மணிநேரம் அவர் களிடம் ஆசிரமத்தின் கொள்கைகளையும் குறிக்கோள்களையும் அவர் விளக்கினார். அவர்கள் வெளியே வந்தபோது மழைதூறிக் கொண்டிருந்தது; அவர்களின் உள்ளங்களிலும் ஒரு தூறல் விழலாயிற்று. எல்லீஸ் பாலம் வரை மௌனமாகவே நடந்து, அதை அடைந்ததும், மௌனத்தைக் கலைத்து மகாதேவதேசாய், "இந்த மனிதரிடம் சென்று அவருடைய பாதங்களின் கீழ் அமர வேண்டும் என்று என் மனம் விரும்புகிறது, நரஹரி" என்றார். "அவ்வாறு செய்ய நம்மால் முடிந்தால், நாமிருவரும் பேறு பெற்றவர் களாவோம்" என்று நரஹரி பதில் உரைத்தார். ஆசிரமத்தில் சேர வேண்டுமென்று விரும்பிய ஆசையின் முதல் வெளிப்பாடாக, இருவரிடமிருந்தும் ஒருசேர, தானாக வெளிப்பட்ட ஆவலாக இது இருந்தது. மோகன்லால் பண்ட்யாவும், தயாள்ஜி பாயும், ஆசிரமத்தில் சேர்ந்திட விரும்பிய அவர்களின் ஆர்வத்துக்கு வலுவூட்டி, காந்தியடிகளின் கரங்களில் முடிவாகக் கொண்டு சேர்த்தனர்.

ஏப்ரல் 1917இல், காந்தியடிகளின் ஆசிரமத்திற்குச் சென்று முதலில் சேர்ந்தவர் நரஹரி. நரஹரிபரிக் அங்கு சென்று சேர்ந்த பொழுது, ஏற்கெனவே ஆசிரமத்தில் வாழும் வாழ்க்கையைக் காகாசாகேப் கலேல்கர் தொடங்கியிருந்தார். மகாதேவ தேசாய்க்கு தம்முடைய மனத்தைச் சரிப்படுத்திக் கொள்ள வேண்டியிருந்தது; ஆனாலும், ஆசிரமத்துடன், குறிப்பாக மகாத்மா காந்தியடிகளுடன் தொடர்ந்து உறவு வைத்துக் கொண்டிருந்தார். அப்படிப்பட்ட ஒரு சந்தர்ப்பத்தில், பம்பாயில் ஒரு கூட்டத்தில், மகாதேவ தேசாய்க்குக் கீழ்க்கண்ட சொற்களில் தம் மனத்தைக் காந்தியடிகள் வெளிப் படுத்தினார்:

நாள்தோறும் என்னை வந்து பார்க்குமாறு காரணமில்லாமல் நான் கூறவில்லை. நீ வந்து என்னுடனே தங்கியிருக்கவேண்டு மென நான் விரும்புகிறேன். கடந்த இரண்டு ஆண்டுகளாக எந்த வகையான இளைஞனை நான் தேடிக்கொண்டிருந்தேனோ, அத்தகையவனை உன்னுள் நான் கண்டேன். நான் விரும்பிய மனிதனை, சில நாட்களில் என்னுடைய வேலைகள் அனைத் தையும் ஒப்படைக்கக்கூடிய ஒருவனை, என்னுடைய நம்பிக்கைக் குரிய ஒருவனை உன்னிடம்

நான் கண்டேன் என்று கூறினால், நீ நம்புவாயா? நீ என்னிடம் வரவேண்டும். உன்னுடைய நல்ல பண்புகளின் காரணமாக, எனக்குப் பல்வேறு வழிகளிலும் பயன்படுவாய் என்று நான் நம்புகிறேன்.''

இது தெளிவான, மறுக்க முடியாத அழைப்பாகும். வேறு எதிலும் மகாதேவ தேசாயின் மனம் ஈடுபடவில்லை. தன்னுடைய தலைவர் பற்றிய எண்ணமே அவருடைய மனத்தில் மேலோங்கி யிருந்தது. காந்தியடிகளுடன் சேர்ந்திருக்க வேண்டும் என்ற மனத்துடன், 1917ஆம் ஆண்டு நவம்பர் மாதம் 3ஆம் நாள், தன் மனைவி துர்காபென்னுடன் சென்று காந்தியடிகளை மகாதேவ தேசாய் சந்தித்தார். குஜராத் மாநில முதலாவது அரசியல் மாநாட்டில் அவர் கலந்துகொண்டபோது, கோத்ராவில் இச்சந்திப்பு நிகழ்ந்தது. மாநாடு முடிந்ததும் காந்தியடிகள் நேரடியாகச் சம்பரன் சென்றார். தமது பீகார் சுற்றுப்பயணத்தில் சேர்ந்துகொள்ளுமாறு காந்தியடிகள் அந்தத் தம்பதியரிடம் கூறினார். அடுத்து செய்ய வேண்டியதை பின்னர் யோசிக்கலாம் என்றும் காந்தியடிகள் கூறினார். மகாதேவ தேசாயும், துர்க்காபென்னும் காந்தியடிகளின் சுற்றத்தில் சேர்ந்துகொண்டு உடன் சென்றனர்.

சம்பரன் பயணத்திலிருந்து திரும்பியதும், திகனிலுள்ள தன் தந்தையிடம் சென்று அவருடைய ஆலோசனைகளையும் ஆசிகளையும் பெற்றார். நரஹரி பரிக் அப்போது காந்தியடிகளுடன் சம்பரனில் இருந்தார். மகாதேவதேசாயின் வருகைக்காக அவர்கள் ஆவலுடன் காத்திருந்தனர். மகாதேவ தேசாய் மறுநாள் அங்கு வந்தார். இருபத்தைந்து ஆண்டுகாலம் நீடித்த உறவின் தொடக்கம் அதுதான். ஆகஸ்ட் 15ஆம் நாள், 1942இல் மகாதேவ தேசாயின் மறைவுவரையிலும் இந்த உறவு நீடித்தது. மகாதேவ தேசாய், காந்தியடிகளுடன் இருந்தார் என்று மட்டும் சொல்ல முடியாது; தன் தலைவரிடம் முழுவதுமாகத் தன்னை அர்ப்பணித்துக் கொண்டார். 1917ஆம் ஆண்டு நவம்பர் மாதம் 13ஆம் நாளில் நாட்குறிப்பு எழுத ஆரம்பித்தார் மகாதேவ தேசாய்; 1942ஆம் ஆண்டு ஆகஸ்ட் 14ஆம் நாள், மறைவிற்கு முதல்நாள் வரையிலும் தொடர்ந்து நாட்குறிப்பு எழுதினார். ன்

1918ஆம் ஆண்டு அகமதாபாத் ஆலைத் தொழிலாளர்களின் வேலை நிறுத்தத்தின்போது அவர் காந்தியடிகளுடன் இருந்தார். 1919ஆம் ஆண்டில், பஞ்சாபில் நுழைவதற்குத் தடைவிதிக்கப் பட்டிருந்த

சமயம், தடையை மீறியதற்காக காந்தியடிகள் முதன் முதலாகப் பஞ்சாபில் கைதுசெய்யப்பட்டபோது தம்முடைய வாரிசு என்று மகாதேவ தேசாயை அவர் தேர்ந்தெடுத்தார். ஆனால், மகாதேவ தேசாய் மிகுந்த தன்னடக்கத்துடன் தன் தலைவனுக்குத் தொண்டு செய்யும் தொண்டனாக இருக்கும் அனுமனின் குறிக் கோளையே தாம் பின்பற்றுவதாகக் கூறினார். 1920ஆம் ஆண்டில், சித்தரஞ்சன்தாஸ், மோதிலால் நேரு, ரவீந்திரநாத் தாகூர் போன்ற பெருந்தலைவர்களுடன் அவர் தொடர்புகொண்டார்.

'இன்டிபெண்டன்ட்' என்னும் நாளிதழை நடத்துவதற்கு உதவி செய்யுமாறு கேட்ட மோதிலால் நேருவின் வேண்டுகோளின்படி 1921ஆம் ஆண்டில், மகாதேவ தேசாயை அலகாபாத்திற்குக் காந்தி யடிகள் அனுப்பிவைத்தார். சில காலம் கழித்து, மோதிலாலையும் ஜவஹர்லாலையும் அரசாங்கம் கைது செய்தது. தலையங்கங்களில் இடம்பெற்ற கடுமையான கண்டனங்களைப் பொறுக்க முடியாமல், அரசாங்கம் அந்நாளிதழின் துணையாசிரியரான ஜார்ஜ் ஜோசப் பையும் கைது செய்தது; காப்புத் தொகையை அரசுக்குக் கட்டுமாறு உத்தரவிட்டது. இதற்கிடையில், அகமதாபாத்தில் நடைபெற இருந்த காங்கிரஸ் அமர்வின் தொடக்கப்பணிகள் மும்முரமாக நடை பெற்றுக் கொண்டிருந்தன. இந்தப் பணிக்காக காந்தியடிகளும் அகமதாபாத்தில் இருந்தார். அகமதாபாத் காங்கிரஸின் தலை வராகத் தேர்ந்தெடுக்கப்பட்டிருந்த தேசபந்து சித்தரஞ்சன் தாஸ் டிசம்பர் 1921இல் கைது செய்யப்பட்டார். அலகாபாத்தில், மேற்கூறிய இதழின் காப்புநிதி பறிமுதல் செய்யப்பட்டதும், மகாதேவ தேசாய் பின்வருமாறு எழுதினார்.

பார்க்கவேண்டியதைப் பார்க்க மாட்டேன் என்று சொல்பவர் களுக்கும், கேட்க வேண்டியதைக் கேட்காதவர்களுக்கும், புரிந்து கொள்ளாதவர்களுக்கும் நம்முடைய புதிய அவதாரத்தைக் காட்ட நாம் கடமைப்பட்டுள்ளோம். ஒடுக்கு முறைக் கெ வெளிப்படையாக உள்ளது. ஆழங்காண முடியாத இருளில் அடிப்பகுதிக்கு நீந்திச் செல்வது போன்றுள்ளது... 'திருமதி நேருவின் செய்தி' 'நாமும் அதைப் பார்ப்போம்' ஆகிய கட்டுரைகளால் நம்முடைய பாதுகாப்பை இழந்து நாம் தண்டனைக்குள்ளாகியுள்ளோம். இக்கட்டுரைகள் சட்ட நடைமுறை நிர்வாகத்திலும், சட்டம் ஒழுங்கு

பராமரிப்பிலும் தலையிடுவதாகக் கருதப்பட்டுள்ளன. அரசாங்கத்தால் உருவாக்கப்பட்ட எந்தச் சட்டத்தையும் நாம் ஏற்கவில்லை என்று நாம் வெளிப்படையாகச் சொல்லலாம். சத்தியம், அஹிம்சை போன்ற நம்முடைய அறக்கோட்பாடுகளே, நம்முடைய மனச் சாட்சிக்கும் கடவுளுக்கும் நம்மை உண்மையானவர்களாக வைக்கப் போதுமானவையாகும்.

இந்த முயற்சி, இதற்கு முந்தைய முயற்சிகளைப் போன்று ஒடுக்கப்படலாம். அழியக்கூடிய நம் ஒவ்வொருவருடைய உடலைத்தான் இந்தக் கொடூரமான அரசாங்கம் வலிமையுடன் கைது செய்ய முடியும். ஆனால், நம்முள் இருக்கும் உணர்வைஅழிவற்ற உயிரை-அரசாங்கத்தால் தொடக்கூட முடியாது. தன் சட்டத்திற்குக் கீழ்ப்படியுமாறு ஒருவனை அரசாங்கம் கட்டுப் படுத்தலாம். ஆனால் அவருடைய ஆன்மாவின் மீது தன் சட்டத்தைத் திணிப்பது பற்றிக் கனவுகூடக் காண முடியாது. நான் கொல்லப்பட்டாலும்கூட, 'நான் மாறுகிறேன்; ஆனால் நான் இறப்பதில்லை' என்றுதான் பொருள்.

'நான் மாறுகிறேன்; ஆனால் இறப்பதில்லை' என்னும் தலைப்புடன், மகாதேவ தேசாய், மையொற்றுப்பிரதிகள் எடுக்கும் இயந்திரத்தின் வழி அச்சிடும் முறையில் நாளிதழ் வெளியீட்டைத் தொடங்கினார். அவரும் கைது செய்யப்பட்டு, ஓராண்டுக்காலம் சிறைத்தண்டனை பெற்று, நைனி, ஆக்ரா, லக்னோ சிறைச் சாலைகளில் இருந்தார்.

அவர் இல்லாதபோது, தேவதாஸ் காந்தியால் அந்த இதழ் கொண்டு வரப்பட்டது. அலகாபாத்தில் மீண்டும் தங்குவதற்குத்

• யங் இந்தியா, 27 டிசம்பர் 1921.

துர்க்காபென் முடிவுசெய்து, மையொற்றுப் பிரதிகள் எடுக்கும் இயந்திரத்தை ஓட்டுவது, பிரதிகளுக்கு மேலட்டை ஒட்டுவது, மேலே முகவரிகள் எழுதுவது ஆகிய பணிகளைச் செய்வதில் தேவதாஸ் காந்திக்கு உதவினார். இந்தியாவின் வடக்குப் பகுதியில் பெண்கள் இத்தகைய பணிகள் செய்வது மிகவும் அரிதாகும். இந்த மாதிரியான பணிகளைச் செய்யும் துர்க்காபென்னைப் பார்த்து மதன்மோகன் மாளவியா பெரிதும் மகிழ்ச்சியடைந்தார்.

லக்னோ சிறையிலிருந்து 1923ஆம் ஆண்டில் மகாதேவதேசாய் விடுதலை பெற்றார். அதே ஆண்டில் அவருடைய தந்தை இறந்தார்.

1924ஆம் ஆண்டில் நவஜீவன் இதழின் ஆசிரியர் பணியை அவர் ஏற்றார். அதே ஆண்டில் அவருக்கு ஒரு மகன் பிறந்தான். 1925ஆம் ஆண்டிலிருந்து, காந்தியடிகளின் சுயசரிதையை மொழிபெயர்க்கத் தலைப்பட்டார். 'யங் இந்தியா' இதழில் அதைத் தொடராக வெளியிட்டார். 1926ஆம் ஆண்டில், சத்தியாக்கிரக ஆசிரமத்தின் செயற்குழுவின் தலைவரானார். நவஜீவன் இதழில் வெளிவந்த அவருடைய கட்டுரை ஒன்றிற்காக, குஜராத் சாகித்ய பரிஷத் (குஜராத் இலக்கியக் கழகம்) தந்த பரிசைப் பெற்றார். 1928ஆம் ஆண்டில் சர்தார் படேலுடன் பர்தோலி சத்தியாக்கிரகத்தில் பங்கு பெற்றார். பின்னர், விசாரணைக் குழுவில் அவர் உறுப்பினரானார். 1929ஆம் ஆண்டில் காந்தியடிகளுடன் பர்மாவிற்குச் சென்றார். உப்புச் சத்தியாக்கிரகத்தில் பங்குபெற்றதற்காக 1930ஆம் ஆண்டில் கைது செய்யப்பட்டு சிறைத்தண்டனை பெற்றார். சிறையிலிருந்து விடுதலை பெற்று வந்தவுடன், வட்டமேஜை மாநாட்டிற்குக் காந்தியடிகளுடன் சென்றார். மீரா பென், தேவதாஸ் காந்தி, பியாரிலால் ஆகியோரும் உடன் சென்றனர். ஐந்தாம் ஜார்ஜ் மன்னரைச் சந்திக்க காந்தியடிகள் சென்றபோது, மகாத்மாவுடன் சென்றவர் மகாதேவ தேசாய் ஒருவர் மட்டுமே.

1932ஆம் ஆண்டில் காந்திஜி, சர்தார் படேல் ஆகியோருடன் மகாதேவ தேசாயும் எரவாடா மத்திய சிறையில் அடைக்கப் பட்டார். 1933ஆம் ஆண்டில் விடுதலையான அவர் மீண்டும் கைது செய்யப்பட்டு, பெல்காம் சிறையில் அடைக்கப்பட்டார். இந்தச் சிறைவாசத்தின்போது, 'காந்தியடிகள் நோக்கில் கீதை' என்ற நூலை மகாதேவ தேசாய் எழுதினார். அவருடைய மறைவிற்குப் பின்னர் அந்த நூல் வெளியிடப்பட்டது. குஜராத் சாகித்ய பரிஷத்தின் ஆதரவில் 1936ஆம் ஆண்டில் நடைபெற்ற மாநாட்டில், இதழியலுக் காக நடத்தப்பெற்ற ஒரு தனி அமர்விற்குத் தலைமை ஏற்குமாறு மகாதேவ தேசாய் அழைக்கப்பட்டார். அந்த மாநாட்டில் அவர் ஆற்றிய உரை இன்றைக்கும் பொருத்தமாக இருக்கிறது.

1938ஆம் ஆண்டில், ஒரிஸ்ஸாவில் உள்ள டிலாங் என்னும் ஊரில், காந்தி சேவா சங்கத்தின் ஆண்டுக்கூட்டம் நடைபெற்றது. சங்கத்தின் அருகிலேயே பூரி ஜகந்நாதர் கோயில் இருந்தது. ஆகவே, அன்னை கஸ்தூரிபா, துர்காபென், பி.ஜி. கெர் அவர்களின் அன்னயார், வேறு

இருபெண்கள் ஆகியோர் ஜகந்நாதர் திருக் கோயிலுக்குச் சென்று ஜகந்நாதரைத் தரிசிக்க முடிவு செய்தனர். அந்த நாட்களில் கோயில் நிர்வாகிகள் தீண்டாமையைக் கடைப் பிடித்ததால் ஹரிஜன மக்களுக்கு இக்கோயிலில் தரிசனத்திற்குச் செல்ல அனுமதி மறுக்கப்பட்டது. பூரி ஜகந்நாதர் கோயிலுக்குப் பெண்கள் சென்றுள்ளனர் என்று தெரிந்ததும், மகாத்மாவால் கோபத்தை அடக்கிக் கொள்ள முடியவில்லை. தீண்டாமையில் இன்னமும் நம்பிக்கை வைத்து நடைமுறைப்படுத்தும் கோயில், தரிசனம் செய்வதற்கு ஏற்ற தகுதியான இடம் அல்ல என்பதைத் துர்கா பென்னிடமாவது சொல்லி, சமாதானம் செய்திருக்க வேண்டும் என்று காந்தியடிகள் மகாதேவ தேசாயிடம் கடுமையாகக் கூறினார். மகாதேவ தேசாய் மறுத்து வாதாடி இருக்கலாம் என்றாலும் அவர் அப்படிச் செய்யவில்லை. அடுத்த நாள் காலை பிரார்த்தனைக் கூட்டத்தின் போது மகாதேவ தேசாய் காந்தியடிகளிடம் சென்று, செய்த தவறுக்காக வருந்தி அழுதார்; தன்னுடைய ராஜினாமாவை மகாத்மாவிடம் கொடுத்தார். இது, காந்தியடிகளின் மன வேதனையை அதிகப்படுத்தியது. இதுபற்றி அவர் பின்வருமாறு எழுதினார்.

"இன்று காலை ஓர் அற்புதப் பரிசு கிடைத்தது. முதல் தவறே இன்னும் சரி செய்யப்படாத நிலையில், தொடர்ந்து ஒன்றன் பின் ஒன்றாகத் தவறுகள் நிகழ்கின்றன! பிரிவைக் காட்டிலும் ஆயிரம் தவறுகளை நான் பொறுத்துக் கொள்வேன். பக்தன் ஒருவனின் கரங்களில் இறப்பது மேலானது… ஆகவே, நீ வெளியேறிச் செல்லத் தேவையில்லை. கோழைத்தனத்தைத் தவிர உன்னுடைய கடிதத்தில் எதுவுமில்லை. என்னைவிட்டுச் சென்றால், பியாரிலால் இங்கிருப்பான் என நீ நினைக்கிறாயா? பியாரிலால் சென்றுவிட்டால், சுசீலா என்னுடன் இருப்பாளாட? அழுவதற்கோ அல்லது உண்ணாவிரதம் இருப்பதற்கோ இது ஏற்ற நேரம் இல்லை."

காந்திஜியுடன் வாழ்வது எப்போதும் எளிதான செயலன்று என்பது மகாதேவதேசாய்க்குத் தெரியும். அவருடன் இருப்பது என்பது, எரிமலையின் வாயில் இருப்பது என்பதாக எப்போதும் உணர்வார். ஆயினும் மகாதேவ தேசாய் நன்கு காந்தியடிகளுடன் பொறுத்துப் போனார்; காந்தியடிகளை விட்டு அவரைப் பிரிக்கவே முடியாது என்னும் நிலைக்கு அவர் உருவானார்.

மைசூரிலும் ராஜ்காட்டிலும் ஏற்பட்ட கிளர்ச்சிகளின்போது, 1939ஆம் ஆண்டில் மகாதேவ தேசாய் முக்கியப்பங்கு வகித்தார். 1940ஆம் ஆண்டில், சிறையில் இருந்த புரட்சியாளர்களின் விடுதலைக்கு வழிகாண வங்காளத்திற்கும் பஞ்சாபிற்கும் சென்றார். 1941ஆம் ஆண்டில் அகமதாபாத்தில் ஏற்பட்ட இனக் கலவரத் திற்குப் பின்னர் அமைதியும் ஒற்றுமையும் நல்லிணக்கமும் ஏற்பட உதவினார்.

1942, ஆகஸ்ட் மாதம் 9ஆம் நாள் மகாதேவ தேசாய் கைது செய்யப்பட்டு, மகாத்மாவுடன் ஆகாகான் மாளிகையில் சிறை வைக்கப்பட்டார். சரோஜினி நாயுடுவும் மீராபென்னும் உடன் இருந்தனர்; கஸ்தூரிபாவும் டாக்டர் சுசிலாநாயரும் பின்தொடர இருந்தனர்.

வழக்கமாக நாள்தோறும் காலை பிரார்த்தனைக் கூட்டத் திற்குச் செல்ல அதிகாலை நான்கு மணிக்கு எழுந்திருக்கும் மகாதேவ தேசாய் ஆகஸ்ட் 15ஆம் நாளன்று எழுந்திருக்கவில்லை. பிரார்த்தனை முடிந்த பிறகு அவர் எழுந்தார். காந்தியடிகளுக்குப் பழச்சாறும் ஏனைய ஆசிரமவாசிகளுக்கு தேநீரும் நன்கு வாட்டப் பட்ட ரொட்டியும் தயார் செய்தார். அவர் நன்கு சுறுசுறுப்புடன் காணப்பட்டார். முழு ஈடுபாட்டுடன் அவர் முகம் மழித்ததைச் சரோஜினிநாயுடு பார்த்தார். மகாதேவ தேசாயைப் பொறுத்த வரையில் வழக்கத்திற்கு மாறானதாக இருப்பதாக அவர் எண்ணினார். சிறைகளின் இன்ஸ்பெக்டர் ஜெனரல் அன்று வருகை தருவது அதற்குக் காரணமில்லை எனவும் சரோஜினி நாயுடு எண்ணினார்.

சிறிது நேர வம்பளப்பிற்குப்பின், சுசீலா நய்யார், காந்தியடி களுக்கு உடல் பிடித்துவிடும் பணிவிடை செய்யச் சென்றார். சரோஜினிவாயுடுவின் அறையிலிருந்து சிரிப்பு ஆரவாரத்தைக் கேட்க முடிந்தது. ‘சுசீலா விரைந்து வா’ என்று யாரோ கூக்குரலிடுவது திடீரெனக் கேட்டது. இன்ஸ்பெக்டர் ஜெனரல் ஒவ்வொருவரையும் பார்ப்பதற்கு ஆவலுடன் காத்து இருப்பதால் வரும் அழைப்பு என்று சுசீலா நினைத்தார். ஆகவே, அவர் அதற்கு மறுமொழி கூறவில்லை. மீண்டும் தன்னைப் பெயர் சொல்லி அழைப்பதை அவர் கேட்டார். அதே நேரத்தில் கஸ்தூரிபா காந்தி பதைபதைத்தபடி ஓடிவந்து, ‘மகாதேவ தேசாய்க்கு என்னமோ ஆகிவிட்டது’ என்று அலறினார். சரோஜினியின் அறைக்குச் சுசீலா விரைந்தோடினார்; மகாதேவ

தேசாய் மயக்கமடைந்து கீழே கிடப்பதைக் கண்டார். அவருடைய நாடித்துடிப்பைச் சுசீலா பார்த்தார். அவருடைய இதயத்துடிப்பு அடங்கிவிட்டது. விரைந்து அங்கு வந்த காந்தியடிகள் பேச்சின்றி அதிர்ச்சியில் உறைந்துபோய் நின்றார். மகாதேவ தேசாயை அவர் கண்கொட்டாமல் பார்த்து நின்றார். மகாதேவ தேசாய் காலமாகி விட்டார் என்பதை அவரால் நம்பமுடியவில்லை.

சிதையில் வைத்து எரியூட்டும் இறுதிச்சடங்கு செய்வதற்கு மகாதேவ தேசாயின் உடலை உறவினர்களிடமும் நண்பர்களிடமும் கொடுப்பதற்குத் தொடக்கத்தில் அரசு தயங்கியது. ஆனால், காந்தியடிகள் அதில் உறுதியுடனிருந்தார். “அன்னியர்களிடம் நான் எப்படி உடலைக் கொடுக்க முடியும்? இறந்த தன் மகனின் உடலை முன்பின் தெரியாதவர்களிடம் எந்தத் தந்தையாவது தருவாரா?” என்றார். காந்தியடிகளின் கோரிக்கைக்கு அரசாங்கம் இறுதியில் ஒப்புக்கொண்டது. ஆகாகான் மாளிகையின் திறந்தவெளி மைதானத்தில், மகாதேவ தேசாயின் இறுதிச்சடங்குகளை நடத்த அனுமதி தந்தது. துர்காபென்னுக்கு அனுப்பிய தேசாயின் மரணச் செய்தியில் காந்தியடிகள் எழுதினார்:

“மகாதேவ் திடீரென்று இறந்துவிட்டார். எந்த முன்னறிவிப்பும் தரவில்லை. முந்தைய இரவில் நன்கு உறங்கினார். காலை உணவு உண்டார். என்னுடன் நடைப்பயிற்சிக்கு வந்தார். சுசீலாவும் சிறைச்சாலை டாக்டர்களும் அவர்களால் இயன்ற அளவிற்கு முயன்றனர். ஆண்டவன் விருப்பம் வேறாக இருந்தது. சுசீலாவும் நானும் உடம்பை நீராட்டினோம். மலர்களால் அலங்கரிக்கப் பட்டு, நறுமணப் புகையிடையே அவருடைய உடல் அமைதியாக இருந்தது. சுசீலாவும் நானும் கீதைப் பாடல்களைப் பாடினோம். யோகிகளுக்கும் நாட்டுப்பற்று மிக்க தியாகிகளுக்கும் கிடைக்கும் சாவு மகாதேவ தேசாய்க்குக் கிடைத்து உள்ளது. பாப்லா, துர்க்கா, சுசீலா ஆகியோரிடம் துயரத்தை அனுமதிக்க வேண்டாம் என்று சொல்; மிகச் ந்த சாவிற்கு மகிழ்ச்சியே இருக்கவேண்டும். என் முன்னால்தான் தகனம் நடைபெற்றது. துர்க்காவை ஆசிரமத்திலே இருக்குமாறு அறிவுரை கூறு. கட்டாயம் போக வேண்டும் என்றால், தன் உறவினர்களிடம் போகட்டும். மகாதேவ தேசாயின் இடத்தைச்

சரியாக நிரப்புவதற்கு ஏற்ப பாப்லா துணிவுடன் இருப்பான் என்று நம்புவோம்.”

அன்புடன் பாபு

ஒளிவுமறைவற்ற, உண்மையும் கட்டுப்பாடும் மிக்க மனிதர்; வாழ்க்கையின் எல்லாவிதமான சோதனைகளிலும் தேறி, எப்படிப் பட்டவராக முடியுமோ அப்படியே ஆனார் மகாதேவ தேசாய். தன்னுடைய தியாகத்தின் கடைசி கணங்களில் அவர் ஒவ்வொன் றையும் ஈட்டினார். அழகான தோற்றம், நல்ல நகைச்சுவைப் பண்புமிக்க உயர் குணமிக்க மனம் உடைய மகாதேவ தேசாய், இந்தியாவின் முதன்மையான தலைவர்களின் பாராட்டையும் பெற்றார். தங்களின் வழக்குகளுக்கு நடுவராகப் பலரும் தேசாயைத் தேர்ந்தனர். எந்த ஒரு பக்கத்திற்கும் சார்புடையவராக இல்லாமல், பல சமயங்களில் மகாத்மா காந்தியடிகளுக்கும் எஞ்சியுள்ள உலகம் முழுமைக்கும் அவர் பாலமாக இருந்தார். ஆனால், அவருடைய முடிவான விசுவாசம் அவர் தலைவரிடமே படிந்தது. மகாதேவ தேசாய் தன் அடிமன ஆழத்தில், காந்தியடிகளுடன் தங்கியிருப் பதையே எண்ணினார்; அவருக்கு முன்னால் தான் இறந்துவிடவும் தேசாய் விரும்பினார். ஒருவரின்றி மற்றவர் இருக்கமுடியாது என்று சொல்லும்படியாக அத்தலைவருக்கும் அவருடைய சீடருக்கும் தனித்தன்மை வாய்ந்த உறவாக அந்த உறவு இருந்தது. அவர்கள் இருவரும் ஈருடல் ஓருயிராக இருந்தனர்.

தன்னுடைய தனிச்செயலரிடம் மிக உயர்ந்த தரத்தை எதிர் பார்த்தவர், பணியாளரிடம் கடும் வேலையை வாங்கும் தலைவர், காந்தியடிகள். உலகப் பொதுவான இந்த மனிதரிடம் தன்னலம் எதுவுமே இல்லை. அவரை அறிய விரும்புவோர்க்கு, அவருடைய வாழ்க்கை ஒரு திறந்த புத்தகம். நிலையான அனைத்து மதிப்புகளின் மொத்த வடிவமாக-கொள்கலனாக-தன்னுடைய தனிச்செயலர் விளங்கவேண்டும் என்று காந்தியடிகள் நம்பினார். அத்தகைய ஒரு செயலர், விளம்பரத்திலிருந்து வெகுதூரம் விலகியிருக்கவேண்டும். மகாதேவ தேசாய், அந்தத் தேர்விலும் வெற்றி பெற்றார். சுதந்திர மாகவும் தனியாகவும் இருந்த அவர், தன்னுடைய குருவின் ஆளுமையுடன் தன் ஆளுமையை இணைத்துக் கொண்டார். மகாத்மா காந்தியடிகளின் சொற்களில்

சொல்வதானால், 'தன்னை ஒரு பூஜ்யம் அளவிற்குக் குறைத்துக் கொண்டார் தேசாய்.

மகாதேவ தேசாய் இவ்வாறு செய்ய முடிந்ததற்கு அவருடைய பக்திதான் முக்கியமான காரணம். கல்லூரி நாட்களில் சுவாமி விவேகானந்தரின் நூல்களைப் படித்தவர். அவற்றின் மூலம் இராமகிருஷ்ண பரமஹம்சரின் தோற்றத்தை உணர்ந்தவர். கோத்ராவில் இருந்துவந்த துறவியான புருஷோத்தம் சேவக்ராம் என்பவரிடத்தில் சுவாமி ராமகிருஷ்ணரின் தனித் திறன்கள் சிலவற்றைத் தேசாய் கண்டார். இந்தத் துறவி கோத்ராவாலா என்று அழைக்கப்பட்டவர். புரிந்துகொள்ள முடியாதவற்றை விளக்கும் அத்துறவியின் முறை தனித்தன்மை வாய்ந்தது. மிகக் குறைந்த அளவிற்கே கல்வி கற்றவரான மகராஜ், மிக எளிய முறையில் அனைத்தையும் விளக்குவார். கீதையின் மையக் கருத்தை விளக்கும் போது, "கீதா கீதா கீதா என்ற சொல்லை மீண்டும் மீண்டும் சொன்னால், தாகி தாகி தாகி என்ற சொல்லைக் கேட்கலாம். தாகி என்ற சொல்லுக்குத் தன்னல மறுப்பு-துறவு- என்பது பொருள்" என ஒருமுறை அவர் விளக்கினார்: "உடம்புடன் கூடிய தன்னுடைய அடையாளத்தை ஒருவன் நீக்கிவிட்டால், கீதையைச் சரியாக அறிந்து கொள்ளலாம்". மற்றொரு சந்தர்ப்பத்தில், 'மோட்சம்' என்ற சொல்லின் பொருளைப் பின்வருமாறு விளக்கி, பண்டிதர் ஒருவரை வியப்பில் ஆழ்த்தினார்: 'மோட்சம்' என்ற சொல், இரு சொற்களால் ஆனது. 'மோகம்' என்பதும் 'க்ஷயம்' (அழிவு) என்பதும் ஆக இரு சொற்கள் உள்ளன. ஆகவே, மோட்சம் என்றால், மோகத்தை அழிப்பது என்று பொருள்.

மிகச் சாதாரண-எளிமையான-துறவி கோத்ராவாலா, மிகுந்த பிடிப்பும் ஈடுபாடும் கொண்ட அடக்கமும் தொண்டும் மட்டுமே அகந்தையை வெற்றி கொள்ளவும் உடற்பற்றை விடவும் உதவும் என்று கற்றுக் கொடுத்தார். "உயர்ந்த நிலைக்குச் செல்ல அனைவரும் முயலுகிறார்கள். ஆனால் ஒருவர் கூட அடக்கத்துடன் நடப்பதில்லை. அடக்கத்துடன் நடப்பவன் மட்டுமே மிக உயர்ந்த நிலையை அடையமுடியும்" என்றார்.

தன்னுடய நல்ல பண்புகள் என்ற செல்வ வளத்துடன் மகாதேவ தேசாய் காந்தியடிகளிடம் சென்றார். காந்தியடி களுடனும் சுற்றுப்புறத்துடனும் மிக எளிதில் அவர் பழகி ஒன்றினார். படிப்பின்மூலம் தன்னை

மேம்படுத்திக் கொண்டார். காந்தியடிகளின் எழுத்துக்களையும் மகாதேவ தேசாயால் கற்று உள்வாங்கிக் கொள்ளமுடிந்தது; அப்படியும் தன்னை ஒரு பூஜ்யமாகக் குறைத்துக் கொண்டார். கிஷோரிலால் மஷ்ருவாலா மகாதேவ தேசாயைப் பின்வருமாறு விளக்கினார்.

நன்கு கற்ற தத்துவவாதியாகவும், படைப்பாளராகவும், கவிஞ ராகவும், கலைஞராவும், பாடகராகவும் இருந்தபோதிலும், தன் தலைவருக்கு மட்டுமின்றி, நண்பர்களுக்காகவும் மனைவி, வேலைக்காரர்கள், மனித இனத்தில் யாருக்காகவும் சுத்தம் செய்யும் வேலையை அவர் விரும்பிச் செய்தார். நோயாளிகளுக்கு உதவ பணிசெய்யும் தாதியாக, துணிவெளுக்கும் சலவைத் தொழிலாளியாக, மற்றவர்களுக்கு உணவிட சமையல் செய்யும் சமையற்காரராக, அழகான கையெழுத்தில் பிரதி எடுக்கும் பணியாளராக, பயிற்சி ஏடுகளைத் திருத்தும் ஆசிரியராக, முடியாத பணிகளை முடித்துத் தரும் சகபணியாளராக, நம்முடைய எண்ணங்களை எல்லாம் புரிந்து கொண்டு எழுதி வைக்கும் செயலராக, நம்முடைய நலனை மனத்தில் கொண்டு செயற்பட்டு தயக்கமான செய்திகளைக் கூடத் திறமையுடன் நிறைவேற்றும் தூதராக, நம்முடைய வழக்கின் தன்மைகளையெல்லாம் நுட்பமாகப் படித்து, நமக்காகப் போராடும் வழக்கறிஞராக, நம்மைப்பற்றி அவருடைய தலைவர் தவறாகப் புரிந்துள்ளவற்றை நடு நிலையில் இருந்து சரிசெய்யும் பண்பாளராக, பல்வேறு உறவுகளுக்கிடையில் நல்ல பக்தியும், தன் தலைவனிடம் உறுதிப்பாடும் நண்பர்களிடம் நம்பிக்கையும் மனைவியிடம் அன்பும் பிள்ளைகளிடம் பாசமும் உடைய மிக உயர்ந்த சான்றாண்மையும் நடுவுநிலைமையும் உடைய மனிதராக அவர் இருந்தார். துன்பப்பட்ட மனிர்களுக்குத் தங்கும் இடம் தந்து பாதுகாப்பும் வலிமையும் தரும் தோழராக அவர் இருந்தார். இவை அனைத்திற்கும் மேலாக, எப்போதும் விழிப்பாக இருக்கும் சாதகனாக அவர் இருந்து, அவருடைய வீரமிக்க மனநிலை, கலைகளில் காட்டும் அன்பு என்பவை காரணமாக ஏற்படும் பற்றும் காதலுமான கவர்ச்சியிலிருந்து அவர் தன்னைக் காத்துக் கொண்டார். அத்துடன், பேராசை போன்ற உணர்வுகளி லிருந்தும், செல்வம், புகழ் ஆகியவற்றின் மீதான இச்சை, பெண்களிடம் ஏற்படும் காதல் ஈடுபாடு என்பவற்றிலிருந்தும் தம்மை அவர் காத்துக்கொண்டார்.

இந்த ஒழுக்கங்கள் நிறைந்த பண்புகளின் காரணமாகவே, ரவீந்திரநாத் தாகூர், சித்தரஞ்சன் தாஸ், மதன்மோகன் மாளவியா, மோதிலால் நேரு, ராஜாஜி, ராஜேந்திரபிரசாத், சர்தார் படேல்

போன்ற பெரியவர்களால் மகாதேவ தேசாய் விரும்பப்பட்டார். 1928ஆம் ஆண்டில், பர்தோலி சத்தியாக்கிரகத்திற்குப் பின்னர். புரூம்பீல்டு குழுவிற்கு முன்வைப்பதற்காக வேண்டிய சான்றுகளைத் திரட்டவும் வகைப்படுத்தவும், சர்தார் படேலுக்கு உதவுவதற்கு மகாதேவ தேசாயைக் காந்தியடிகள் அனுப்பினார். இந்தப் பணியை மகாதேவதேசாய் திறமையுடனும் மிக உன்னிப்பாக, ஒன்றையும் விடாமலும் செய்தார். புரூம்பீல்டும் ரெஜினால்டு மாக்ஸ்வெல்லும் அவரைத் தங்கள் நண்பராக நடத்தும் அளவிற்கு மகாதேவ தேசாய் இதைச் செய்தார். அவர்களிருவரும் தனித்தனியாகத் தம் உணர்வை வெவ்வேறு வழிகளில் வெளிப்படுத்தினர். ஒருவர் மிக்க அன்பும் பாசமும் வெளிப்பட நடத்தினார்; பெல்காம் சிறையில் உள்ள ஏனைய குற்றவாளிகளிலிருந்து பிரித்து தேசாயைத் தனியே வைத்து நடத்தினார் மற்றவர்.

அவருடைய பொதுவாழ்க்கை உறவுகள் மிகச் சிறப்பாக இருந்தன. காந்தியடிகளின் எண்ணங்களுக்கும் செயல்முறைகளுக்கும் அவர் முன்னுரைக்கும் குரலாக விளங்கினார். மகாத்மாவின் எல்லாவிதமான செயல்களையும் மிக நுணுக்க மாகவும் விரிவாகவும் எடுத்துரைத்த அரிய சாதனையை மகாதேவ தேசாய் செய்தார்; இதுவரை வெளியாகியுள்ள இருபது தொகுதி களான நாட்குறிப்பில் இதைக் காணலாம். சிறிய அளவிலான தன்முனைப்பைக்கூட வெளிக்காட்டாமல், மிக அரிதாக இப்பணியைச் செய்துள்ளார். மகாதேவ தேசாய் இல்லாமல் காந்தியடிகளையோ அல்லது காந்தியடிகள் இல்லாமல் மகாதேவ தேசாயையோ எண்ணிப் பார்ப்பது கடினமான செயலாகும்.

1917ஆம் ஆண்டு முதல் 1942ஆம் ஆண்டு முடிய மகாதேவ தேசாய், காந்தியடிகளுடன் வாழ்ந்தார். ‘ஐம்பதாண்டுக்கால தன்னுடைய வாழ்க்கைக் காலத்தில், நூறாண்டுக்காலப் பணியை மகாதேவ தேசாய் செய்துள்ளார்’ என்று காந்தியடிகள் சரியாகச் சொன்னார். தேசாய் எழுதிய ஐம்பது நூல்களைப் பார்த்தால், அவரைப்பற்றி காந்தியடிகள் கூறிய சொற்களின் சரியான தன்மையை உணரலாம்.

தாகூரின் படைப்புக்கள் சிலவற்றை அவர் மொழிபெயர்த்த பணி, சமகால நிகழ்வுகளின் மீது அவர் எழுதிய நூல்கள், அவருடைய வாழ்க்கை வரலாற்றுச் சித்திரங்கள், இருபது நாட்குறிப்புகள், காந்தியடிகளின் 'சத்தியசோதனை' யின் ஆங்கில மொழிபெயர்ப்பு உள்ளிட்ட பத்து நூல்கள், குஜராத்தியில் அவர் மொழிபெயர்த்த 'ஜவஹர்லாலின் சுயசரிதை' ஆகியன இதில் அடங்கும். இவற்றுடன் யங் இந்தியா, நவஜீவன், ஹரிஜன பந்து ஆகிய இதழ்களுக்கு அவர் கட்டுரைகள் எழுதினார்.

'ஒரு மனிதன் எந்த அளவுக்கு உயர முடியுமோ அந்த அளவுக்கு உயர்ந்த ஒரு மனிதருடைய வாழ்க்கைக் கதை இது. ஆகவே, அவருடைய இழப்பு ஈடுசெய்ய முடியாதது. ஆகாகான் மாளிகையில் காந்தியடிகள் அவருடைய சமாதிக்கு நாள்தோறும் சென்று வருவார். அப்படிச் சென்றபோது ஒருநாள் தன்னைச் சுற்றியிருந்த பரிவாரத்திடம், மகாதேவ தேசாயின் வாழ்க்கை முழுவதுமே பக்திப்பாடலாக இருந்தது என மகாத்மா கூறினார். சமாதியின் முன் அமர்ந்து அனைவரும் கீதையின் பக்தியோகம் படிக்கவேண்டுமென விரும்பினார். "சீடனாக இருந்தபடியே, மகாதேவ தேசாய் எனக்குக் குருவாக ஆனார். அவரை நினைவில் வைக்கவும் அவரைப்போல உயரவும் நான் அவருடைய சமாதிக்கு வருகிறேன். அவருடைய அடிச்சுவடுகளில் நடக்க ஆண்டவனைப் பிரார்த்திப்போம்" என்று காந்தியடிகள் கூறினார்.

6. கிஷோரிலால் மஷ்ருவாலா

காந்தியடிகளின் ஆசிரமத்தில் அதன் தொடக்க காலத்தில் இருந்து வாழ்ந்தவர்களில், தங்களுடைய சொந்தமான, பகுத்தறிவு மிக்க சிந்தனைகளால் தங்களை வேறுபடுத்திக் காட்டியவர்கள் இருவர். அவர்கள் வினோபா பாவேயும் கிஷோரிலால் மஷ்ருவாலாவும் ஆவர். வேதங்கள், உபநிடதங்கள், கீதை, உலகச் சமயங்கள் ஆகியவற்றில் வினோபா தோய்ந்திருந்தார்; தத்துவம், சமயம், கல்வி ஆகியவற்றில் கே.ஜி. மஷ்ருவாலாவின் ஈடுபாடு இருந்தது. தூயதும் மாசற்றதுமான சிந்தனைத்திறனும், பிழையற்ற இயல்பும் உடைய மஷ்ருவாலாவிடம், தம்முடைய சிந்தனைகளை ஒருதலைச் சார்பின்றி முன்வைக்கும் வலிமை இருந்தது. எப்போதெல்லாம் தேவை என்று உணர்கிறாரோ அப்போதெல்லாம் காந்தியடிகளுக்கு எதிராகவும்கூட நின்று, தம்முடைய நம்பிக்கையின் காரணத்தை எடுத்துக்கூறி விவாதித்து இணங்கவைப்பார். ஆயினும்கூட, காந்திய நெறியின் மிகவும் நம்பிக்கைக்குரிய உணர்ச்சிமிக்க சாதகராக அவர் இருந்தார்.

1890ஆம் ஆண்டு அக்டோபர் 5ஆம் நாள் பம்பாயில் கிஷோரி லால் மஷ்ருவாலா பிறந்தார். அவருடைய பாட்டனார் லட்சுமிசந்த் சூரத்தில் வசித்தவர். அவர் அங்கு மஷ்ரு வியாபாரத்தில் ஈடுபட்டிருந்தார். பஞ்சுநூலும், பட்டுநூலும் கொண்டு நெய்யப்பட்ட ஒருவகை ஆடைக்கு மஷ்ரு எனப் பெயர். ஆகவே, அந்தக் குடும்பம், மஷ்ரு என்னும் குடும்பப்பெயரை மரபுவழியாகப் பெற்றது. தொடக்கத்தில் வல்லபாச்சாரியாரின்

• 'சிரயர்த்தனி சாதனா' என்னும் பெயரில் குஜராத்தியில் நரஹரி பரிக்கால் எழுதப்பட்டுள்ள வாழ்க்கை வரலாற்றின் மொழிபெயர்ப்பு. அகமதாபாத், நவஜீவன் பதிப்பகத்தால், 1991ஆம் ஆண்டில் இரண்டாம் பதிப்பு வெளியிடப்பட்டது. பதிப்பகத்தாரின் அனுமதி பெற்றுப் பயன் கொள்ளப்பட்டது.

பிரிவைச் சார்ந்த பக்தனாக இருந்த லட்சுமிசந்த் பின்னர் சுவாமி நாராயணர் நெறிக்கு உணர்ச்சி மிக்க பக்தனாக ஆனார். விரைவில் அவர் குடும்பமும் சுவாமி நாராயண நெறியைப் பின்பற்றியது.

கிஷோரிலால் என்ற பெயருக்குப் பின்னால் சுவையான கதை ஒன்று உள்ளது. அவர் எட்டுமாதக் குழந்தையாக இருந்த போது ஒருநாள் அவர் தொட்டிலில் படுத்திருந்த அறையின் கதவு காற்றில் திறந்து கொண்டது. ஆளிவிதைக் குவியல் காற்றில் அடித்து வரப்பட்டு அறையில் விழுந்தது. குழந்தை என்ன ஆயிற்றோ என்ற அச்சத்துடன் அனைவரும் ஓடோடிச் சென்றனர். இறைவனின் சித்தம் வேறு விதமாக இருந்தது. வேலைக்காரப் பெண், குழந்தையை வேறு ஓர் அறைக்கு இடம் மாற்றிப் படுக்க வைத்திருந்ததை அறிந்து அவர்கள் அமைதியாயினர். கிஷோரி லாலின் பெற்றோர்கள், கடவுளின் கருணைக்கரங்கள்தான் தங்கள் சிறுவனைக் காப்பாற்றியதாக எண்ணினர். ஆகவே, அவர்கள் கனஷ்யாம் என்ற பெயரை இரண்டாவது பெயராகச் சூட்ட முடிவு செய்தனர். சுவாமி நாராயணன் சம்பிரதாயத்தை உருவாக்கிய நிறுவனத் தலைவர் சுவாமி சஹஜானந்தரின் இரண்டாவது பெயர் கன்ஷ்யாம். கிஷோரிலாலின் தந்தையின் உண்மைப்பெயர் இச்சாராம் என்பதால், சிறுவனுக்குக் கிஷோரிலால் கனஷ்யாம் மஷ்ருவாலா எனப் பெயரிடப்பட்டது. சாவின் விளிம்பைத் தொட்டு தப்பியதைக் காரணமாக ஏற்றவர்.

அகோலாவிலும் பம்பாயிலுமாக மாறி மாறி, இச்சாராம் வசித்தார். முயற்சி ஏதுமின்றி, குஜராத்தி, மராத்தி இரண்டு மொழிகளையும் கற்பதற்குக் கிஷோரிலாலுக்கு இது உதவியது. இவ்விரண்டிலும், கிஷோரிலால் அகோலாவில் வழங்கப்பட்ட மராத்தியை வெறுத்தார். ஏனென்றால், ஆசிரியர்களும் மாணவர் களும் தூய்மையற்ற கொச்சையான மொழியைப் பேசினர். செகண்டரிப் பள்ளிக் கல்வியை அவர் பெரும்பாலும் பம்பாயில் கற்றார். தன்னுடைய கல்வியின் குறிக்கோளாக விடாமுயற்சி யையும் ஆழ்ந்த சிந்தனையுமைக் கொண்டார். கிஷோரிலாலின் குழந்தைப் பருவம் உள்முகமான, பிரதிபலிக்கும் சிந்தனையை வெளிப்படுத்துகிறது.

மெட்ரிகுலேஷன் தேர்வில் தேர்ச்சி பெற்றபின், வில்சன் கல்லூரியில் கிஷோரிலால் ஏதேனும் உதவித்தொகை பெறுவதற் காகவே சேர்ந்தார். பட்டப்படிப்பிற்கு இயற்பியல், வேதியியல் இரண்டையும் தன்

பாடங்களாகக் கிஷோரிலால் தேர்ந்தெடுத்தார். நவம்பர் 1909இல் அவற்றில் தேர்ச்சி பெற்றார். 1913இல் அவர் எல்.எல்.பி. தேர்வில் தேர்ச்சி பெற்றார். அகோலாவில் வழக்கறிஞர்

பணியைத் தொடங்கினார். மாணவப் பருவத்திலும் புத்திக் கூர்மையான பாங்கை அவர் பின்பற்றினார். நேர்மையான மனிதராக இருந்ததால், வழக்கறிஞர் பணியில் அவர் புகழ் பெற்றார்; மூன்றாண்டுகள் அப்பணியில் ஈடுபட்டிருந்தார். துரதிர்ஷ்டவசமாக அவருடைய நுரையீரல்கள் வலிமைகுன்றி இருந்தன. அவர் ஆஸ்துமா நோயால் மிகவும் பாதிக்கப்பட்டார். ஆகவே, அவர் வழக்கறிஞர் பணியை விட்டுவிட்டு பம்பாய் சென்று தன் சகோதரருக்கு வியாபாரத்தில் உதவினார். வியாபாரத்தில் தமக்கு நாட்டமில்லாததை அவர் அங்கு உணர்ந்தார்.

அந்த நாட்களில் தேசப்பற்று அலை நாடெங்கிலும் வீசிக் கொண்டிருந்தது. புத்தெழுச்சி பெறுகின்ற நாட்டில், ஒருவகையான மறுமலர்ச்சி மென்மையாக வீசியது. கிஷோரிலாலின் இதயம் 'புதிய வயல்களும் புதிய மேய்ச்சல் நிலங்களும்' வேண்டும் என்ற பேரவாவுடன் இருந்தது. தக்கர்பாபா என்று அறியப்பட்ட அமிர்த லால் தக்கருடன் தற்செயலாக அவர் தொடர்பு கொண்டார். அவருடைய குடும்பத்தில் நாட்டுப்பற்று, தேசத்தின்மீது காதல் என்னும் பண்புகள் ஏற்கெனவே இருந்தன. 1905ஆம் ஆண்டில் வங்காளப் பிரிவினைக்குப் பின்னர் மஷ்ருவாலாவின் குடும்பம், சுதேசி இயக்கச் செல்வாக்கிற்கு ஆட்பட்டது. தாதாபாய், சுரேந்திர நாத் பானர்ஜி, கோகலே ஆகியோரைத் துறவிகளாக எண்ணி கிஷோரிலால் வழிபட்டு வந்தார். காந்தியடிகளின் மூத்தமகன் ஹரிலால், அவருடைய வகுப்புத்தோழன் ஆனபடியால் கிஷோரி லால் பள்ளி நாட்களில் இருந்தே காந்தியடிகளின் பெயரைக் கேள்விப்பட்டிருந்தார்.

கிஷோரிலால் தம்முடைய மூத்த சகோதரருடன் பம்பாயில் இருந்தபோது, ஒருமுறை தக்கர் பாபாவிடமிருந்து ஒரு செய்தியைப் பெற்றார். அச்செய்தியில் இந்தியப் பணியாளர்கள் சமூகக் கட்டிடத்தில் நடைபெறவுள்ள காந்தியடிகள் உரையாற்றும் கூட்டத்தில் பங்கேற்குமாறு அழைக்கப்பட்டிருந்தார்: சங்கர்லால் பாங்கரும் மற்றவர்களும் காந்தியடிகளுடன் வந்தனர். பம்பாயில் முன்னரே

காந்தியடிகள் உரையாற்றிய இரு கூட்டங்களைக் கேட்டிருந்தாலும், காந்தியடிகளுடன் முறையான அறிமுகம் கிஷோரிலாலுக்கு இல்லை. சில நாட்கள் கழித்து, இந்தியப் பணியாளர் சமூக அலுவலகத்தில் தக்கர் பாபாவைச் சந்தித்த போது அவர் மஷ்ருவாலாவிடம், காந்தியடிகளிடமிருந்து தமக்கு வந்த கடிதத்தைக் காண்பித்தார். அக்கடிதத்தில், சம்பரனில் நடைபெற உள்ள சத்தியாக்கிரகப் போராட்டப் பணியில் தமக்கு உதவ தொண்டர்களை அனுப்பி வைக்க வேண்டியிருந்தார்.

தொண்டராக அங்கு செல்ல விருப்பம்தானா என்று மஷ்ருவாலா விடம் தக்கர்பாபா கேட்டார். கிஷோரிலால் உடனடியாக அதற்கு இசைவு கூறினார். தம்முடைய மூத்த சகோதரரிடம் அதற்கு அனுமதி கேட்க, அவர் தயக்கத்துடன் அனுமதி தந்தார். அவரைத் தனியே அனுப்புவதற்கு விரும்பாத அவருடைய மனைவி கோமதி பென்னை அதற்கு இசைய் வைத்தார். கிஷோரிலாலின் பலவீனமான உடல்நலனைப் பார்த்த காந்தியடிகள் சம்பரனிற்குப் பதிலாக, ஆசிரமப் பள்ளிக்குச் சென்று பணியாற்றுமாறு கருத்துரைத்தார். இதனால் ஏமாற்றம் அடைந்தாலும் காந்தியடி களின் விருப்பத்திற்கு உடன்பட்டார்; தம்முடைய உறவினர் களுடனும் நண்பர்களுடனும் சில நாட்கள் கலந்து ஆலோசனை செய்துவிட்டு, சத்தியாக்கிரக ஆசிரமத்திலுள்ள ராஷ்ட்ரியசாலா பள்ளியில் பணிக்கச் சேர்ந்தார். சிலகாலம் வரையிலும் அவர், நரஹரிபரிக்கின் வீட்டில் தங்கியிருந்தார்; அங்கேயே உணவு உண்டார்.

ராஷ்டிரியசாலாவில் பணியில் சேர்ந்தபின்னர், சுவாமி நாராயணன் சம்பிரதாயம் சார்ந்த சடங்குகளைக் கிஷோரிலால் பின்பற்றிவந்தார். உணவுக் கூடத்தில், அமரும் இருக்கை வரிசை களைப் பிரித்துவைத்துப் பாகுபாடு செய்வதை அவர் நம்பினார். ஆனால், அவருடைய காலந்தவறாமை, நேர்மை, வாழ்க்கை ஒழுங்குமுறை ஆகியவற்றுக்காக அவர் அறியப்பட்டவர்.

ஓராண்டுக்காலமே ராஷ்டிரியசாலா பள்ளியில் பணியாற்ற கிஷோரிலால் முடிவு செய்திருந்தாலும், ஏறக்குறைய இரண்டு ஆண்டுகள் வரை தொடர்ந்து அவர் அங்கு பணியாற்றினார். அதன் பின்னர் அவர் பம்பாய் சென்று வியாபாரத்தில் சகோதரருக்கு உதவினார். ஆனால், வியாபாரத்திற்காக அவர் படைக்கப் படவில்லை.

இதற்கிடையில் காந்தியடிகளின் மந்திரப்பிடியிலிருந்து தப்புவது முடியாத செயல் என்று அவர் உணர்ந்தார்; அவர் இன்னமும் காந்தியடிகளுடன் கடிதத் தொடர்பு வைத்திருந்தார். ஜூலை 1920இல் கிஷோரிலால் ஆசிரமத்திற்குத் திரும்பினார். குஜராத் ராஜ்ஜிய பரிஷத் சார்பில் ஒரு கூட்டம் நடைபெற்றது. ஒத்துழையாமை இயக்கம், தேசியக் கல்வி ஆகியவற்றை ஆதரித்துத் தீர்மானங்கள் இயற்றப்பட்டன. தேசியக் கல்விக் குழுவின் செயலர்களாக, இந்துலால் யாக்னிக், கிஷோரிலால் மஷ்ருவாலா இருவரும் நியமிக்கப்பட்டனர். 'குஜராத் வித்யாபீடம்' உருவாக்குவதற்கான விதிமுறைகளையும் ஒழுங்கு முறைகளையும் இந்தக்குழு உருவாக்கியது. குஜராத் வித்யாபீடத்தின் முதல் வேந்தராக மகாத்மா காந்தியடிகளும், ஆசார்ய கித்வானி அதன் துணைவேந்தராகவும் கிஷோரிலால் அதன் முதல் பதிவாள ராகவும் ஆனார்கள்.

கிஷோரிலால் மஷ்ருவாலாவிற்கு இது மிகவும் சிக்கலான காலமாகும். தன்னுடைய சமய நம்பிக்கைகளுக்கும் நடைமுறையில் உள்ள சரிவுகளுக்குமாகப் பெருத்த மனக்குழப்பத்திற்கு ஆளாகிய காலம் இது. தம்முடைய கடமைகளை அவர் நன்கு செய்தாலும், இவ்வுலக வாழ்க்கை சார்ந்த செயல்பாடுகளில் அவர் இதயம் முழுமையாக நிறைவு அடையவில்லை. ஒத்துழையாமை இயக்கம், தேசியக்கல்வி ஆகியவை பற்றிய விவாதங்களில் அவர் மகிழ்ச்சி கரமாக இல்லை. ஜனவரி 1921இல் பதிவாளர் பதவியிலிருந்து அவர் ராஜினாமா செய்தார். சமய நூல்களைப் படிப்பதில் காலத்தைச் செலவழித்தார். மார்ச் மாதத்தில் அவர் கேதார் நாத்ஜியைச் சந்தித்து அவருடன் தொடர்பு கொண்டார். அவர்களுடைய முதல் சந்திப்பில் ஆசிரமம், குடும்பம், ஏனைய செயல்பாடுகள் அனைத்தையும் விட்டுவிட்டு தனிமையான இடத்திற்குச் சென்று, பரமார்த்திக சுயராஜ்யம் தெய்வீக விடுதலைக்காக முயற்சிசெய்ய விரும்பித் தன்னுடைய ஆசையைக் கிஷோரிலால் வெளியிட்டார். கேதார்நாத்ஜி பொறுமையுடன் அவர் சொன்னதைக்கேட்டு, ஆசிரமத்திலிருந்து தொலைவில் சென்றுவிடாமல், அருகிலேயே குடிசை ஒன்றில் இருந்து வாழுமாறு அறிவுரை கூறினார். சிலகாலத்திற்குக் கிஷோரிலால் குடிசையில் தங்கினார்; தனக்கு விருப்பமான பக்தி நூல்களைப் படிப்பதில் காலம் கழித்தார். தொடர்ந்து, தம்முடைய முன்னேற்றத்தில் அவர்

நிறைவு இன்றி இருந்தார். அபுமலைக்குச் சென்று, முற்றிலுமான தனிமையில் தியானம் செய்ய அவர் முடிவு செய்தார். கேதார்நாத்ஜி தாமும் உடன் வருவதாக வலியுறுத்த, மிகுந்த தயக்கத்திற்குப் பின்னர் கிஷோரிலால் அதற்கு இசைந்தார்.

அபு மலையில், கிஷோரிலாலுக்கும் கேதார்நாத்ஜிக்கும் இடையில் நீண்ட விவாதம் நடைபெற்றது. கிஷோரிலால் எழுப்பிய அனைத்து வினாக்களுக்கும் திருப்திகரமாக கேதார்நாத்ஜி பதில் அளித்தார். இந்த விவாதங்கள் கிஷோரிலாலின் மனத்தில் புதிய ஒளியைப் பாய்ச்சின. அவர் மனத்தில் இருந்த சந்தேகங்களை எல்லாம் போக்கின. விடுதலை பெற்றதாக உணர்ந்த அவர் கேதார்நாத்ஜியைத் தன் குருவாக வரித்தார்.

அதன்பின்னர், முன்னறிவிப்பு ஏதுமின்றி ஆசிரமத்திற்கு மீண்டும் வந்து, கூடுதலான தெளிவுடனும் மிகுந்த ஈடுபாட்டுடனும் தம்முடைய பணிகளைச் செய்தார். ஆனால், தம்மை ஒரு போதும் ஆசிரமவாசியாக கிஷோரிலால் உரிமை கொண்டாடியதில்லை.

பிரச்சினைகளில், அவரால் காந்தியடிகளை நேருக்கு நேர் பார்த்து எதிர்கொள்ள முடியவில்லை. ஆனாலும் அவர் ஒருபோதும் காந்தியடிகளை விட்டு விலக எண்ணவில்லை என்னும் அளவிற்கு, அவருடைய கௌரவம் மிக உயர்ந்ததாகவும் பண்பட்டதாகவும் இருந்தது.

1927ஆம் ஆண்டில், ஏதேனும் ஒரு கிராமத்திற்குச் சென்று, பணிசெய்வது பற்றிக் கிஷோரிலாலும் அவருடைய மனைவி கோமதிபென்னும் எண்ணினர். சூரத் மாவட்டத்திலுள்ள மதி என்னும் கிராமத்தின்மீது அவர்களின் பார்வை விழுந்தது.

அடுத்த ஆண்டில், பெருமழை, வெள்ளம் காரணமாகத் குஜராத் மாநிலம் பெருத்த அழிவிற்கு உள்ளானது. சர்தார் படேல் வெளியிட்ட வேண்டுகோளை ஏற்று, கிஷோரிலாலும் கோமதி பென்னும் பரோடா மாவட்டத்தில் வெள்ள நிவாரணப் பணி களைச் செய்ய விரைந்தனர். அங்கு அவர்கள் ஆறுமாத காலம் பணி செய்தனர். அப்போது, வாழ்க்கையின் அனைத்துத் தரப்பு மக்களுடனும் அவர்கள் பழக நேரிட்டது. தவறு செய்தவர்களிடம் உண்மையான சத்தயாக்கிரகி எவ்வாறு பழகுவானோ, அவ்வாறே திருடர்களுடனும்

சமூகவிரோதிகளுடனும்கூடப் பழக அவர்கள் கற்றனர். பரோடாவில் நிவாரணப் பணிகளில் ஈடுபட்டிருந்த போது, மார்புச்சளி, காய்ச்சல் நோயால் அவர் கடுமையாகப் பாதிக்கப் பட்டார். பம்பாய் சென்ற அவருக்கு நிமோனியா காய்ச்சல் ஏற்பட்டது.

கிஷோரிலாலின் சகோதரர் பாலுபாய், கிஷோரிலாலைக் கண்ணும் கருத்துமாகக் கவனித்தார். மஷ்ருவாலா சகோதரர்களிடம் காணப்பட்ட தனித்தன்மைமிக்க ஒன்றைக் கேதார்நாத்ஜி எடுத்துரைத்தார். கேதார்நாத்ஜி குஜராத்தி மொழியில் வருணித்த அந்த நிகழ்ச்சியின் நேரடி மொழி பெயர்ப்பு பின்வருமாறு:

வாசையில் ஒருமுறை, கதர் உடை அணிந்த ஒருவர் என்னைப் பார்க்க வந்தார். புதிதாக வந்தவரிடம், "நீங்கள் யார்? எங்கிருந்து வருகிறீர்கள்," என்று நான் கேட்டேன். "என் பெயர் பாலுபாய். கிஷோரிலாலின் மூத்த சகோதரன் நான்" என்று அந்த விருந்தினர் பதில் கூறினார். "பம்பாயில் நான் வியாபாரம் செய்து வருகிறேன். நாங்கள் மூன்று பேர் உடன்பிறந்த சகோதரர்கள். நீங்கள் சொல்லும் அறிவுரையைக் கிஷோரிலால் அப்படியே கேட்பார் என்பதால், உங்களிடம் சிலவற்றைச் சொல்ல வந்துள்ளேன். ஆண்டு முழுவதும் சம்பாதித்த லாபத்தில் மூன்றுபங்கைத் தீபாவளி சமயத்தில் எடுத்துவைப்பேன். அவருக்கு என்று பங்கீடு செய்து ஒதுக்கிவைக்கப்பட்ட பங்கை கிஷோரிலால் ஏற்க மறுக்கிறார். தனக்கு வாழ்க்கை நடத்துவதற்கு வேண்டிய பொருளை ஆசிரமத்திலிருந்து அவர் பெற்றுக் கொள்வதை நான் விரும்பவில்லை. எங்களிடம் வீட்டில் பணம் இருக்கும்போது, பொதுமக்கள் பணத்திலிருந்து எதற்காக அவர் பணம் எடுக்க வேண்டும்? ஒவ்வொரு ஆண்டும் அவருக்காக நான் எடுத்து வைக்கும் அவருக்குரிய பங்கு, பயன்படுத்தப்படாமலே அப்படியே உள்ளது. தாங்கள் அவரிடம் என் உணர்வுகளை அன்புகூர்ந்து சொல்லுவீர்களா?" என்று கேட்டார்.

ஆகவே, கேதார்நாத்ஜி ஆசிரமத்திற்குச் சென்று, கிஷோரிலாலிடம் அவருடைய மூத்த சகோதரர் கூறிய செய்திகளைக் கூறினார். "எங்கள் தந்தையார் இறந்த சமயத்தில் நாங்கள் கடனில் இருந்தோம். பாலுபாய் வியாபாரத்தைச் சமாளித்து ஏற்று நடத்தினார். ஆனாலும் உடல் ரீதியாகவும் உள்ளத்தாலும் அவர் பெரிதும் துன்பப்பட்டு வியாபாரத்தை நடத்தினார். இப்போது

நாங்கள் யாருக்கும் எந்தக் கடனும் கொடுக்கவேண்டிய நிலையில் இல்லை என்பது உண்மை. மிச்சதொகை சிறிது சேர்ந்திருக்கலாம். எங்கள் தந்தையார் வைத்துவிட்டுப்போன கடனை அடைப் பதற்கு நான் எந்த முயற்சியும் செய்யவில்லை. தன்னுடைய தனிப்பட்ட முயற்சிகளால் பாலுபாய் சேர்த்த செல்வத்தை அனுபவிக்க எனக்கு உரிமையில்லை என்று நினைக்கிறேன். நான் பொதுமக்களுக்காகப் பணி செய்கிறேன். ஆகவே, என்னுடைய செலவிற்குப் போதுமான பணத்தைப் பொதுமக்கள் பணமான ஆசிரமப்பணத்திலிருந்து எடுத்துக் கொள்ளுவதில் தவறு ஏதுமில்லை. பொருளைச் சம்பாதிப்பதற்குத் தான் ஒருவன் மட்டுமே அத்தனை துன்பங்களையும் அனுபவித்துவிட்டு, அத்தனை கவலைகளையும் தான் மட்டுமே தாங்கிக்கொண்டு, எனக்கு லாபத்தில் ஒரு பங்கை எடுத்துவைப்பது என்பது மூத்த சகோதரரின் பெருந்தன்மையைக் காட்டும். ஆனால், என்னைப் பொறுத்தவரையில் அதை ஏற்பது என்பது நியாயமாகாது" என்று கிஷோரிலால் அச்செய்திக்குப் பதில் கூறினார்.

கேதார்நாத்ஜி, இவை அனைத்தையும் பாலுபாயிடம் கூறினார். கிஷோரிலாலின் இந்த விவாதங்களால், பாலுபாய் திருப்தி அடையவில்லை. தங்களுடைய தந்தையாரின் மறைவிற்குப் பிறகு தான் வியாபாரத்தைச் சமாளித்து கடவுளின் கருணையால் கடன் முழுவதையும் அடைத்துவிட்டு, சிறிது தொகையை சேமிக்கவும் முடிந்தது என்று மூத்த சகோதரர் விளக்கம் கூறினார். ஆனால், லாபத்தில் சகோதரர் அனைவருக்கும் பங்கு உண்டு என்றும் அவர் கூறினார். "அவருக்கு உரிய பங்கை நான் கிஷோரிலாலுக்குக் கொடுக்கும்போது பெருந்தன்மை என்ற பேச்சுக்கு எங்கு இடம் உள்ளது? ஒருவர் தமக்குரிய பங்கை எடுத்துக்கொள்வதில் தவறு ஏதுமில்லை. குமாஸ்தா ஒருவன் என் இடத்தில் இருந்து, வியாபாரத்தை நடத்தி லாபமும் ஈட்டினான் என்றால், அதைச் சம்பாதித்த காரணத்திற்காக அந்தக் குமாஸ்தாவிற்கே அந்த லாபம் உரியது என்று கூறலாமா? அந்த வாதம் எனக்கும் பொருந்தும்" என்று கூறினார் பாலுபாய்.

முன்னுதாரணமற்ற அன்புச் சண்டை இது. இத்தகைய வழக்கில் தீர்ப்புசொல்லுவது என்பது மிகவும் கடினமான செயல். உண்மையும் நேர்மையும் தலைசிறந்த நற்குணங்களாக உள்ள இந்தச் சண்டையில்,

முடிவு கூறமுடியாத தம்முடைய இயலாமையை உணர்ந்து, கேதார்நாத்ஜி கைகழுவி விட்டார்.

மிக விரைவில் நோயிலிருந்து குணம்பெற்று, 1928இல் வைல்பர்லே என்னும் இடத்தில் இருந்த ராஷ்டிரியசாலாவில் பணியாற்ற கிஷோரிலால் விரும்பினார். ஏனெனில், பணிபுரிந்த படியே, பம்பாயில் உள்ள தம் வீட்டையும் பார்த்துக்கொள்ள எண்ணினார். 1930ஆம் ஆண்டில் உப்புச் சத்தியாக்கிரகப் போராட்டம் வந்தது. விரைவில், ராஷ்டிரியசாலா பள்ளி சத்தியாக்கிரக முகாமாக மாற்றப்பட்டது. ஜம்னாலால் பஜாஜ், பி.ஜி. கேர், சுவாமி ஆனந்த் ஆகியோருடன் கிஷோரிலால், கோமதி பென் உள்ளிட்ட பலரும் அப்போராட்டத்தில் பங்கு பெற்றனர். உப்புச் சட்டத்தை மீறியதற்காக அவர்கள் கைது செய்யப்பட்டனர். இரண்டாண்டுகாலம் கடுமையான சிறைவாசமும் அபராதமும் செலுத்த வேண்டும் என்று தீர்ப்பளிக்கப்பட்டு தண்டிக்கப் பட்டனர். அபராதக் கட்டணத்தைச் செலுத்தவில்லை என்றால் ஒன்றரை மாத காலம் கூடுதல் சிறைத்தண்டனையைச் சேர்த்து அனுபவிக்க வேண்டும் என்று விதிக்கப்பட்டது. நாசிக் மத்திய சிறையில் கிஷோரிலால் அடைக்கப்பட்டார். 1933 அக்டோபர் 5ஆம் நாள், கிஷோரிலால் விடுதலையானபோது, அவர் நோய்வாய்ப்பட்டிருந்தார். எனவே, உடல் நலம்பெறும் வரை ஓராண்டுக்காலத்தை இங்கும் அங்குமாகக் கழித்தார். 1934இல் தன்னுடைய எதிர்கால வாழ்க்கைக்காகத் தங்குவதற்கு நிலையான இடம் ஒன்றைக் கிஷோரிலால் தேடிக் கொண்டிருந்தார். சபர்மதி ஆசிரமம் மூடப்பட்டுவிட்டது. வழக்கம்போல, ஜம்னாலால் பஜாஜ் அவரை வார்தா ஆசிரமத்திற்கு அழைத்தார். கிஷோரிலால் வார்தாவிற்குச் சென்றார். காந்தியடிகளின் ஆணையை ஏற்று, காந்தி சேவா சங்கத்தின் தலைவரானார். மாறுபட்ட மன நிலை களுடன்கூட, 1940ஆம் ஆண்டில் இறுதியாக அது மூடப்படும் வரையில் அதன் தலைவராக இருந்தார்.

காங்கிரஸ் தீர்மானத்தின்படி, 1942ஆம் ஆண்டு ஆகஸ்ட் 9ஆம் நாளில், வெள்ளையனே வெளியேறு இயக்கம் காரணமாக பெரும் பாலான தலைவர்கள் கைது செய்யப்பட்டனர். நல்லவேளையாகக் கிஷோரிலால் கைதாகவில்லை. ‘ஹரிஜன்’ இதழை நடத்தும் பொறுப்பை அவர் ஏற்றார். ஹரிஜன் இதழில் இரு இதழ்களைக்

கொண்டுவரும் வாய்ப்பை அவர் பெற்றார். அஹிம்சை நெறியில் இருந்தபடி, இயக்கத்தை நடத்துவது எவ்வளவு சரியானது என அவர் அதில் எழுதினார். இக்கட்டுரை சீர்குலைவுவாதிகளுக்கு சாதகமாக இருக்கக் கண்டு பத்துலட்சம் பிரதிகள் எடுத்து இந்தியா வெங்கும் வழங்கினார். பின்னர், கிஷோரிலால் பெருந்தன்மையுடன் தன் கருத்தை மாற்றிக்கொண்டார். தன் கருத்தை வெளியிட்டதில் காட்டிய முன்யோசனையற்ற வேகத்திற்கு வருந்தினார்.

1942ஆம் ஆண்டு ஆகஸ்ட் 22ஆம் நாள் கிஷோரிலால் கைது செய்யப்பட்டு, ஜபல்பூர் மத்திய சிறையில் அடைக்கப்பட்டார். சிறையிலிருந்து விடுதலை பெற்ற பின்னர், ஹரிஜன் இதழின் ஆசிரியர் பொறுப்பை ஏற்று தம் வாழ்வின் இறுதி வரையிலும் அப்பணியைத் தொடர்ந்தார்.

கிஷோரிலால் உண்மையைத் தேடுபவர். சுவாமிநாராயணன் சம்பிரதாய சமயத்திலிருந்து தூய்மை, எளிமை ஆகிய பண்புகளை அவர் மரபுவழியாகப் பெற்று இருந்தார். அவருடைய கருத்துக் களின்படி, அவர் எப்போதும் பாரபட்சமற்றவராக இருந்தார். ஆனால் கொடூரமாகவோ கடுமையாகவோ இருந்ததில்லை. வாழ்க்கையின் உயர்தன்மை, மேன்மை ஆகியவற்றில் அவர் நம்பிக்கை கொண்டிருந்தார். அவருடைய எழுத்துக்களில் அந்த நம்பிக்கை வெளிப்பட்டது. அவருடைய சிந்தனைத்தெளிவு அவரை நல்ல உரைநடை எழுத்தாளராகவும் அழியாப்புகழ் பெற்ற சில நூல்களின் ஆசிரியராகவும் ஆக்கியது. ‘சமூலி கிரந்தி’ என்னும் பெயரில், ‘வேர்களில் இருந்து புரட்சி’ என்று பொருள்படுமாறு அவர் எழுதிய நூல், அப்பொருளை அவர் எந்த அளவிற்குப் புரிந்து கொண்டிருந்தார் என்பதற்கு மிகச் சிறந்த சான்று ஆகும். 1948ஆம் ஆண்டில் இந்த நூல் எழுதப்பட்டது. சமயம், சமூகம், பொருளாதாரச் சிக்கல்கள், அரசியல் விவகாரங்கள், கல்விச் சிந்தனைகள் பற்றி இந்த நூல் விவாதிக்கிறது. மேலெழுந்த வாரியான சிந்தனைகள்-அரைமனத்துடனான அளவுகள் என்ப வற்றுக்கு எப்போதுமே கிஷோரிலால் எதிரானவர். முழுமையாக ஆராய்ந்து, பரந்த சிந்தனைகளை ஏற்குமாறு அவர் வெளியிடுவார். அவருடைய பல்வேறு முடிவுகள் இன்றும்கூட ஏற்புடையனவாக உள்ளன. ‘சமூலி கிரந்தி’ போன்றே மற்றொரு முக்கியமான நூல் ‘ஜீவன் ஷோதன்’. கிஷோரிலால் மஷ்ருவாலாவின் அறப்

பண்புவடிவம், 1929இல் வெளியான இந்த நூலில் புலப்படுகிறது. இந்த நூலின் முன்னுரையில் பகவான் புத்தரைத் தன் குருவாக அவர் சித்திரித்துள்ளார். மரபு சார்ந்தவையாக இருப்பதால் பொருட்களை நம்பவேண்டாம் என்று சொல்வது புத்தரின் வழக்கம். தர்க்கத்திற்கு அவை உட்பட்டுள்ளன என்பதாலோ தங்கள் நம்பிக்கையைத் தாங்கி நிற்கின்றன என்பதாலோ, துறவிகள் அல்லது மரியாதைக்குரிய பெரியவர்கள் வாயிலாக அவை சொல்லப் பட்டன என்பதாலோ அவற்றை நம்பவேண்டாம். அவற்றின் தீர்ப்பு உணர்வும், பகுத்தறியும் அறிவும் ஏற்புடை யனவாக உண்மையாக இருந்தால் ஏற்றுக் கொள்ளுங்கள் என்று பகவான் புத்தர் கூறுவது வழக்கம்.

காந்தியின் எண்ணம் என்று பொருள்படும் 'காந்தி விசார் தோஹன்' என்னும் நூலை எழுதினார்; கீதையை ஊக்கப்படுத்தல் என்று பொருள்தரும் 'கீதா மந்தன்' நூலை அவர் படைத்தார். கிஷோரிலால் தன் இதயத்தில் உணர்ந்து அனுபவித்த வண்ணம் இவை படைக்கப்பட்டன. 1937ஆம் ஆண்டில் 'ஸ்திரி புருஷ மர்யாதா' நூலும், 1947இல் 'கக்தானி நஜாரே' நூலும், 1948இல் 'சன்சார் யனே தர்மா' நூலும் அவரால் படை டக்கப்பட்டன.

உண்மையைக் கண்டறிவது அவருடைய இயல்பிலே இருந்தது. பொருளின் ஆழத்தை ஊடுருவிப் பார்க்கும் பழக்கத்தை அவர் வளர்த்துக் கொண்டார்; மனத்தில் பகுத்தாய்ந்து, உணர்ந்து கொள்ளும் முறையால் தன்னால் ஏற்றுக்கொள்ளக் கூடியதை மட்டும் ஏற்றார். ஆகவே, தான் எங்கே நிற்கிறோம் என்பதை அவர் உணர்ந்து கொண்டு தன் அடித்தளம் எவ்வளவு உறுதியானது எனவும் அறிந்திருந்தார். சத்தியாக்கிரக ஆசிரமத்தில் சேர்ந்தபோது, ஒளிவுமறைவின்றி அவர் பின்வருமாறு கூறினார்:

சேர்ந்தபோது சுவாமி நாராயணன் சம்பிரதாயத்தில் முற்றும் நம்பிக்கையுள்ளவனாக நான் இருந்தேன். என்னுடைய ஆன்மீகப் பசிக்கு நிறைவுதரப் போதுமானதாக அந்தச் சமயம் இருந்தது. இதற்கு நேர்மாறாக, என்னை ஆசிரமவாசியாக மாற்றிவிடுவதை விடவும் பாபுஜியை அல்லது ஆசிரமத்தை சுவாமிநாராயணன் சம்பிரதாயத்திற்கு மாற்றுவது என்னும் ஒரு குறிக்கோளை மிகுந்த ஆர்வத்துடன் ஊக்கமுடன் கொண்டிருந்தேன். பாபுஜியுடன் நான் கொண்டிருந்த உறவு காரணமாக, இத்தகைய எண்ணப் போக்கு

என் மனத்தில் இருந்தது. நான் அண்ணலிடம் நிறையக் கற்றேன். என்னிடமிருந்த பழமைப்பண்பை அவருடைய கூட்டுறவால் தூக்கி எறிந்தேன். ஆனால் என்னுடைய ஆன்மீகத் தலைவராகப் பாபுஜியை ஒருபோதும் ஏற்கமாட்டேன்.

1942இல் வெளியான 'அஹிம்சா விவேசன்' என்னும் நூலில், வேறொரு சந்தர்ப்பத்தில் கிஷோரிலால் பின்வருமாறு கூறினார்.

"பின்பற்றி நடப்பது என்னுடைய குறிக்கோள் அன்று; இணையாக நடப்பதே. மிகச் சிறிய வழியில் ஆனாலும், நான் உண்மையை- சத்தியத்தை வழிபடுபவன். தம்முடைய பிறப்பில் இருந்தே சத்தியத்தை-அஹிம்சையை அல்ல-சிரத்தையுடன் வழிபடும் ஒருவராக அவரும் இருப்பதாகப் பாபுஜி கூறியுள்ளார். என்னுடைய வழி வேறானது. இயற்கையாகவே அஹிம்சையை வழிபடுபவன் நான். பின்னாளில்தான் சத்தியத்தை வழி படுபவனாக நான் ஆனேன். சத்தியத்தைத் தேடும் முயற்சியில் பாபுஜி அஹிம்சையை அடைந்தார். நானோ அஹிம்சையில் இருந்து சத்தியத்தின் தோற்றத்தைப் பார்த்தேன்.''

இருந்தும்கூட இருவரும் ஒருவருக்கொருவர் உண்மையாக இருந்ததுடன் ஒருவர் மற்றவரை மதித்ததும் அன்பு செலுத்தியதும் ஆச்சரியமானதாகும். 1946ஆம் ஆண்டில், மகாத்மாகாந்தி நவகாளிக்கு அமைதிப்பயணம் சென்றது முதல், ஹரிஜன் இதழ் வெளியீட்டுப் பணி காகாசாகேப், கிஷோரிலால், வினோபா பாவே, நரஹரிபரிக் ஆகியோரிடம் ஒப்படைக்கப்பட்டது. முடிவாக, முழுப் பொறுப்பும் கிஷோரிலாலிடம் ஒப்படைக்கப் பட்டது. காந்தியடிகளின் மறைவிற்குப் பின்னர், சில மாதங்கள் வரையிலும், நான்கு ஹரிஜன் இதழ்களைப் பியாரிலால் வெளியிட்டார். அப்போது, சந்தாதாரர்களில் காணப்பட்ட சரிவு காரணமாக, ஹரிஜன் இதழை நிறுத்துவது என முடிவு செய்யப்பட்டது. சில நாட்கள் கழித்து, கிஷோரிலாலின் ஆசிரியப் பொறுப்பில் அவ்விதழ் மீண்டும் ஆரம்பிக்கப்பட்டது; அடுத்த நான்கு ஆண்டுகளுக்கு வெளியிடப்பட்டது. அச்சமின்றி, பாராட்டிற்குரிய முறையில், கிஷோரிலால் அப்பணியைச் செய்தார். கடுமையான பணி செய்ய அவருடைய உடல்நலம் இடம் தரவில்லை என்றாலும், மனச் சாட்சிக்கு உட்பட்ட வகையில் அச்சிலுவையைச் சுமந்தார். ஆனாலும் நாளுக்கு நாள் அவர் சோர்வடைந்தார். செப்டம்பர்

6ஆம் நாள், 1952ஆம் ஆண்டில், அனைவருக்கும் அவர் பின்வருமாறு தெரிவித்தார்: "வார்தாவிலுள்ள ஹரிஜன் அலுவலகம் இந்தமாத இறுதியுடன் மூடப்படும். அனைத்து எழுத்தாளர்களும் தங்கள் கடிதங்களை, அஞ்சல் பெட்டி எண்: 105, நவஜீவன் அலுவலகம், அகமதாபாத் என்ற முகவரிக்குத் தொடர்பு கொள்ளவும். ஆசிரியருக்கு அனுப்பப்படும் அனைத்து விதமான இதழ்களையும் அன்புகூர்ந்து நிறுத்திவிடவும்."

அடுத்த நாளில் கிஷோரிலாலை ஆஸ்துமா நோய் கடுமையாக தாக்கியது. 1952ஆம் ஆண்டு, செப்டம்பர் 9ஆம் நாள் செவ்வாய்க் கிழமை மாலை 5 மணி வரையிலும் அவர் பணியாற்றினார்; ஐந்தே முக்கால் மணி அளவில், ராமநாமத்தை உச்சரித்தவண்ணம், கிஷோரிலால் காலமானார். யோகியின் சாவு அவருக்கு வாய்த்தது. கிஷோரிலால் மஷ்ருவாலாவின் சிந்தனைச்செல்வம் பெரிதும் வளமானது. பல்வேறு வகையானது. அதற்காகப் பலப்பல ஆண்டு களுக்கு அவர் நம்முடைய நினைவில் நிற்பார். உண்மையிலே அவர் ஒரு சாதகர். இந்த உலகைப் படை டத்தவனுடைய படைப்புக்களான உயிர்கள் அனைத்தும் நன்றாக இருக்க வேண்டும் என்னும் சாதகராக அவர் வாழ்ந்தார்.

7. ரவிசங்கர் மகராஜ்

1892ஆம் ஆண்டு, கபத்வாஞ்சி தாலுகாவில் உள்ள சிபியால் கிராமத்தைச் சார்ந்த அந்தணர் ஒருவர் தம்முடைய பிறந்த ஊரான சரசவாணி கிராமத்தை நோக்கிச் சென்று கொண்டிருந்தார். கடுமையான அந்த கும்மிருட்டில் தெருவில் எந்த நடமாட்டமும் இல்லை. அப்பயணி மிகவும் துன்பமாக உணர்ந்தாலும் அச்சமின்றி அவர் தொடர்ந்து நடந்தார். சிறிது தூரம் சென்றபின், அவர் ஒரு விவசாயப் பண்ணையை அடைந்தார். அங்கு துப்பாக்கியுடன் ஒரு மனிதன் நிற்பதைப் பார்த்தார். அவர் விவசாயப் பண்ணையை அடைந்ததும், அந்த மனிதன் எச்சரிக்கும் குரலில் அவரிடம் சொன்னான்:

"நில்! இல்லாவிட்டால் சுடப்படுவாய்."

அதற்கு அப்படியே கீழ்ப்படிந்து, அசையாமல் நின்றார். அந்த மனிதன் குதிரைமீது வீற்றிருக்க அவன் காலடியில் துப்பாக்கி ஏந்திய மூவர் சூழ்ந்து நிற்பதை வழிப்போக்கர் கண்டார்.

"நீ யார்?"

"சட்ட விரோதி" என்று உடனடியாக, வினா வந்த கணத்திலே அவர் பதில் தந்தார்.

"இங்கே ஏன் வந்தாய்?" குதிரை வீரன் வினவினான்.

"உங்களிடம் பேசுவதற்காக."

நீண்ட இடைவெளிக்குப் பின், மீண்டும் அதே வினாவைக் குதிரைவீரன் கேட்டான்.

"நீ யார்?"

"நான் உங்களிடம் ஏற்கெனவே கூறிவிட்டேன். நான் சட்டவிரோதி."

"நீ யாருடைய படைப்பிரிவைச் (குழுவைச்) சார்ந்தவன்?" குதிரை வீரன் வினவினான்.

"மகாத்மா காந்தி குழுவைச் சார்ந்தவன் நான்."

குதிரைவீரனின் கூட்டத்தைச் சார்ந்த யாரோ ஒருவன் உடனே அவரை அடையாளம் கண்டு கொண்டான். “ஆஹா! தாங்கள் மகராஜ் அல்லவா?” அவன் கூறினான்.

மகாத்மா காந்தியின் குழுவைச் சார்ந்த அவர், சட்டப் பாதுகாப்பை இழந்தவர், பிரிட்டிஷ் ஆதிக்கத்திற்கு எதிராக மகாத்மா காந்தியடிகள் தொடங்கியுள்ள போர்ப்படைபற்றி விளக்கினார்; ஏழை மக்களிடம் கொள்ளை அடிப்பதை விடவும், தங்களுடைய போராட்டத்தில் சேருமாறு அறிவுரை கூறினார். மேலும், திருடர் களாகவும் கொள்ளைக்காரர்களாகவும் இருப்பதை விடவும், உண்மையிலே அரசாங்கத்திற்கு எதிராகப் போராட அவர்களுக்குக் கற்றுத்தரவே வந்ததாக அவர் அவர்களிடம் மேலும் கூறினார்.

காட்சி மாறுகிறது. இரவு ஒன்பது மணிக்கு, ஒரு கிராமத்தில் பறை அடிக்கப்படுகிறது. அந்தப் பறை ஒலியைக் கேட்ட உடன் அனைத்துத் திசைகளிலிருந்தும் மக்கள் வந்து கிராமக்காவல் நிலையமான கோராவில் கூடுகின்றனர். மண்ணெண்ணெய் விளக்கு வெளிச்சத்தில், தனக்கு முன்னால் ஒரு பெயர்ப்பட்டியல் இருக்க ஒரு மனிதன் அமர்ந்திருந்தான். மக்கள் அனைவரும் வந்து அமர்ந்ததும், சபைக்கு வந்துள்ளவர்களின் வருகையைக் குறித்துக் குறிப்பெடுக்கிறான். அவ்வாறு குறிப்பு எடுக்கும்போது வந்துள்ள ஒவ்வொரு ஆண் அல்லது பெண் பெயர் வரும்போது, அவர்களைப் பற்றி விமர்சனமோ அல்லது பரிகாசமோ செய்தான். துரதிர்ஷ்ட வசமாக, இந்த நிகழ்ச்சிக்கு மற்றொருவரை அவன் அழைத்திருந் தான். க்ஷத்திரிய இனத்தில் ஒரு உள்பிரிவான பதன்வாடியா இனத்து மக்களான இந்த ஆண்கள்-பெண்கள் மீது தனக்குள்ள அதிகார வரம்பை அவருக்குக் காட்ட விரும்பினான். ரவிசங்கர் மகராஜ் இந்த நாடகத்தைப் பார்க்க நேரிட்டது. கண்டுகொள்ளாமல் விடப்பட்ட எளிய மக்களிடம் அன்பு நிறைந்த மனமுடைய கருணையே வடிவமான அவதார மனிதர் அவர். அதிர்ஷ்டமே யில்லாத அந்த மக்களுக்கு இழைக்கப்பட்ட இத்தகைய அநாகரிகமான முறையைக் கண்டு அவருடைய மனம் புண்பட்டது. கருணையற்றதும், மனிதர்களைத் தன்னம்பிக்கை இழக்கச் செய்வதுமான இந்த நடைமுறை அவரைப் புண்படுத்தியது. இந்த நடைமுறையை நியாயப்படுத்துவதற்காக, ப்தன் வாடியா இனம்,

• ‘மனசைன தீவா’ என்னும் தலைப்பில் குஜராத்தியில், ஜவேர்சந்த் மெகானி அவர்களால் தொகுக்கப்பட்ட நினைவு அலைகள் நூலிலிருந்து இச்செய்திகள் தொகுக்கப்பட்டன. இந்த நூல், 1945இல் முதற்பதிப்பாக ரான்பூர், கத்தியவாட் நிறுவனத்தால், நாதலால் எம். ஷா அவர்களால் வெளியிடப்பட்டது.

கொள்ளை, வழிப்பறி, சூறையாடுவது, வீட்டை உடைப்பது ஆகிய தீய செயல்களுக்குப் பெயர்போன இனம் என்பதாக அலுவலக ரீதியான விளக்கம் தரப்பட்டது. இரவு நேரத்தில் கொள்ளையிடப் போவதிலிருந்து அவர்களைத் தடுப்பதற்காகவே, வருகைப் பட்டியல் முறை அறிமுகப்படுத்தப் பட்டது. கேதியா மாவட்ட கிராமங்களில் இந்த அமைப்பு நடைமுறையில் இருந்தது. பெண்கள் உள்ளிட்ட ஓர் இனம் முழுவதையும் கொள்ளையர்களாக நடத்தும் இந்த நாடகத்தைக் கண்கொண்டு காண்பதற்கு அவர் மனம் மிகவும் துயருற்றது.

ஒன்றும் பேசாமல் அடுத்தநாள் காலையில் மகராஜ் பரோடா சென்றுவிட்டார். வெயில்கொடுமை, சோர்வு, பசி, தாகம் எதுவும் அவரை ஏதும் செய்யவில்லை. இந்த நடைமுறை அடியோடு நீக்கப்படும் வரையிலும் அவருடைய உள்ளம் நிறைவடையாது. பரோடாவிற்கு நடந்தே சென்ற அவர், காவல்துறை தலைமை அதிகாரியைப் பார்த்தார். இந்த நடைமுறை நியாயமற்றதாகவும் முறையற்றதாகவும் இருப்பதை அதிகாரி மனங்கொள்ளுமாறு எடுத்துரைத்தார்; விரைவாக அதை நீக்குமாறு வேண்டினார்.

அந்த அதிகாரி நேர்மையான மனிதர். அந்த நடைமுறையை உடனடியாகத் தன்னால் நீக்கிடமுடியும் எனவும், ஆனால் மகராஜ் தன்னுடைய முயற்சிகளில் எதிர்நோக்கிய நன்மைகளைக் கொண்டுவர அதனால் முடியாது எனவும் அவர் மகராஜிடம் கூறினார். அவருடைய பெருமுயற்சியின் மதிப்பையும் உயர்வையும் உணருமாறு அந்த அதிகாரி ஒரு நல்ல வழியைக் கூறினார். “விலக்களிக்க வேண்டும் என்று உங்களால் பரிந்துரைக்கப்பட்ட பெயர்கள் அத்தனையையும் வருகைப்பட்டியல் சடங்கு நடை முறையிலிருந்து எடுத்துவிடுகிறேன். இது உங்கள் கை ஓங்குவதற்கு ஒரு வகையில் உதவும்; அத்துடன் இச்செயற்பாட்டில் நல்ல விளைவை உங்களுக்குத் தரும்” என்று அந்த அதிகாரி கூறினார். மகராஜ் இந்த ஏற்பாட்டால் மகிழ்வுடன் திரும்பினார்.

இது எளிதான வெற்றியாக அமையவில்லை. இந்தத் தடை உத்தரவிற்கு எதிராகக் காவல்துறையினரும் கிராமப் பஞ்சாயத்தினரும் கிளர்ந்து எழுந்தனர்; எதிர் மனுக்கள் கொடுக்கத் தொடங்கினர். வருகைப்பட்டியல் நடைமுறையை நீக்குவதால், திருட்டு, வீட்டுக்குள் புகுந்து அடிக்கும் கொள்ளை, சூறையாடல், வேண்டுமென்றே செய்யும் தீயிடல் போன்ற செயல்கள் இனி அதிகரித்துவிடும் என்பது அவர்களின் வாதம். ஆகவே, பெயர் வருகைப்பட்டியல் முறை மீண்டும் அறிமுகப்படுத்தப்பட்டது. பக்கத்துக் கிராமங்களுக்கு வரும் அவருடைய வழக்கமான வருகையின்போது, இச்செய்தி ரவிசங்கர் மகராஜை அடைந்தது. அடுத்தநாள் காலை காவல்துறை முதன்மை அலுவலரைக் காண மறுபடியும் மகராஜ் பரோடாவிற்கு நடந்தார். இந்தமுறை, மாவட்ட ஆட்சியாளரைக் (கலெக்டரைக்) காணத் தம்முடன் வருமாறு மகராஜை அந்தக் காவல்துறை அதிகாரி அழைத்தார். ரவிசங்கர் மகராஜிற்குக் காவல்துறை உதவி அதிகாரி வண்டியில் இடம் தந்தார். ஆனால், தன்னடக்கமுள்ள அந்த அந்தணரான மகராஜ் அதை மிதமாக மறுத்துவிட்டார்; தாம் நடந்து அவரைப் பின்தொடர்வதாகவும் கூறினார். வெறுங்கால்களுடன் ஒரு மனிதர் தம்முடைய டோங்கா வண்டியின் பின்னால், தொடர்ந்து ஓடிவரக் காண்பது, காவல்துறை அதிகாரிக்குத் வியப்பூட்டும் அனுபவமாக இருந்திருக்கும். ஆனால், உலக நடைமுறைகள் பற்றி மகராஜ் சிறிதும் கவலைப்படவில்லை.

பிற்பகல் ஒன்றேகால் மணி அளவில் மகராஜ், மாவட்ட ஆட்சியாளர்முன் வந்து சேந்தார்; ஏற்கெனவே ஆணை அனுப்பப் பட்டுவிட்டது என்பதை மட்டும் கேட்டார். அந்த ஆணையின் உள்ளடக்கம் என்ன, என்ன செய்தி கூறப்பட்டுள்ளது என்பதைச் சரியாகக் கேட்டு அறிந்து கொள்ளாமலே வெற்றிப் பெருமிதம் மிக்க இதயத்துடன், 35 மைல் தூரத்தைக் கால்நடையாகவே நடந்து அவர் திரும்பினார். தம்முடைய கிராமமான வட்டராவை அடைந்தபோது, வருகைப்பட்டியல் நடைமுறையை ஒழிக்க அந்த ஆணை பிறப்பிக்கப்படவில்லை. அதை நீடித்திருக்கச் செய்யவே ஆணை பிறப்பிக்கப்பட்டுள்ளது எனவும் மகராஜ் அறிந்தார்.

இதற்கு முன்னிருந்த நடைமுறையில் விடப்பட்டிருந்த பெயர்கள்கூட தினசரி வருகைப்பட்டியலில் இப்போது சேர்க்கப் பட்டிருந்ததுதான் இந்த ஆணையின் சிறப்பான அம்சம்.

மீண்டும் போக, வர 35 மைல்கள் நடந்தார். மீண்டும் மாவட்ட ஆட்சியாளரின் வீடு. ஆனால், மாவட்ட ஆட்சியாளர் அங்கு இல்லை. ஆர்வத்தின் காரணமாக, ஆட்சியாளரின் ஏவலாளன் மகராஜிடம் பின்வருமாறு கேட்டான்:

"நீங்கள் எதற்காக இங்கு வருகிறீர்கள்? காத்து நிற்கிறீர்கள்? நீங்கள் வழக்கறிஞரா?"

"இல்லை."

"அப்படியானால், வருகைப் பட்டியல் நடைமுறையை அறவே நீக்குவதில் நீங்கள் ஏன் அக்கறை காட்டுகிறீர்கள்?" என்று ஆட்சி யாளரின் ஏவலாலன் கேட்டான்.

"எனக்குத் தெரியவில்லை. ஆனால் நிச்சயமாக அதை நான் விரும்பவில்லை."

மற்றவர்களின் நன்மைக்காக, ஒரு நடைமுறை திருத்தம் செய்யப்படவேண்டும் என்று ஒரு மனிதன், தன்னலத்திற்காக அன்றிக் காத்து இருப்பதைப் பார்ப்பது அந்த ஏவலாளுக்குக் கற்பனை செய்து பார்க்கக் கூடமுடியாததாகும். ஆட்சியாளரும் இதைக் கவனித்தார். ஆனால் அவர் இதற்காகக் கவலைப்பட வில்லை.

நின்றுகொண்டும் காத்துக்கிடந்தும் சேவை செய்யும் ஒரு மனிதனை ஒட்டுமொத்தமாகப் புறக்கணிக்கவும் அவரால் முடிய வில்லை. மனுதாரரும்கூட, அவருடைய கவனத்தைக் கவர முயற்சி செய்யவில்லை.

ஒருநாள், ஆட்சியாளர் அவரைப் பார்த்துவிட்டு மாடிக்குச் சென்றார். அதன்பின் பணியாள் ஒருவன் அவரை அழைத்துச் செல்ல வந்தான். மாடியேறிச் சென்ற, ஆட்சியாளரின் முன் மகராஜ் நின்றபோது அந்த அதிகாரி கேட்டார்.

"நீங்கள் என்ன படித்துள்ளீர்கள்?"

"நடைமுறையில் ஏதுமில்லை."

"அப்புறம் இந்த மனிதர்களுடன் என்ன செய்ய எண்ணம்?"

"எனக்குத் தெரியவில்லை."

“சரி. வருகைப்பட்டியல் நடைமுறையை அடியோடு நீக்கிவிடுமாறு ஆணை ஒன்றை நான் அனுப்பிவைக்கிறேன்.”

மனுதாரரான ரவிசங்கர் மகராஜ் உடனடியாக, ஆட்சி யாளரின் ஏவலாளரிடம் சென்று ஆணையைக் கேட்டார். “நீங்கள் அந்த ஆணைக்காகக் கவலைப்படவேண்டாம். நாளடைவில் அது உங்கள் கிராமத்திற்கு வரும்” என்று அந்த ஏவலாளன் கூறினான்.

“ஆனால், எப்படி வரும்” ?” என்று மகராஜ் கேட்டார்.

கீழேயுள்ள உதவி அலுலகங்களில் அது பதிவு செய்யப்பட்டு, நாளடைவில் அது உங்கள் கிராமத்தை வந்தடையும்” என்று கூறினான் அவன்.

“தயவு செய்து அந்த வழியில் வேண்டாம்” என்று ரவிசங்கர் மகராஜ் கூறினார். “அந்த ஆணையை என்னிடம் தாருங்கள். துணை அலுவலகங்கள் அனைத்திற்கும் நானே எடுத்துச் சென்று, உரிய முறையில் பதிவு செய்து, என்னுடைய டமான கிராமத்திற்கு எடுத்துச் செல்கிறேன்” என்றார். சொன்னபடி மகராஜ் செய்தார்.

1941ஆம் ஆண்டில் ரவிசங்கர் மகராஜ், போர்சத்திலிருந்து ஆனந்திற்குச் சென்று கொண்டிருந்தார். அகமதாபாத்தில் சாதி காரணமான இனப்படுகொலை நடப்பதை ரயில்நிலையத்தில் அவர் கேள்விப்பட்டார். போர்சத்தில் தம்முடைய பணியை முடித்து விட்டு ரயில் மூலமாக மகராஜ் அகமதாபாத் அடைந்தார்.

மாலை 4.30 மணி அளவிற்கு அகமதாபாத் சென்றடைந்தார். அந்த நகரம் பாலைவனமாகக் காட்சி தந்தது. பாதிக்கப்பட்ட பகுதிகளில் ஊரடங்கு உத்தரவு அமலில் இருந்தது.

மாலை 6.00.மணிக்கு, ஜீவன்லால் திவான் என்பவர், பொது மருத்துவமனைக்கு ரவிசங்கர் மகராஜ் அவர்களை அழைத்துச் சென்றார். நரஹரிபரிக்கும் மருத்துவமனையில் இருந்தார். அங்கு நாற்பதுக்கும் மேற்பட்ட சடலங்களை ரவிசங்கர் மகராஜ் பார்த்தார். அவற்றுக்கு ஈமச்சடங்கு செய்ய விரும்பும் தம்முடைய விருப்பத்தை அவர் தெரிவித்தார். ஏற்கெனவே இரவுப்பொழுது ஆகிவிட்டதால், ஈமச்சடங்கை மறுநாள் நடத்த முடிவு செய்யப்பட்டது.

பிணங்களை ஈமச்சடங்கு செய்வதற்கு மாவட்ட நீதிபதியின் அனுமதி அடுத்தநாளில் பெறப்பட்டது. அந்த நகரம் முழுவதும் செல்லத்தக்க சீட்டு (பாஸ்) ஒன்று மகராஜ் இப்பணியைச் செய்ய உதவுவதற்காகக் கொடுக்கப்பட்டது. நகராட்சி பஸ் ஒன்றில் 32 சடலங்களை மகராஜ் வைத்தார். சடலங்கள் அழுகி கெட்டுப் போய், துர்நாற்றம் வீசத் தொடங்கின; அருகில் நிற்பதுகூட கடுமையான பணியாக இருந்தது. ஆனால், மகராஜ் அந்தச் சோதனையிலும் வெற்றிபெற்று நின்றார். துதேஸ்வர் மயானத்தில் 16 அடி நீளமுள்ள சுடலைநெருப்பை உருவாக்கி, சடலங்களை எரியூட்டி இறுதிச் சடங்குகளை மகராஜ் செய்தார். இரண்டு நண்பர்களின் உதவியுடன், மகராஜ் ஏழு நாட்களுக்குத் தொடர்ந்து இப்பணியைச் செய்து, மொத்தம் 83 சடலங்களைச் சிதையில் இட்டு எரியூட்டினார்.

ரவிசங்கர் எவ்வளவு உறுதியானவர் என்று காட்டும் சில சான்றுகள் இவை. அச்சமற்ற, வீரதீரப்பண்பும் கருணையும் மிக்க மனிதர் அவர். தன்னலமற்ற பணி என்பதற்கு ரவிசங்கர் மகராஜ் வாழும் சான்று ஆவார். கேதியா மாவட்டம், ராது கிராமத்தில், பிப்ரவரி மாதம் 25ஆம் நாள், 1884இல் ரவிசங்கர் பிறந்தார். அவருடைய அன்னையார் நதிபா, சமய ஈடுபாடுமிக்க, பண்பாடு நிறைந்த, விடாமுயற்சியுடைய பெண்மணி. அவருடைய தந்தை சிவராம், தொடக்கப்பள்ளி ஆசிரியர்; நல்ல பழக்க வழக்கங்களும் பின்பற்றத்தக்க பண்புகளும் உடையவர். அவருடைய தந்தை வியந்து போற்றும் இப்பண்புகளை ரவிசங்கர் மகராஜ் பரம்பரை யாகப் பெற்றிருந்தார்.

ரவிசங்கருக்கு 19வயது நிரம்பியபோது 1904ஆம் ஆண்டில், அவருடைய தந்தையார் சிவராம் வியாஸ், பிளேக் நோயால் இறந்தார். 1905இல் அவர் சூரஜ்பா என்ற பெண்ணை மணந்தார். 1907இல் மகராஜின் தாய் நதிபா பிளேக் நோயால் இறந்தார்.

பெற்றோரின் மறைவிற்குப்பின், ஆரிய சமாஜத்தின் பிரசாரகராக மகராஜ் இருந்தார். 1907 முதல் 1911ஆம் ஆண்டு வரை ரவிசங்கர், ஆரிய சமாஜத்தின் நடவடிக்கைகளில் முழுவதும் ஈடுபட்டார். ஆனால் 1911ஆம் ஆண்டில், மோகன்லால் கே.பாண்டியா என்பவ ருடன் தொடர்பு கொண்டார். அவர் மகராஜிடம் நாட்டுப்பற்று உணர்வை மூட்டி வளர்த்தார். தாம் எழுதிய, மகாத்மாகாந்தியின் வாழ்க்கை வரலாற்றைக் கூறும் சிறிய நூலை மகராஜிடம் கொடுத்தார். இந்தச்

சிறிய வாழ்க்கை வரலாற்றைப் படித்ததால், காந்தியடிகளிடம் பற்றும் வியந்துபோற்றும் அன்பும் ஏற்பட்டன. 1915ஆம் ஆண்டிலிருந்து சுதேசி உடையான கதர் ஆடையை மகராஜ் அணியலானார். மோகன்லால் பாண்டியாவிடம் ஏற்பட்ட தொடர்பு படிப்படியாகச் சகோதர உறவாக மலர்ந்தது.

1916ஆம் ஆண்டில், அகமதாபாத்தில் உள்ள பிரேமாபாய் அரங்கில் காந்திஜி உரையாற்றிய கூட்டம் ஒன்றில் பங்கெடுக்கும் வாய்ப்பு மகராஜ் அவர்களுக்குக் கிடைத்தது. பெருங்கூட்டம் கூடி இருந்த அந்த அரங்கத்தில் விரும்பத்தகாத அமளியும் ஆரவாரமும் பேரிரைச்சலும் காணப்பட்டன. அந்தக் கூச்சல், ஆரவாரங்களுக் கிடையில், ஒருமேசை மீது ஏறி நின்று காந்தியடிகள் பின்வருமாறு கூறினார்:

இரைச்சலின் நடுவே நான் ஒன்றும் பேசமாட்டேன். ஒரு மனிதனுடைய குரல் கேட்டாலும் நான் உரையாற்ற மாட்டேன். அதே நேரத்தில் என் பேச்சைக் கேட்பதற்கு ஒரு மனிதன் இருக்கும் வரையில், நான் இங்கிருந்து போகவும் மாட்டேன். நான் பிடிவாத குணம் உள்ளவன் என்பது உங்களுக்குத் தெரியும். ஆகவே, அமைதியாக உட்கார்ந்து, தயவுசெய்து கேளுங்கள்.

கூச்சலிட்டுக் கொண்டிருந்த மக்களிடத்தில் மட்டுமின்றி, பேச்சாளரின் ஒளிவுமறைவற்ற பண்பிலும் துணிச்சலிலும் ஈடுபட்டு அவரை வியப்புடன் பார்த்த ரவிசங்கரிடம் இச்சொற்கள் மந்திர சக்தியை ஏற்படுத்தின. புதிதாகக் கண்டுகொண்ட தங்கள் தலைவனின் பாதங்களின் கீழே அமர்ந்து பணிசெய்ய வேண்டும் என மகாதேவ தேசாயும் நரஹரிபரிக்கும் முடிவு செய்த அதே நாளும் இதுதான்; அதே கூட்டமும் இதுதான் என்பதை நினைவிற் கொள்ளவேண்டும். ரவிசங்கர் வியாஸும் அவ்வாறே செய்தார். சத்யாக்கிரக ஆசிரமத்தை நிறுவிய முதல் இரு ஆண்டுகளிலேயே காகாசாகேப் கெல்கர், நரஹரி பரிக், கிஷோரிலால் மஷ்ருவாலா, மகாதேவ தேசாய், ரவிசங்கர் மகராஜ், வினோபா பாவே, ஜே.பி. கிருபளானி, ராஜேந்திரபிரசாத் போன்றவர்களைத் தன்னைச் சுற்றி இருக்குமாறு காந்தியடிகளால் செய்ய முடிந்தது என்பது அதிசயமானதாகும்.

1917ஆம் ஆண்டில் கோத்ராவில் நடைபெற்ற முதல் அரசியல் மாநாடு, ரவிசங்கரின் வாழ்வில் பெரிய திருப்புமுனையாக அமைந்தது.

நாட்டிற்காகத் தன்னுடைய வாழ்வை அர்ப்பணித்த வல்லபாய் படேலை அங்குதான் அவர் பார்த்தார். ரவிசங்கர் வியாஸூம் ஒன்றும் பின்தங்கிவிடவில்லை.

1917 முதல் 1973ஆம் ஆண்டு முடிய, 56 ஆண்டுகளான தம்முடைய வாழ்வின் செயல்திறம் மிக்க காலத்தில், தன் வாழ்வின் ஒவ்வொரு மணித்துளி பற்றியும் சங்கர் மகராஜ் கணக்கிட முடியும். மிகுதியாகச் சேவை செய்யும் மனிதராக அவர் இருந்தபடியால், பஞ்சம், வெள்ளம், பெருவாரியான நோய் முதலிய கடும் துயரம் வந்தபோதெல்லாம் ரவிசங்கர் மகராஜ் முன்னின்று துயர் துடைப்புப் பணிகளில் ஈடுபட்டு, ஆதரவற்ற அநாதைகளின் கண்ணீரைத் துடைத்தார். துன்பம் ஏற்பட்ட உடன் காலத்தில் உதவிசெய்ய நாட்டின் எந்தப் பகுதியாயினும் அங்கு விரைந்து ஓடினார்.

சமுதாய ஆக்கப்பணிகளில் மிகுதியாக ஈடுபட்டிருந்தாலும், நாட்டு விடுதலைப் போராட்டத்திலும் ரவிசங்கர் மகராஜ் தீவிரமாக ஈடுபட்டார். 1918ஆம் ஆண்டிலிருந்து கதராடை அணியத் தொடங்கினார். 1919ஆம் ஆண்டில் பம்பாயில் ரௌலட் சட்டத்தை எதிர்த்துப் பேசினார். இந்து ஸ்வராஜ் இதழை அவர் கிராமம் கிராமமாக எடுத்துச் சென்று விற்பனை செய்தார். 1920ஆம் ஆண்டில், நாக்பூரில் நடைபெற்ற காங்கிரஸ் மாநாட்டு அமர்வில் பங்கு பெற்றார்; அதே ஆண்டில் மது ஒழிப்பிற்காகத் தீவிர நடவடிக்கைகளில் ஈடுபட்டார். 1921ஆம் ஆண்டில், திலகரின் சுயராஜ்யநிதி வசூல் பணியில் தாமே ஈடுபட்டார். ராஷ்டிரியப் பள்ளிகளைத் தொடங்கினார். 1922இல், கொள்ளையர்களும் திருடர்களும் இருக்கும் இடம்தேடிச் சென்று சீர்திருத்தம் செய்தார். 1923இல் கொடி சத்தியாக்கிரகத்தில் ஈடுபட்டார். பிரிட்டிஷ் அரசாங்கம் தன்னிச்சையாக விதித்த தண்டனை வரியை எதிர்த்து கேதியா மாவட்ட மக்களை கிளர்ந்தெழச் செய்தார். கொலியர், பட்டன்வாடியா போன்ற சமூகத்தில் பிற்பட்ட மக்களில் ஒடுக்கப்பட்டும் புறந்தள்ளப்பட்டும் இருந்தவர்களின் மத்தியில் சென்று அவர்களின் மேன்மைக்காகப் பாடுபட்டார். இனக் கல்வரங்களின்போது நிவாரணப் பணியும் அமைதிக் கூட்டங்களும் அவருடைய நேரத்தை மிகுதியாக எடுத்துக் கொண்டன.

1928இல் பர்தோலி சத்தியாக்கிரகத்தில் அவர் பங்கு பெற்றுக் கைதானார். மார்ச் 1930இல் வரலாற்றுப் புகழ்வாய்ந்த தண்டி

யாத்திரையைத் தொடங்கியபோது, ‘அருண் படைப்பிரிவு’ என்னும் பெயருடைய வழிகாட்டும் முன்னணிப் படையின் தலைவராக ரவிசங்கர் மகராஜ் இருந்தார். குஜராத் மாநிலம் முழுவதும் மக்களின் நன்மைக்காக அவர் செய்த தகுதிவாய்ந்த பணி களுக்காக அம்மக்கள் மத்தியில் ஒவ்வொரு வீட்டிலும் அவர் பெயர் உச்சரிக்கப்படுகிறது. குஜராத்தில் உள்ள ஹரிபுராவில், அகில இந்தியக் காங்கிரஸ் மாநாடு நடந்தபோது, உணவுக் கூடத்தின் பொறுப்பை ரவிசங்கர் மகராஜ் ஏற்றார். ஒரு முழுச்சாப்பாட்டை ஆறு பைசா விலையில் கொடுக்குமாறு, உணவு ஏற்பாடுகளை அவர் நன்கு கவனித்தார்.

1940-41ஆம் ஆண்டுகளை அவர் நிவாரணப் பணிகளில் செலவிட்டார். முதலில் வேகமாகப் பரவும் காலரா நோயை எதிர்த்துப் போராடுவதிலும், பின்னர் இனக்கலவரத்தை எதிர்த்து அமைதிப்படுத்துவதிலும் காலம் சென்றது. போராடும் மக்களின் தலைவர்கள் அனைவரும் சிறைப்பட்ட காலமாக 1942ஆம் ஆண்டு அமைந்தது. ரவிசங்கர் மரராஜ் இதற்கு விதிவிலக்கல்ல. சிறைவாசம் அவர் உடல்நலனைப் பாதித்தது. சிறையிலிருந்து விடுதலை பெற்று வந்ததும், சேவாகிராம ஆசிரமத்தில் வந்து தங்கி ஓய்வெடுக்குமாறு காந்தியடிகள் அவரை அழைத்தார்.

1945இல் மகராஜ் மறுபடியும் மீட்புப் பணிகளுக்கு அழைக்கப் பட்டார். நாடு சுததிரம் அடைந்தபிறகும்கூட அப்பணிகள் ஏதேனுமொரு வழியில் தொடர்ந்தன. ஹரிஜன மக்கள் குழுவினரை வழிநடத்தி ஆலயப் பிரவேசம் செய்தார்; சிக்கலான பிரச்சினை களைத் தீர்த்துவைக்க உதவினார். 1952ஆம் ஆண்டு முதல், வினோபா பாவே தொடங்கிய பூதான இயக்கத்திற்குத் தம்மை அர்ப்பணித்துக் கொண்டார்.

அதற்கு முன்னால் தூதுக்குழு ஒன்றுடன் சீனா சென்று, அந்தநாட்டின் முன்னேற்றம் பற்றிய தகவல்களைத் தனிப்பட்ட முறையில் கேட்டுப் பெற்றார். 1955ஆம் ஆண்டில், அகில இந்திய சர்வோதய சம்மேளனத்திற்குத் தலைமை தாங்க அவர் தேர்ந் தெடுக்கப்பட்டார்.

1960ஆம் ஆண்டில் புதிதாக உருவாக்கப்பட்ட குஜராத் மாநிலத்தை அவர் முறையாகத் தொடங்கி வைத்தார். மகாத்மா காந்தியடிகள் விடுதலை இயக்கத்தைத் தொடங்கிய சபர்மதி ஆசிரமத்திலிருந்து

இதை மகராஜ் செய்தார். சபர்மதி ஆசிரமத்தின் அமைதியான சூழலிலும், பறவைகளின் பலவித ஓசைகளுக்கு நடுவிலும், ரவிசங்கர் மகராஜ், தொடக்கவிழாவில் பின்வருமாறு பேசினார்.

“1960ஆம் ஆண்டு மே மாதம் 1ஆம் நாளான இன்று புதிய மாநிலமான குஜராத் உருவாகும் இந்த வேளையில், இங்கு வாழ்ந்த காந்தியடிகளிடமிருந்து நாம் பெற்றுக் கொண்ட உயர்ந்த மரபும், நாம் கற்ற உயர்ந்த பாடங்களும் இயல்பாகவே நினைவிற்கு வருன்றன. இந்த வேளையில், குஜராத்தை உருவாக்கிய சிற்பியாக எப்பொழுதும் திகழும், நம்முடைய அன்பிற்குரிய சர்தார் வல்லபபாய் படேல் அவர்களையும் நாம் நினைக்க வேண்டும். அந்த இரண்டு மாமனிதர்களையும் நான் இப்பொழுது வணங்குகிறேன். நம்முடைய நாட்டிற்காகத் தங்களுடைய உயிரை நீத்த, முகம் தெரிந்த, முகமறியாத அத்தனை தியாகிகளையும் இந்த வேளையில் நினைத்து என்னுடைய தலைதாழ்த்தி வணங்குகிறேன். ய

காந்தியடிகளின் உணர்வில் எப்பொழுதும் இந்தியக் கிராமமும், கிராமப் பகுதிகளில் வாழ்கின்ற மக்களுமே இருந்தனர். இந்த மக்களின் வளர்ச்சியிலே இந்தியாவின் வளர்ச்சியை மகாத்மா தரிசித்தார். கடும் உழைப்பாளிகள், விவசாயிகள், தொழில் நிபுணர்கள், கடலில் கலம் செலுத்துவதில் நிபுணர்களாக விளங்கும் மீனவர்கள் என கிராமப்புறத்து இந்த மக்கள் நம்மிடையே வாழ்கிறார்கள். இவர்களோடு செல்வவளம் மிக்கவர்கள், தர்மசிந்தனை உள்ளவர்கள், வீண் செலவாளிகள் பொருளாதார நிர்வாகத்தில் திறமை உள்ளவர்கள் ஆகியோர் அடங்கிய மகாஜனம் என்னும் ஒரு வகுப்பு குஜராத்தில் நம்மிடையே உள்ளது.

இவர்கள் அனைவரின் திறமை, வலிமை, ஆற்றல் இவற்றைச் சரியாகப் பயன்கொண்டால், அளவில் சிறியதும், பற்றாக்குறை உடையதுமான குஜராத் மாநிலம், தன்னிறைவு பெற்ற மாநிலமாக விரைவில் மாறும் என்பதில் நான் உறுதியாக இருக்கிறேன். நம்நாடு சுதந்திரம் பெற்றபிறகு புனிதமான, உற்பத்தித் திறன் மிகுந்த உழைப்பு ஆற்றல் குறைந்து வருவதைக் காணமுடிகிறது. மனிதர்களுடைய முகங்கள் சுகபோக வாழ்க்கையையும், பொழுது போக்கையும் நோக்கித் திரும்பிவிட்டன. எதற்காக மனிதர்கள் பணத்தின் பின் இப்படி ஏங்கித் திரிகிறார்கள்? மனிதர்கள் சம்பாதிப்பது, அவர்களுடைய

எதிர்பார்ப்பைவிட மிகவும் குறைவாக உள்ளது என்ற உணர்வு ஏன் அவர்களிடம் காணப்படுகிறது? குவிப்பதிலும், நுகர்வதிலும் மனிதர்களுடைய கண்ணோட்டம் ஏன் நிலைபெற்றுவிட்டது?

சீனாவில் காணப்படுவதைப்போல, 'இதைச் செய்; இதைச் செய்யாதே' என்று நாம் சட்டங்கள் இயற்றமுடியாது. ஆனால் பொதுவாக நம்முடைய மந்திரிகள், அதிகாரிகள், மக்கள் ஆகியோர் சிக்கனத்தையும், எளிமையையும் வளர்த்துக் கொள்ள வேண்டும். நாளைய சந்ததிகளுக்கு உதாரணமாக அவர்கள் தங்களை ஆக்கிக்கொண்டு வாழ்ந்து காட்டவேண்டும்"

ஆட்சித்துறை, கல்வி, நீதித்துறை ஆகிய துறைகளில் தாய் மொழியை நடைமுறைப்படுத்தவேண்டும் என்பதற்காக ரவிசங்கர் மகராஜ் வாதாடினார்; அலுவலக நடைமுறையில் காணப்பட்ட தாமதத்தை எதிர்த்து அறிவுரை கூறினார்; அனைவருக்கும் வேலை என்பதற்காகப் போராடினார்; எந்த ஒரு அரசியல் கட்சியின் நலனை விடவும் மக்கள் நலனுக்கே அவர் முதலிடம் கொடுத்தார். ரவிசங்கர் மகராஜ் கடைபிடித்த இந்தப் பண்புகள், உண்மையான ஜனநாயகத்தின் அடிப்படைப் பண்புகளாகும். குஜராத் மாநிலம் அவற்றைப் பாதுகாத்து பின்பற்றி வருகிறது.

புதிதாக உருவான மாநிலத்தை ஆரம்பித்து வைத்து, அது வினோபா பாவே கனவுகண்டு செயற்படுத்திய கிராம சுய ராஜ்யத்தின் வடிவமாக இருக்கவேண்டும் என்று அதன் ஆட்சியாளர்களுக்கு அறிவுரை கூறினார். குஜராத் மக்கள் மேற்கொண்டுள்ள புதிய பயணத்தில், புதிய செயற்பாட்டில் வெற்றிபெறத் தேவையான ஆற்றலையும், வலிமையையும் அவர்களுக்குத் தருமாறு கடவுளை வேண்டிக் கொண்டார்.

1975ஆம் ஆண்டில் அவசரநிலைச்சட்டம் நடைமுறைப் படுத்தப்பட்டபோது, மகராஜின் மனமும் சிந்தையும் ஜெயப் பிரகாஷ் நாராயணிடமே இருந்தன.

1967ஆம் ஆண்டிலிருந்து அவருடைய உடல்நலம் சீர்கெட ஆரம்பித்தது. வயதின் காரணமாகவும், போதுமான ஊட்டச்சத்து மிகுந்த உணவு இன்மை காரணமாகவும் இந்நிலை ஏற்பட் டிருக்கலாம். காய்கறிகள், நெய் அல்லது பால் இவை எதுவுமே இல்லாமல் பருப்பும் அரிசியும்

கலந்த கிச்சடி எனப்பட்ட ஒருவகைக் கலவை உணவைப் பகல் பொழுது மட்டுமே, ஒருநாளைக்கு ஒருமுறை மட்டுமே அவர் உண்டுவந்தார்.

அவருடைய வாழ்க்கையின் கடைசிப் பத்தாண்டுகளில் தம்முடைய கால்களின் வலுவை இழந்து, பார்வையையும் இழந்தார். துன்பமயமான அந்த ஆண்டுகளில்கூட ஆக்கப் பூர்வமான பணிகளிலும், அரசியல், கல்வி, விழிப்புணர்வு ஏற்படுத்துதல் ஆகியவற்றில் அவருக்கு முழுமையான ஈடுபாடு இருந்தது. அவருக்கு ஓய்வு தேவைப்பட்டது; ஆனால் செயலற்ற ஓய்வல்ல. ரவிசங்கர் மகராஜ் இந்தத் துன்பங்கள், சோதனைகள் அனைத்தையும் வலிமையுடனும், மனத் திண்மையுடனும் பொறுத்துக் கொண்டார். பயமற்ற நிலை-அபயம், பற்றற்ற நிலை - அனாசக்தி என்பன அவருக்கு இயல்பாகவே வாய்த்தன. மகாத்மா காந்தியடிகளும், வினோபா பாவேயும், மனிதகுலம் முழுவதும் உருவாக்குவதற்குரிய அடிப்படைப் பண்புகள் என்று விரும்பியவை இவை. ரவிசங்கர் மகராஜ் இந்தப் பாடங்களை, உயர்ந்த ஆன்மாக்களின் கூட்டுறவால் பெற்றார். ஆகவே துன்பங்களுக்கு உள்ளாகி ஆதரவற்ற நிலையின் நடுவிலும்கூட அவர் சாவை விரும்பவில்லை; உயிரின் மீதான பற்று இதற்குக் காரணமல்ல. ஆனால் கடவுளுடைய தீர்ப்பு அது என்று அவர் முழுமையாக நம்பினார். கடவுளுடைய விருப்பத்தில் தாம் குறுக்கிடுவதை அவர் ஒருபோதும் விரும்பவில்லை.

1986ஆம் ஆண்டில் தம்முடைய 102வது வயதில் அவர் காலமானார்.

உயரமான, மெலிந்த, நிமிர்ந்த, பெண்ணின் குரலும், கருணை நிரம்பிய மனமும் உடைய ரவிசங்கர் மகராஜ் குஜராத்தில் இன்றும் வாழ்ந்து கொண்டிருக்கக் கூடிய ஒரு காவியம். சமஸ்கிருத இலக்கியத்தில், ராமன், அரிச்சந்திரன், நளன் போன்றவர்கள் ‘புண்ணிய சுலோகங்கள்’ என்று வருணிக்கப்படுகிறார்கள். அதன் பொருள் - நாள்தாறும் காலை வேளையில் நினைக்கப்படவேண்டிய புனிதமும் தகுதியும் உடைய பெயர்கள் இவை என்பதாகும். அரசனாகவோ, ஆள்பவனாகேவா மகராஜ் இல்லாவிட்டாலும்கூட, மகராஜ் என்ற சொல்லின் உண்மையான பொருளாக அவர் இருந்தார்; ‘புண்ணிய சுலோகம்’ என்ற சிறப்பிற்கு அவர் முழுமையான தகுதி உடையவர்.

1928ஆம் ஆண்டிலேயே காந்தியடிகள் ரவிசங்கர் மகராஜிற்குப் பின்வருமாறு கடிதம் எழுதியதற்கு ஒருவேளை இதுவே காரணமாக இருக்கலாம்.

மௌன விரத நாள் ஏப்ரல் 30, 1928

சகோதரர் ரவிசங்கர்,

நீ அதிர்ஷ்டம் செய்தவன். உனக்குக் கிடைத்த உணவைக் கொண்டு நீ திருப்தி அடைகிறாய். குளிர்ச்சியும், சூடும் உனக்குத் தெரிவதில்லை. சில கிழிந்த துணிகள் கிடைத்தால் நீ அவற்றை அணிந்து கொள்கிறாய். இப்பொழுது முதன்முதலாகச் சிறை செல்வதற்கு உனக்கு யோகம் வந்துள்ளது. மாற்றிக் கொள்வதைக் கடவுள் அனுமதித்தால், நீயும் பெருந்தன்மையோடு இசைந்தால், நிச்சயம் நான் உன்னிடம் மாறிக்கொள்வேன். உனக்கும் நாட்டிற்கும் வெற்றி கிடைக்கட்டும்.

ஆசிகளுடன்

பாபுஜி

(குஜராத் மொழிப்பிரதியிலிருந்து: 2935)

பக்த துக்காராம் இனத்தைச் சார்ந்தவர் ரவிசங்கர் மகராஜ் என்று ஆச்சார்ய வினோபா பாவே மிகப் பொருத்தமாகத்தான் கூறியிருக்கிறார்.

8. மீரா பென்

அவளுடைய பெயர் மெடலீன், 1892இல் அவள் பிறந்தாள். தன்னுடைய சுயசரிதையில் சரியான தன்னுடைய பிறந்த நாளைக் குறிப்பிடவில்லை. அவளுடைய தந்தை கடற்படை அதிகாரியான படியால் தொடர்ச்சியாக இரண்டாண்டுகளோ அல்லது அதற்கும் கூடுதலாகவோ அவர் கடற்பயணம் செல்ல நேரிடும். ஆகவே, அவளுடைய தாயார் தன் குழந்தைகளோடு மில்டன் ஹீத் என்னும் தன்னுடைய தந்தை ஊருக்குச் செல்வார். கிராமப்புறத்திலிருந்த பாட்டனாரின் அந்த வீடு உயர்ந்த இடத்தில், இருபது ஏக்கர் நிலப் பரப்பில், அழகான தோட்டம் சூழ்ந்திருக்க, பசுக்களுக்குரிய மேய்ச்சல் நிலங்களோடு, மரங்களும் புதர்களும் கொண்ட வளமான பூமியாக இருக்கும். மோட்டார் கார்கள் புழக்கத்திற்கு வராத அந்த நாட்களில் அழகான குதிரைகளோடு கூடிய குதிரை லாயங்கள் இருந்தன. சில குதிரைகளை வண்டிகளில் பூட்டுவர்; சில குதிரைகளைக் குதிரையேற்றத்திற்கும் வேட்டைக்குமாகப் பயன் படுத்துவர். குதிரைலாயங்களுக்குக் கீழே சரிவான இடத்தில் நாலைந்து ஜெர்ஸி பசுக்கள் உள்ள பசுக் கொட்டிலும் கோழிப் பண்ணையும் பன்றிப் பட்டிகளும் இருந்தன.

வலப்பக்கத்தில் நார்த் டௌன்ஸ் என்ற பகுதி அமைய, டார்க்கிங் பள்ளத்தாக்கு நன்கு தென்படுமாறு, லெய்த் மலை வரிசை இடப்பக்கத்தில் அமைய அந்த வீடு இருந்தது. வீட்டின் மேல் கட்டில் பகல்நேர காப்பகமும் இருந்தது. ஆகவே அனைத்தையும் அவளால் காணமுடிந்தது. வீட்டின் நடுப்புறத் தட்டில் இரவுநேரக் காப்பகம் இருந்தது. குதிரைகள் இருக்கும் லாயத்தை மேற்பார்வை செய்வது அவளுக்கு மிகவும் மகிழ்ச்சி தருவதாகும்.

அவளுடைய வாழ்க்கை மிகவும் திட்டமிட்டமுறையில் சென்றது. ஆனால், சலிப்பூட்டுவதாக ஒரே மாதிரி இருப்பதாக அவள் எப்போதும் உணர்ந்ததில்லை. அவள் வயது கூடிபெரியவளான போது ரம்பம், சுத்தியல், ஸ்குரூடிரைவர், உளி, இழைப்புளி ஆகிய கருவிகளைச் சரியாகப் பயன்படுத்த அறிந்து கொண்டாள். ஆனால், அவள்

மிகவும் விரும்பிய இடம் குதிரைலாயமே. குதிரைகள் நன்கு பேணி வளர்க்கப்படுவதை, தேய்த்து நீராட்டி சுத்தம் செய்யப்படுவதை, உண்ணுவதை, குளம்புகள் சுத்தம் செய்யப்படுவதை எல்லாம் குழந்தைக்கே உரிய வியப்புடன்கூடிய கண்களால் பார்த்துக் கவரப்பட்டாள். தலைமை வண்டிக்காரன் ஒவ்வொன்றையும் ஏன், எதற்கு என அவளுக்கு விளக்கிக் கற்பித்தான்; சேணம் பூட்டுதல், கடிவாளமிடுதல், குதிரைச் சவாரி செய்தல், வண்டியில் பூட்டும் குதிரையைச் சேணமிடல் என்ற அனைத்தையும் கற்றுத் தந்தான்.

மெடலீன் சிறிய பெண்ணாக இருந்தபோதே, அறியாதவற்றை அறிய விரும்பும் வேட்கையும் தேடல் உணர்வும் அவள் மனத்தில் காணப்பட்டன; அவள் தேடத் தொடங்கினாள். ஒவ்வொரு சமயத் திலும் அவளை நீண்டதூரத்திற்கு அழைத்துச் செல்லும் ஏதோ ஒன்று அவள் வாழ்வில் இருந்தது. அது, அமைதியான கணங்களில் அவளுக்கு இயற்கைக் குரலாக, பறவையின் பாட்டொலியாக, மரங்களிலிருந்து வரும் காற்றின் இசையாக எப்போதும் கேட்டது. எதுவென்று இனம்காண முடியாத குரலாக அது இருந்தும், அவள் அதைக்கேட்டு அஞ்சவில்லை. எல்லையற்ற ஆனந்தத்தை மட்டுமே அந்தச் சமயத்தில் அவள் உணர்ந்தாள்.

போர்ட்ஸ்மௌத் என்னுமிடத்தில் உள்ள கப்பல் பயிற்சிக் கல்லூரியில் அவளுடைய தந்தை பணியமர்த்தப்பட்டதைத் தொடர்ந்து, பாரேஹாம் என்ற இடத்தில் இருந்த கிராமப்புற வீட்டில் சிறிது காலத்திற்குக் குடும்பம் குடியேறியது. அந்த இடத்து வாழ்க்கை அமைதியான, கிராமப்புற வாழ்க்கை. ஆனால், அமைதியான அந்தச் சூழலிலிருந்து, அவளைத் தூக்கத்திலிருந்து விழிப்படையச் செய்ய ஏதோ வந்தது. அவளுடைய தந்தை அவளுக்காக ஏஞ்சல்ஸ் பியானோ இசைக்கருவியை வாங்கி வந்தார். ஒருமுறை, இசைமேதை பீதாவன் வாசித்த சில்வழி சந்த இசைப்பா (பீதோவனுடைய சோனடா ஓபஸ் 31, எண் 2) ஒன்றின் சிறுபகுதியை அவள் கேட்க நேரிட்டது. அவள் அதற்கு அடிமை யானாள். மீண்டும் மீண்டும் அதை இசைத்தாள். அதை இசைப்பது அவள் மனத்தைத் தூண்டி, கிளர்ந்தெழச் செய்து நீண்ட நேரத்திற்கு ஒன்றச் செய்தது. ஆழமான உள்ளத்துன்பத்தை அது ஏற்படுத்தியது. இப்படிப்பட்ட மனவேதனை ஏற்படும் நேரங்களில் அவள் தன் தனிஅறையில் முழந்தாளிட்டுக் கடவுளிடம் பிரார்த்தனை,

செய்வாள்: "நான் ஏன் ஒரு நூற்றாண்டு தாமதமாகப் பிறந்தேன்? அவனை உணரும் அறிவை நீ ஏன் எனக்குத் தந்தாய்? அத்துடன் இந்தக் காலஇடைவெளியை ஏன் தந்தாய்?"

பீதோவனிடம் கொண்ட இந்தத் தணியாத ஆசை, பீதோவனைப் பற்றி நிறைய அறிந்துகொள்ள அவளை ரோமென் ரோலண்டிடம் இட்டுச் சென்றது. தம்முடைய சகோதரியுடன் வாழ்ந்த ரோமென் ரோலண்டை அவள் வில்லியனொவாவில் சந்திதாள். இந்தச் சந்திப்பின்போது இந்தியாவைப் பற்றி அப்போதுதான் தாம் எழுதியுள்ள 'மகாத்மாகாந்தி' என்னும் சிறுநூல் பற்றிக் குறிப்பிட்டு, காந்தியடிகளைப் பற்றி அவள் எப்போதாவது கேள்விப்பட்டதுண்டா என்று அவர் கேட்டார். அவள் இல்லை என்று பதில் கூறினாள். காந்தியடிகள் மற்றொரு ஏசுகிறிஸ்து என்று அவர் கூறினார். இச்சொற்கள் ஆழமாக அவளுள் சென்று தங்கின. அவள் அதைச் சேமித்து உள்வாங்கி, அலெக்ஸாண்டிரியாவை நோக்கிப் பயணம் செய்தாள்.

அலெக்ஸாண்டிரியாவிலிருந்து திரும்பும்போது, பாரீஸ் வந்த அவள் ஒரு புத்தகக் கடையில் ரோமென் ரோலண்டின் மகாத்மா காந்தி நூலை வாங்கிவந்து அன்றே படித்தும் முடித்தாள். அந்த 'ஏதோ ஒன்று' எதுவென அவள் அப்போது உணர்ந்தாள். மகாத்மா காந்தியிடம் செல்லுமாறு கூறும் அழைப்பு அது. இந்த அழைப்பு ஆற்றல்வாய்ந்ததாகவும் எல்லையற்றதாகவும் இருந்தது. லண்டனை அடைந்ததும், பி அண்ட் க்யூ கப்பலில், படுக்கை வசதியுடன் கூடிய இடத்தை அவள் முன்பதிவு செய்தாள். தான் எடுத்த முடிவை அவள் தன் பெற்றோர்களிடம் கூறினாள். அவளுடைய பெற்றோர்கள் நல்லறிவுடையவர்கள் ஆனபடியால், அவள் முடிவை மாற்றிக் கொள்ளச் சொல்லவில்லை. மிகவும் வேகமான முடிவோ என்று மெடலீன் தானே உணர்ந்தாள். காந்தியடிகள் ஏற்றுக் கொள்ளும்படி ஆவதற்குத் தன்னை இன்னும் கடுமையான சோதனைகளுக்கு உட்படுத்திக்கொள்ளும் தேவையுள்ளது என அவள் எண்ணினாள். அந்த முடிவிற்கு வந்த பிறகு, நூல்நூற்றல் உள்ளிட்ட அனைத்து வேலைகளையும் பழகினாள்; சைவ உணவு மட்டும் உண்பவளாக மாறினாள்; மதுபானம் அருந்ாதவளானாள்; மொழியைக் கற்கத் தொடங்கினாள்; சம்மணம் இட்டு உட்காரவும் தரையில்

படுத்துத் தூங்கவும் பழகினாள். உடனடியாகப் படிப்பதற்கு ‘யங் இந்தியா’ இதழுக்குச் சந்தா கட்டினாள். பாரிஸில் தன்னுடைய பயிற்சி நிகழ்ச்சியின் ஒரு பகுதியை அவள் கழித்தாள். பிரெஞ்சு மொழிபெயர்ப்பு வடிவத்தில் ரிக்வேதத்தின் சில பகுதி களையும் பகவத்கீதையையும் அவள் படித்தாள்.

பாரிஸிலிருந்து லண்டன் திரும்பியதும், இந்து முஸ்லீம் ஒற்றுமைக்காக மகாத்மா காந்தி உண்ணாவிரதம் இருக்கும் செய்தியைக் கேள்விப்பட்டாள். நாளுக்குநாள் அவருடைய உடல்நிலை கவலைக்கிடமாக ஆனது. மெடலீனுக்கு அந்த 21 நாட்கள் முடிவற்ற நாட்களாகின. இறுதியாக உண்ணாவிரதம் வெற்றிகரமாக முடிவிற்கு வந்தது. காந்தியடிகளுக்கு நன்றி பாராட்டிக் கடிதம் எழுதி, அத்துடன் வெற்றிக்குக் காணிக்கையை அனுப்பிவைக்கவும் அவள் எண்ணினாள். ஆனால், இசை நிகழ்ச்சி களின் மூலம் அவள் சம்பாதித்த பணம் செலவழிந்துவிட்டது. அவள் தன்னுடைய பியானோவைக்கூட விற்றுவிட்டாள். அவளுடைய இருபத்தொன்றாம் பிறந்தநாளுக்கு அவள் தாத்தா பரிசளித்த வைரத்தாலான சிறிய ஆடை ஊசி (புரூச்) மட்டுமே அவளிடம் இருந்தது. அதை விற்று அதன்மூலம் கிடைத்த 20 பவுண்ட் பணத்தை அவள் காந்தியடிகளுக்கு அனுப்பினாள். அவர்களிடையே நட்பு ஏற்பட்ட வரலாறு இதுதான். இதன்மூலம் காந்தியடிகள் உருகிப்போனார். நன்றியுடன் அவர் அதை ஏற்றார். இந்த அனுபவத்தால் ஊக்கம் பெற்ற மெடலீன் சர்பமதி ஆசிரமத்தில் அவருடன் வந்து இருப்பதற்கு அவருடைய அனுமதி கேட்டு மற்றொரு கடிதம் எழுதினாள். ஆகஸ்ட் 1925இல் கல்கத்தாவிலிருந்து அவருடைய பதில் வந்தது.

24.07.1925

அன்புள்ள நண்பருக்கு

என்னை மிகவும் ஆழமாகத்தொட்ட உன் கடிதத்தைப் பெற்று நான் மகிழ்ந்தேன். நீ அனுப்பியிருந்த மாதிரி கம்பளிகள் மிக நன்றாக இருந்தன.

நீ வரவேண்டும் என்று எந்த நேரத்தைத் தேர்ந்தெடுக் கிறாயோ அப்போது வரலாம். ஸ்டீமரில் வரவும்.. உன்னை வரவேற்க ஒருவர் வருவார்.. ரயிலுக்கு உனக்கு வழிகாட்டுவார். சபர்மதிக்கும்

வழிகாட்டுவார். கிராம வாழ்க்கை ரோஜாமலர் போன்று இருக்காது என்று மட்டும் நினைவில் கொள்க. ஆற்றல் மிக்கது அது. ஆசிரமவாசி ஒவ்வொருவருக்கும் உடல் உழைப்பு கொடுக்கப்படுகிறது. இந்த நாட்டின் தட்பவெப்பநிலையும் ஆழ்ந்த சிந்தனைக்குரியது. உன்னை அச்சப்படுத்தி மிரட்டுவதற்காக நான் இதைக் குறிப்பிடவில்லை; உனக்கு வெறுமனே எச்சரிக்கை செய்ய மட்டுமே.

உண்மையுள்ள

எம்.கே. காந்தி

கடிதத்தைப் பெற்றதும், இந்தியாவிற்குப் புறப்படும் நாள் முடிவு செய்யப்பட்டது. அவளுடைய தாயும் மூத்த சகோதரியும் லண்டன் நிலையத்திற்கு வந்து வழியனுப்பினர். பாரிசிலிருந்து அவளுடைய தந்தை ‘கவனமாக இரு’ என்னும் சொற்களுடன் விடைகொடுத்து அனுப்பினார். பாரிஸிலிருந்து ரோமென் ரோலண்ட், அவருடைய சகோதரி ஆகியோரிடம் விடைபெறச் சென்றாள். அவர்களை விட்டு அவள் புறப்படும் போது, ரோமென் ரோலண்டின் கண்களில் மகிழ்ச்சியும் வியப்பும் கலந்த பார்வை தெரிந்தது. அவருடைய குரலில், ‘நீ எவ்வளவு அதிர்ஷ்டம் செய்தவள்,’ என்பது மணிபோல் ஒலித்தது.

நவம்பர் 6ஆம் நாளன்று, கப்பல் பம்பாய் துறைமுகத்தை அடைந்தது. அவளை அங்கு நண்பர்கள் வரவேற்றனர். மலபார் ஹில் பகுதியில் இருந்த நௌரோஜியின் வீட்டிற்கு அழைத்துச் சென்றனர். சகோதரர்களும் சகோதரிகளும் தாதாபாய் நௌரோஜியின் பேரக்குழந்தைகளும் சேர்ந்து, ஒரு நாளாவது தங்கி, ஓய்வெடுத்துவிட்டுப் பிறகு செல்லுமாறு வலியுறுத்தினர். காலதாமதமின்றிச் சபர்மதியைச் சென்று அடைவதைத் தவிர, அவளுக்கு வேறு சிந்தனை ஏதுமில்லை. காந்தியடிகளின் நாலாவது மகனான தேவதாஸ் அங்கு வந்து, தங்கிச்செல்லுமாறு அவளை வற்புறுத்தினார். ஆனால், அவளுடைய உறுதியைப் பார்த்து, அன்றிரவு ரயிலிலே அவள் புறப்பட ஏற்பாடு செய்தார்.

நவம்பர் மாதம் 7ஆம் நாள், 1925ஆம் ஆண்டு காலை அகமதா பாத் ரயில்நிலையத்தை அடைந்தபோது அவளை வரவேற்க மூவர்

பிளாட்பாரத்தில் காத்திருந்தனர். மகாதேவ தேசாய், வல்லபபாய் படேல், சுவாமி ஆனந்த் ஆகியோரே அந்த மூவர்.

வல்லபபாய் படேல், அவளை ஆசிரமத்திற்கு அழைத்துவந்து, ஓர் அறைக்குள் அவளை அனுப்பி வைத்தார். அவள் உள்ளே நுழைந்ததும், பழுப்புநிறம் உடைய ஒரு உருவம் எழுந்திருந்து முன்னோக்கி வந்தது. வெளிச்சம் வந்த உணர்வைத் தவிர மெடலீனுக்கு எதுவும் நினைவில் இல்லை. அவள் முழந்தாளிட்டு நின்றாள். இரு கரங்கள் அவளை எழச் செய்தன. 'நீ என் மகளாக இரு' என்று ஒரு குரல் கூறியது. இச்சொற்களைக் கேட்டதும்தான் புறஉலகம் பற்றிய நினைவே அவளுக்குத் திரும்பியது. சிரிப்புடன் கூடிய மலர்ந்த முகம் ஒன்றை அவள் கண்டாள். மிகுந்த அன்பும், மனமகிழ்ச்சியும் நிறைந்த சுடர்விடும் கண்களை அவள் கண்டாள். அவர்தான் பாபு. அவர்களுக்கிடையிலான உறவில் அவர் தந்தையாகவே இருந்தார்; மகள் மீராவாக அவள் இருந்தாள்.

அவள் வந்தவுடனே பாபுவின் அன்றாட வாழ்வில் சரியாக உட்புகுந்தாள். அவளுடைய உணர்வுகளில் இது ஏற்படுத்திய தாக்கம் பெரிதும் அசாதாரணமானது. காந்தியடிகளின் மீது தன் கண்களை வைத்தபடியே, அந்தக் கணத்திற்காகவே, காலை முதல் மாலைவரை அவள் வாழ்ந்தாள். அவர்முன் இருப்பது ஒருவரை தன் நிலையிலிருந்து உயர்த்தச் செய்யும். அவருடைய புறத் தோற்றமோ அவருடைய பேச்சுமுறையோ அல்ல; இவை இரண்டிலும் கலந்த எளிமைதான் அது. இங்கு கருணையின் உயிர்ப்பும் இயற்கையான அடக்கமும் உடைய தன்னை வெளிப் படுத்திக்கொள்ளும் பேச்சையும் புறத்தோற்றத்தையும் ஒன்றாகக் காட்டும் ஓர் ஆன்மாவுடன் நேரடியாகப் பழகும் அனுபவம் உண்டாகிறது. அதேவேளையில் ஆன்மபலம் பற்றிய உணர்வு இருக்கிறது. அந்த ஆன்மபலம் முழுவதும் நம்பிக்கையுடையதாக, அனைத்தையும் ஊடுருவுவதாக, தீவிரமான மனிதத் தன்மையுடன் கூடியதாக, தூய மனம் தடுக்க முடியாத நகைச்சுவை உணர்வு உடையதாக இருந்தது. அடர்த்தியான காட்டில் இலைகளின் ஊடாகப் பொன்னிறக் கதிர்கள் ஒளிபாய்ச்சுவதாக இருந்தது.

பாபுவின் முன்னால் ஒழுங்கும் கண்டிப்பும் மிக்க நடைமுறை அவளுக்கு ஏற்பட்டது. இந்த நடைமுறை, இந்தியாவில் அவள்

தங்கியிருந்த காலம் முழுவதிலும் 34 ஆண்டுகளிலும் கடைப் பிடிக்கப்பட்டது. நூல்நூற்பது, பஞ்சைச் சிக்கெடுப்பது, சமைப்பது, சுத்தம் செய்வது, இந்திமொழியைக் கற்பது, சமயங்களில் பாபுவுடன் பயணம் செய்வது, ஏனைய சமயங்களில் ஆசிரமத்தில் வாழ்வது, அவளுடைய பணிகளைச் செய்வது என்ற அனைத்தும் இதில் அடங்கும். காந்தியடிகளின் பரிவாரத்துடன் அவள் முதன்முதலில் வார்தா பயணத்தை மேற்கொண்டாள். அங்கு நன்கு கற்ற கடுந் துறவியான ஆசார்ய வினோபா பாவே, பிரம்மச்சாரி ஆசிரமம் ஒன்றை நடத்தி வந்தார். இந்திய தேசிய காங்கிரஸ் மாநாட்டின் தொடக்க விழாவிற்கு முன் காந்தியடிகள் ஆண்டுதோறும் அந்த ஆசிரமத்திற்குச் சென்று பத்துநாட்கள் ஓய்வு எடுப்பார். சபர்மதியிலிருந்து முற்றிலும் வேறுபட்டு வார்தா ஆசிரமம் இருப்பதை மீராபென் கண்டாள். வார்தா ஆசிரமத்தில் சிறிய, அடக்கமான அளவில் ஒரு சிறு குழுவினர் இருப்பதை மீராபென் கண்டாள். மிகவும் முழுமையான நிலையில் தெள்ளத் தெளிவாக, காந்தியடிகளின் குறிக்கோள்களும் சோதனைகளும் முறையாக அங்கு நடைமுறைப்படுத்தப்பட்டு வந்தன. அமைதியான சூழல், உழைப்பில் ஒற்றுமை, கடும் உழைப்பு, ஆன்மீகக் குறிக்கோள் என்பன ஆசிரமத்தின் பண்புகள். சில நாட்கள் ஓய்வெடுத்தபின், காங்கிரஸ் மாநாட்டு அமர்விற்கு நேராகச் சென்றார்கள். அங்கு, காந்தியடிகள். அதன் தலைமைப் பொறுப்பை சரோஜினி நாயுடுவிடம் கொடுத்தார்.

இரண்டு முக்கியமான நீரோட்டங்கள் காந்தியடிகளின் செயல்களில் காணப்படுவதை மீராபென் கண்டாள். சத்தியம், அஹிம்சை ஆகியவை குறித்த அவருடைய தேடலுக்குத் தகுதியான ஆட்களை உருவாக்க அவர் உழைக்கும் ஆசிரம வாழ்க்கை ஒன்று. இந்தியாவின் பொதுவாழ்க்கைத் துறையில், காந்தியடிகள் பிரகடனப்படுத்திய பாதையைப் பின்பற்றி, தொண்டர்களின் கூட்டத்தைக்கொண்டு இந்தியநாட்டின் சுதந்திரத்திற்காகப் போராடுவதற்கான இந்திய தேசிய காங்கிரஸ் மற்றொன்று. காந்தியடிகளுடன் வாழ்ந்த மீராபென் இரண்டிலுமே நல்ல பயிற்சியும் அறிவும் பெற்றவளாக வேண்டிஇருந்தது. ஆசிரமத்தின் சமூகவாழ்க்கை மிகவும் கடுமையானதாக அவளுக்கு இருந்தது. இந்தியவின் தட்பவெப்பச் சூழலும் ஒரு காரணமாகும். ஆனால் காந்தியடிகளிடம்

அவள் கொண்டிருந்த பக்தி, இந்த பாதகங் களுக்கிடையிலும் அவளை உறுதியாக இருக்கச் செய்தது. விரைவிலேயே, ஆசிரம வாழ்க்கையில், வண்ணவண்ண ஜரிகை ஏதுமற்ற முழுவதும் வெண்மையான புடவையை அணிந்தாள். தன்னுடைய தலைமுடியை வெட்டிக்கொண்டாள். கன்னியாகவே வாழ்வது என்று சபதம் எடுத்தாள்.

காந்தியடிகளுடன் தங்கியிருக்க வந்த ஓராண்டுக்காலத்திற்குப் பின் மீராபென்னின் தந்தை காலமானார் என்ற செய்தியுடன் அவருடைய அன்னையிடமிருந்து தந்தி வந்து. அவருக்குப் போய் வரவேண்டுமென்ற விருப்பம் இருந்தால் இங்கிலாந்து சென்று வரலாம் என்று காந்தியடிகள் கருத்துரைத்தார். ஆனால், மீராபென் அடக்கத்துடன் அங்கு செல்ல மறுத்தார். இந்துஸ் தானியைக் கற்கும் அவருடைய கல்வி போதுமானதாக இல்லை. ஆகவே, வட இந்தியப் பகுதிக்குச் சென்று, இந்தி பேசும் மக்களிடையே வாழ எண்ணி, காந்தியடிகளின் சம்மதத்தைப் பெற்றார். இந்த நோக்கத்திற்காக டெல்லியிலுள்ள கன்னியா குருகுலத்திற்கு அனுப்பிவைக்கப்பட்டார்; அதன்பிறகு கங்ரி குருகுலத்திற்கு அனுப்பப்பட்டார்.

கங்ரி குருகுலத்திற்கு அவர் சென்றசமயம், அதன் வெள்ளி விழாக் கொண்டாட்டங்களில் பங்கெடுப்பதற்காக, மார்ச் 1927இல் காந்தியடிகள் அங்கு வரவி அறிந்தார். நீண்டகாலம் கழித்து, காந்தியடிகளைக் காணப்போகிறோம் என்ற எண்ணமே ஊக்கம் தருவதாக இருந்தது. பாபு திரும்பும்போது ஒருவேளை தன்னையும் உடன் அழைத்துச் செல்வார் என்றும் அவர் எண்ணினார். ஆனால், அது பயனற்ற நம்பிக்கையாக ஆனது. ஆனால், இதற்கு மாறாக ரேவரியிலுள்ள பகவத்பத்தி ஆசிரமத்திற்கு அவரை அனுப்புவது பற்றிய சிந்தனையில் காந்தியடிகள் இருந்தார். அவர் மீராபென்னுக்கு ஒருவேளை பயிற்சியும் பரிசோதனையும் செய்து வந்திருக்கலாம். அந்த ஆசிரமத்தை மீராபென் அடைந்தவுடன், காந்தியடிகளிடமிருந்து ஒரு கடிதத்தைப் பெற்றார். அதில் பின்வருமாறு எழுதப்பட்டிருந்தது.

இன்று விடைபெற்று வந்தது துன்பமாக இருந்தது. ஏனெனில், நான் உனக்குத் துன்பம் தந்ததைக் கண்டேன். இருந்தாலும் இது தவிர்க்க முடியாதது. முழுமைபெற்ற பெண்ணாக நீ இருக்க வேண்டும் என்று நான் விரும்பினேன். முடங்கிய தன்மைகள் எல்லாவற்றையும் நீ

விட்டொழித்து வீசி எறிய வேண்டும் என நான் விரும்பினேன். தேவையற்ற தனிப் பண்புகளைக் கட்டாயம் போக்கிவிடு.

தளர்ச்சியடைவதைத் தூக்கி எறி. நீ என்னுடன் உடலைப் போல ஒட்டிக் கொண்டிருக்க முடியாது. உடலற்ற ஆன்மா எப்போதும் உன்னுடன் உள்ளது. எப்போதும் உன்னுள் பொதிந்திருக்கிற எல்லாவிதமான வரையறைகளையும் உடைய, சக்தியற்ற, புறஉடலை விடவும் மிக உயர்ந்தது ஆன்மாதான். தசையற்ற ஆன்மாதான் முழுமையானது; அதுவே நாம் அனைவரும் வேண்டுவது. எப்போது நாம் பற்றுக்களை விடுத்து, பற்றற்ற நிலைக்குச் செல்கிறோமோ, அப்போதுதான் இதை உணர முடியும், இதை நீ அடைவதற்கு இப்போது முயற்சி செய்ய வேண்டும்.

உன்னைப்போல இருந்தால், நான் இப்படித்தான் வளர்வேன். ஆனால் உன்னுடைய வழிகளில் நீ வளர வேண்டும். ஆகவே, இதில் நான் கூறியுள்ளதில் உன் மனத்திற்கும் சிந்தைக்கும் பொருந்தாதவற்றை நீ விட்டுத்தள்ளவேண்டும். எந்த நிலையிலும் நீ உன்னுடைய தனித்தன்மையை வைத்திருக்க வேண்டும். தேவையானபோது என்னை எதிர்த்து நில். உன்மீது எனக்கு முழு அன்பு இருக்கிறது எனினும், ஒருவேளை நான் தவறாக முடிவு செய்யக்கூடும். என்னிடம் தவறு செய்யாதபோது, உன்னைக் குற்றம்சாட்ட நான் விரும்பவில்லை.'

எதிர்வரும் ஆண்டுகளில், மீராபென் எதிர்கொள்ளவேண்டிய போராட்டத்தின் இன்னல் மையமான சிலுவையை இந்தச் சில சொற்களில் காந்தியடிகள் வெளிப்படுத்திவிட்டார்.

அடுக்கடுக்கான நிகழ்ச்சிகள் நடந்த கால கட்டத்தில் மீராபென் இந்தியாவில் வாழ்ந்தார். 1927ஆம் ஆண்டு சைமன் கமிஷன் வந்தபோது, எங்கு பார்த்தாலும் கறுப்புக்கொடி காட்டப் பட்டதை மீராபென் பார்த்தார்; 1929இல் முழுமையான சுதந்திரம் வேண்டி மக்கள் உறுதியுடன் தீர்மானம் செய்ததைப் பார்த்தார்; 1930-31ஆம் ஆண்டுகளில் தண்டி யாத்திரை, சட்டமறுப்பு இயக்கம் ஆகியவற்றையும் 1931இல் காந்தி - இர்வின் ஒப்பந்தம் ஏற்பட்டதையும் பார்த்தார். 1931ஆம் ஆண்டில் காந்தியடிகளும் மற்றவர்களும் லண்டனுக்கு வட்டமேஜை மாநாட்டில் கலந்து கொள்வதற்காகச் சென்றபோது, மீராபென் உடன் சென்றார். 1942இல் ஒரிஸ்ஸா மக்களை, ஜப்பானியத் தாக்குதலை

எதிர்க்க அஹிம்சை வழியில் தயார்ப்படுத்தினார். 1942ஆம் ஆண்டில் மீராபென் கைது செய்யப்பட்டு காந்தியடிகளுடன் பூனாவிலுள்ள ஆஹாகான் மாளிகையில் சிறை வைக்கப்பட்டார். அங்கு இருந்த போது, மகாதேவ தேசாயும், அன்னை கஸ்தூரிபாவும் தம்முடைய கடைசி மூச்சை நிறுத்தியதைக் கண்டார். சிம்லா மாநாடு, கேபினட் தூதுக் குழு, இடைக்கால அரசாங்கம், சட்டசபை வடிவாக்கம், இந்தியா-பாகிஸ்தான் பிரிவினை, அதைத் தொடர்ந்த கலவரங்கள், மகாத்மா காந்தியடிகள் சுட்டுக்கொல்லப்பட்ட கொடுஞ்செயல் ஆகிய நிகழ்ச்சிகளின்போது அவர் இந்தியாவில் இருந்தார்.

நீரோட்டத்தின் நடுப்பகுதியில் இருந்தபோது செயலாற்று வதற்கு அவருக்கு எப்பொழுதும் பங்கு இருந்தது. காந்தி ஆசிரம வாசியான அவர் கதர்ப்பிரச்சாரத்திற்காக இந்தியா முழுவதும் பயணம் செய்தார். 'யங் இந்தியா', 'ஹரிஜன்' ஆகிய பத்திரிகை களுக்கு அவர் நூற்றுக்கும் மேற்பட்ட கட்டுரைகளை எழுதினார். கல்கத்தாவின் 'ஸ்டேட்ஸ்மென்', பம்பாயின் 'டைம்ஸ்ஆப் இந்தியா, தில்லியின் 'ஹிந்துஸ்தான் டைம்ஸ்' ஆகிய இதழ்களுக்கும் அவர் கட்டுரைகள் எழுதினார். பங்கெடுக்க வேண்டும் என்ற நோக்கம் இல்லாமலிருந்தும்கூட விடுதலைப் போராட்டத்தின்போது 1932-33ஆம் ஆண்டுகளில் இருமுறை அவர் கைது செய்யப் பட்டார். ஆர்தர் ரோடு சிறையிலும், சபர்மதி சிறையிலும் அவர் சிறை வைக்கப்பட்டார். மகாத்மா காந்தியடிகளோடு அவர் இருந்த போதெல்லாம் காந்தியடிகளை மிகவும் நுட்பமாக மீராபென் கவனித்துக் கொண்டார். சமயங்களில் வைசிராயிடம் காந்தியடி களின் சிறப்புத்தூதுவராக அவர் சென்றுள்ளார். காங்கிரஸ் கட்சித் தலைவரிடமும், செயற்குழு உறுப்பினர்களிடமும் அவர் தூது சென்றுள்ளார். இந்தியாவின் வழக்கிற்கு வாதாடுவதற்கு வெளிநாடு சென்று, லியோட் ஜார்ஜ், ஹாலிபாக்ஸ் பிரபு, ஜெனரல் ஸ்மித்ஸ், சர். சாமுவேல் ஹோர், வின்ஸ்டன் சர்ச்சில் ஆகியோரை அவர் சந்தித்தார். அத்துடன் ஐக்கிய நாடுகள், நியூயார்க், பிலடெல்பியா, மேற்கு செஸ்டர், பாஸ்டன், ஹார்வேர்டு, வாஷிங்டன் ஆகிய இடங்களுக்கும் அவர் சென்றுள்ளார். ஹார்வேர்டு பல்கலைக் கழகத்தில் அவர் உரையாற்றியுள்ளார். வாஷிங்டனில் வெள்ளை மாளிகையில் திருமதி ரூஸ்வெல்டையும் சந்தித்துள்ளார். சேவா

கிராம ஆசிரமம் உருவாக்குவதிலும், சுற்றுப்புறக் கிராமங்களில் தூய்மைப்பணி முகாம்கள் நடத்துவதிலும் அவர் மிகுந்த அக்கறை காட்டினார். காந்தியடிகளுக்குத் தொண்டு செய்வதில் அவர் எப்போதும் பின் வாங்கியதே இல்லை. முடிந்த அளவிற்கு அவர் காந்தியடிகளுடன் இருந்தார். அவ்வாறு, நீண்ட காலம் காந்தியடிகளுடன் இருந்ததற்காக, வேறு யாரையும்விட மீராபென் மிகுந்த தண்டனையையும் காந்தியடிகளிடம் பெற்றிருக்கிறார். படிப் படியாக சுதந்திரப் போராட்டச் செயல்பாடுகளில், பாபுஜியின் ஆசியுடனும் உதவியுடனும் அவர் ஈடுபட்டார்.

சிறிது காலத்துக்கு அவர் மனம், சர்தார் பிருதிவி சிங்கிடம் காதல்கொண்டது; அவருடைய உணர்வுகள் கட்டுக்கடங்காமல் இருந்தன. இதைப்பற்றி காந்திஜியிடம் அவர் பேசியபொழு எதிர்பாராத வகையில் மிகுந்த தீவிரத்துடன், “அவ்வாறு நீ உணர்ந்தால் அவனை மணந்துகொள்; அதுவே என் மனதில் படுகிறது” என்று கூறினார். சிறிதுநேர சிந்தனைக்குப் பின் “உன் வாழ்க்கையில் திருமணம் என்ற பேச்சுக்கே இடமில்லை என்று தோன்றுகிறது” என்று மேலும் கூறினார். ஆனால், காந்திஜியிடமிருந்தும் மற்றவர்களிடமிருந்தும் வந்த திருமண ஆலோசனைகள் அனைத்தையும் சாதுர்யமாக பிருதிவிசிங் மறுத்தார்.

தன்னுடைய மனம் ஒழுக்கத்திலிருந்து விலகி, காதல் வயப்பட்டதற்காகத் தானே தண்டனை விதித்துக் கொண்டதைப் போல கடுமையான துறவும், தனித்து இருப்பதுமான முறையை மீராபென் தானாக விரும்பி மேற்கொண்ட காலம் தொடங்கியது. ஹரியானா, சிவாலிக் மலை போன்ற இடங்களுக்குச் சென்று ரிக் வேதம் படித்து ஓராண்டிற்கு மௌனவிரதம் மேற்கொண்டார். குஜராத்தில் கடற்கரைக்கு அருகில் சோர்வாட் என்ற இடத்திற்கு வந்து வாழத் தொடங்கினார். 1941ஆம் ஆண்டு மே 22ஆம் நாள் காந்தியடிகளிடமிருந்து அவருக்கு ஒரு கடிதம் வந்தது :

“லண்டனிலிருந்து ஒரு செய்தி வந்தது. என்னுடனான எல்லா விதமான தொடர்புகளையும் நீ துண்டித்துக்கொண்டு தனியாக ஒதுங்கி வாழ்கின்றாய் என்று அந்தச் செய்தி கூறுகிறது. ஒரு தந்தையால் இதை எப்படி பொறுத்துக் கொள்ள முடியும்?”

1942ஆம் ஆண்டில் ஆஹாகான் மாளிகைச் சிறையிலிருந்த போது, தான் விடுதலையானபின் வடஇந்தியாவில் பொருத்தமான இடத்தில் தானே சொந்தமாக சில ஆக்கப் பணிகளைத் தொடங்கிச் செய்ய விரும்புவதாக மீராபென் காந்தியடிகளிடம் தெரிவித்தார். இதற்கு ஒத்துக் கொண்டு பணமும் கொடுத்து அவரது விருப்பம் போல இதற்குத் திட்டமிடுமாறு காந்திஜி அவரிடம் கூறினார். அதற்கேற்றாற்போல, ஆஹாகான் மாளிகையிலிருந்து விடுதலை யான பிறகு, ரூர்க்கிக்கும் ஹரித்வாருக்கும் இடையில் அமைந்துள்ள மூல்தாஸ்பூர் என்னும் இடத்தில் கிஸான் (விவசாயிகள் ஆசிரமத்தைத் தொடங்கினார். அது வேகமாக வளர்ந்தது.

1946ஆம் ஆண்டில் இந்தியாவில் பல மாகாணங்களில் காங்கிரஸ் மந்திரி சபைகள் ஏற்பட்டன. நீண்ட அனுபவமுடைய தலைவர் பண்டித கோவிந்த வல்லப பந்த் தலைமையில் ஐக்கிய மாகாணத்தின் அமைச்சரவை அமைந்தது. இந்தப் புதிய சூழலில், மாகாண அமைப்பை மீண்டும் உருவாக்கி உணவு உற்பத்தியை மிகுதிப்படுத்த வேண்டும் என்று பொதுவாக வலியுறுத்தப்பட்டது. ஏராளமான விவசாய நிலங்கள், ராணுவ விமானத்தளங்களாகவும், முகாம்களாகவும் பயன்படுத்தப்பட்டு வருவதை மாற்றி, அவற்றில் விவசாயம் செய்ய முயற்சிகள் மேற்கொள்ளப்படவேண்டும். இந்தத் திட்டத்துடன் பாபுஜியிடம் சென்று மீராபென் விவாதித்தார். தொடர்ச்சியாக, பண்டித பந்திடம் காந்தியடிகள் இதைப்பற்றிப் பேசினார். உத்திரப்பிரதேச அரசாங்கம் புதிதாகத் தொடங்கியுள்ள ‘உணவு உற்பத்தியைப் பெருக்குவோம்’ என்ற திட்டத்திற்குக் கௌரவச் சிறப்பு ஆலோசகராக மீராபென் நியமிக்கப்பட்டார்.

1947ஆம் ஆண்டில் ரிஷிகேஷில் ‘பசுலோக் ஆசிரமம்’ ஒன்றைத் தொடங்கினார்; பாபுகிராமம் என்ற புதிய ஏற்பாட்டையும் உருவாக்கினார். இந்த நேரத்தில் அரசியல் நிகழ்ச்சிகள் மோசமாக நடைபெறலாயின. அக்டோபரில் முஸ்லீம் லீக் அமைப்பு வெளிப்படையாக அறிவித்த நேரடிச் செயல்பாட்டின் விளைவாக, கிழக்கு வங்காளத்தில் நவகாளி கிராமங்களில் இந்துக்கள் ஒட்டுமொத்தமாகக் கொலைசெய்யப் பட்டார்கள்.

1948ஆம் ஆண்டு ஜனவரி 30ஆம் நாளன்று காந்தியடிகள் சுட்டுக் கொல்லப்பட்டதாக வந்த செய்தி கடும் அதிர்ச்சியை அவருக்கு

ஏற்படுத்தியது. ஒன்றும் பேசத்தோன்றாமல் நீண்ட நேரத்திற்கு அவர் உறைந்து போனார். கடுமையான உணர்ச்சி அவரைப் பாதித்து நிலைகுலையச் செய்தது. அவரை தில்லிக்கு அழைத்துச் செல்ல முன்னிரவில் ரிஷிகேசத்திலிருந்து மக்கள் வந்தார்கள். காந்திஜியின் சொற்கள் அப்போது மீராபென்னிற்கு நினைவிற்கு வந்தன.

கடவுளிடம் நம்பிக்கைகொண்டு இருந்த இடத்திலே நீ இரு, கடைசியாக ஒரு தடவை முகத்தைப் பார்ப்பதில் அர்த்தமில்லை. நீ விரும்பிய ஆன்மா எப்பொழுதும் உன்னுடனே இருக்கிறது.

காந்தியடிகளின் வார்த்தைகளை மீராபென் அப்படியே பின்பற்றினார். அவர் இருந்த இடத்திலேயே இருந்து தொடர்ந்து பணியாற்றினார். 1959ஆம் ஆண்டில் ஜனவரி 27ஆம் நாளில் இங்கிலாந்துக்குச் செல்லும்வரை அங்கேயே பணியாற்றினார். 1952ஆம் ஆண்டில் பிலங்கானா என்னுமிடத்தில் ‘கோபால் ஆசிரமம்’ ஒன்றை இடைக்காலத்தில் மீராபென் உருவாக்கினார். பசுக்கூட்டங்களுக்கு உணவு கொடுப்பதில் தொடர்ந்து அவர் சுறுசுறுப்புடன் பணியாற்றினார். இந்தக் காலகட்டத்தில் வெளிப் பார்வைக்கு அவர் மிகவும் சுறுசுறுப்புடன் செயற்பட்டாலும், உள்ளே தடைப்பட்ட காலமாக ஒரு விதமான உறக்கநிலை காலமாக அது இருந்தது. அவருடைய ஆத்மா உள்ளே அமைதி யின்றித் தத்தளித்தது. காந்தியடிகள் இல்லாமல், அல்லது அவருடைய கொள்கைகள் இல்லாமல், இந்தியா வசிப்பதற்கு ஏற்ற இடமாக அவருக்குப் படவில்லை.

ஒருநாள் பாரிசிலிருந்து அவருக்கு ஒரு பார்சல் தபாலில் வந்தது. ரோமென் ரோலண்டு எழுதிய புத்தகம் ஒன்று அவருடைய விதவை மனைவியால் அனுப்பிவைக்கப்பட்டிருந்தது. அந்தப் புத்தகத்தை அவர் படிக்கத் தொடங்கினார். அந்த நேரத்தில் தம்முடைய நினைவு அலைகளை இவர் எழுதத் தொடங்கி இருந்தார். 1931ஆம் ஆண்டில் பாபுஜி தங்கியிருந்தபோது, ரோமென் ரோலண்டு அவர்கள் எழுதிய, வில்லி நியூவில் தனக்கு அவரே கொடுத்த புத்தகத்தை இப்பொழுது மறுபடியும் படிக்கத் தொடங்கினார். இந்த நூல்களைப் படித்தபோது, அவர் மனதில் ஏதோவொரு உணர்வு ஏற்பட்டது. 35 ஆண்டுகளாக அவரை விட்டுப் பிரிந்திருந்த இசையின் தூண்டுதல்தான் அந்த

உணர்ச்சி. மீண்டும் இசையுடன் வாழ்வதற்கு அவர் 1959ஆம் ஆண்டில் இந்தியாவைவிட்டு சென்றார்.

மீராபென் வாழ்க்கை யாத்திரை இங்கிலாந்திலிருந்து தொடங்கியது. தான் பிறந்த மண்ணில் முதல் 32 ஆண்டுகளை அவர் கழித்தார். அடுத்த 34 ஆண்டுகளை அவர் இந்தியாவில் வாழ்ந்து கழித்தார். 1982ஆம் ஆண்டு ஜூலை 20ஆம் நாள் அவர் இறக்கும்வரை உள்ள எஞ்சிய 23 ஆண்டுகள் வியன்னாவில் வாழ்ந்தார். அவருடைய மனத்திலிருந்த இனம்புரியாத அந்த ஏதோ ஒரு குரல் அவரை மூன்று மிகப்பெரிய மனிதர்களிடம் பிதோவன், ரோமென் ரோலண்டு, மகாத்மாகாந்தி ஆகிய ய மூவரிடம் கொண்டு சேர்த்தது. அவருடைய வாழ்க்கையின் மிகச் சிறந்த காலம் காந்தியடிகளிடம் தன்னை அர்ப்பணித்துக் கொண்டு தொண்டு செய்த காலமாகும். இந்தியாவிற்கு வரும் போது தன்னை மிகவும் தகுதிப்படுத்திக்கொண்டு காந்தியடிகளின் ஆசிரம வாழ்க்கைக்கு ஏற்றவராகவே அவர் வந்தார். இயற்கைச் சூழலில் இனிய ஓசைகளைத் தனிமையில் கேட்பதில் ஆர்வமுடையவர். வானம், மலைகள், அடர்ந்த காடுகள், நீர்வீழ்ச்சிகள், மிருகக்கூட்டம் என்ற அனைத்தையம் நேசிக்கத் தெரிந்த அவருக்கு உலகமே வீடாக இருந்தது. ஆதாரக் கல்வி என்னும் சொல்லின் பின்னுள்ள கோட்பாடு பற்றி ஒன்றும் தெரியாத காலத்திலே, மில்டன் ஹீத் எனுமிடத்திலுள்ள தன் பாட்டனாரின் வீட்டில் வேலையோடு கூடிய கல்வியைப் பெறும் சூழலில் அவர் வளர்ந்தார். காந்தியடிகள், ஆதாரக் கல்வித்திட்டம் என்னும் எண்ணத்தைச் சிந்திக்காத, நடைமுறைப்படுத்தாத கால கட்டத்திலே மீராபென்னுக்கு இது வாய்த்தது. இந்தியாவைவிட்டு இங்கிலாந்திற்குச் சென்ற அவருக்குப் பழக்கமில்லாத இங்கிலாந்தில் வாழ்வது என்பது சுருதியுடன் இசைந்துவராத இசையாக இருந்தது. ஆகவே சிறந்த, அமைதியான இடமொன்றை நாடி வியன்னா சென்ற அவர் அங்கு தங்கினார். 1968ஆம் ஆண்டில் காந்தியடிகளின் நூற்றாண்டு விழாக் கொண்டாட்டத்தின்போது லூயிஸ் மௌண்ட்பேட்டன் பிரபு அவரை இங்கிலாந்துக்கு அழைத்து மகாத்மா காந்தியடி களுடனான நினைவு அலைகளைச் சொல்லுமாறு மீராபென்னை வேண்டிக் கொண்டார். ஆல்பர்ட் ஹால் ஏறத்தாழ ஏழாயிரம் மக்கள் கூட்டத்துடன் நிரம்பி வழிந்தது. வேல்ஸ் இளவரசர், இங்கிலாந்தின் பிரதமர் உள்ளிட்ட மிகப் பெரிய தலைவர்கள் அங்கு கூடியிருந்தனர். மௌண்ட்பேட்டன் பிரபுவின் கற்பனைக்கு எட்டாத மிக உயர்ந்த

தரத்தில் மீராபென்` அக்கூட்டத்தில் பேசினார். கூட்டம் முழுவதும் அசைவற்று அவருடைய சொற்களில் கட்டுண்டு கிடந்தது.

இந்தியாவிற்கும் மனித குலத்திற்கும் அவர் ஆற்றிய மகத்தான தொண்டிற்காக 1981ஆம் ஆண்டில் இந்திய அரசாங்கம் பத்மவிபூஷன் விருதை மீராபென்னிற்கு வழங்கிச் சிறப்பித்தது.

கண்ணபிரான் பக்தையான மீராவின் புராணக்கதை போன்றதுதான் மீராபென்னின் கதையும். பகவான் கிருஷ்ணனை வழிபடுவதற்காக மீராபாய் மேவாரைவிட்டுச் சென்றதைப்போல, மீராபென்னும் தன்னுடைய சொந்த இடத்தை விட்டு ஒதுங்கி புதிய வாழிடத்தைத் தேர்ந்துகொண்டார். காந்தியடிகளின் சிந்தனைக்கு ஊக்கம் தருபவராக இருப்பதற்கு மீராபென் ஒருபோதும் நாட்டங்கொள்ளவில்லை. ஆனால், எந்த நேரத்திலும் காந்தியடிகளைக் கவனித்துத் தொண்டாற்ற அவர் தயங்கியதே இல்லை. பாபுஜி அவரைத் தம்முடைய மகளாக ஆக்கிக் கொண்டபோதிலும், மகாதேவ தேசாய்க்குக் கிடைத்தாற்போல, காந்தியடிகளுடன் தொடர்ந்து உடனிருந்து வாழும் நற்பேறு மீராபென்னிற்குக் கிட்டவில்லை. தான் விரும்பித் தேர்ந்தெடுத்த வாழ்க்கை நீரோட்டம் காரணமாகப் பாபுஜியைத் தான் இழந்து கொண்டிருப்பதாக மீராபென் பல தடவைகளில் உணர்ந்தார். இதற்காக அவர் ஒருபோதும் வருத்தம் கொண்டதில்லை. பாபுவின் வாயிலிருந்து வரும் ஒருசொல், அவருக்கு மந்திர உபதேசமாக இருந்தது. மறுபேச்சின்றி அதை அப்படியே அவர் கடைப் பிடித்தார். அவருக்கு என்று தனித்த மனப்போக்குகளும் தனிப்பட்ட இயல்புகளும் இருந்தன. ஆனால் அவருடைய இதயம் பரிசுத்தமானதாகவும், அவருடைய அர்ப்பணிப்பு மிகச் சரியாகவும் இருந்தன. காந்திஜி விரும்பியபடி, முழுமையாக நிறைவுதருமாறு தம்மால் செயற்பட முடியவில்லையே என்று சமயங்களில் அவர் எண்ணினார். அவருடைய மனத்திற்கு அழுத்தம் தரும்படியான அடக்கிவைக்கப்பட்ட ஏதோ ஒன்று எப்போதும் அவரிடம் இருந்ததே இதற்குக் காரணம். காந்திஜி இதைக் கண்ணுற்று, பல சமயங்களில் அவரை எச்சரித்தும் உள்ளார். மீராபென்னைப் பற்றிய பாபுவின் மதிப்பீடு தனித்தன்மையுடன் வேறுபட்டதாகவும் பாராட்டும்படியாகவும் உள்ளது. யாரோ ஒருவருக்குக் காந்தியடிகள் எழுதிய மடலில், பின்வருமாறு கூறுகிறார்.

மீராபென்னிற்கு நீங்கள் அநீதி இழைத்துவிட்டீர்கள். அவரைப் பற்றிய என் மதிப்பீடு இதுதான். நம் அனைவரிலும் அவர்தான் மிகவும் புனிதமான பக்தி உடையவர். அவர் ஒளிவுமறைவும் பாரபட்சமும் அற்றவர் என நாம் நம்பினால், அவர் வெளிப் படையாகப் பேசுபவர், பொய்பேசாதவர் என்று நாம் ஏற்றால் அவர் நடுநிலையாளர். உடல்தொடர்பான உணர்வுகளை அவர் முற்றிலும் அறவே துறந்தவர். உனக்கும் சுரேந்திரனுக்கும் இதைச் சொல்ல முடியும். பாலகிருஷ்ணனும் சோட்டாலாலும் உங்க இருவரையும் அடுத்துதான் வருவர். நான் அறிந்தவரை அவர்கள் முயற்சி செய்கின்றனர். எஞ்சியவர்கள் முயற்சிக்கவேயில்லை.

என்னைப் பற்றி சொல்வதானால், இந்த வரிசையில் உனக்குப் பின்னால்தான் நான் நிற்கிறேன். மீராவின் நம்பிக்கை மகாதேவ தேசாயின் நம்பிக்கையைவிட மிக உயர்ந்தது. நிச்சயமாக அது உன் நம்பிக்கையைவிடவும் உயர்ந்தது. நான் உன்னைப் பற்றி அறிந்த வரையிலும், நீ முழுவதுமாக விளங்கிக் கொள்ளவில்லை. அவனுடைய எல்லைகள் உனக்குத் தெரியும். அவனுக்கு மனங்கொள்ளுமாறு எடுத்துச் சொல்ல மகாதேவ தேசாய் முயல்கிறார்; எனக்கு யாருமில்லை. மீராபென் இதையெல்லாம் பார்ப்பதேயில்லை. கடவுளின் கொடையாக மனிதனை பார்ப்பதில் தவறேதும் இல்லை. அறிவுத் திறத்தால் இதை அடைய முடியாது. நம்முடைய விலைமதிப்பற்ற சாதனைகளை நம்மைச்சுற்றிலும் உள்ள போலித்தனங்களுடன் நாம் கலக்கக் கூடாது.

ஆகவே, மீராவிடம் நான் கொண்டுள்ள கோபம் என்பது, உண்மையிலே என்மீதே கொள்ளும் கோபமாகும். முழுவதும் நம்பத்தகுந்த, என்னுடைய விமர்சகர்களுக்கும் தெரியாத என்னிடமுள்ள குறைகள் பலவற்றை நான் அறிவேன். உடல் பற்றிய உணர்ச்சிகளை முழுவதும் உடையவனாக நான் உள்ளேன். அவற்றை கட்டுப்படுத்த நான் கடுமையாகப் போராட வேண்டியுள்ளது. மீராபென் என்னிடம் வைத்துள்ள தளராத நம்பிக்கைக்கு நான் ஏற்றவனல்லன் என்று நான் நினைக்கிறேன். முழுவதும் நிறைவான ஒரு மனிதனை இன்னும் நான் தேடிவருகிறேன். அவளுடைய நம்பிக்கையை ஏற்கவும் அவளுக்கு வழி காட்டவும் எனக்கு நடுக்கமாக உள்ளது. ஒரு குறிப்பிட்ட அளவு தொலைவிலேயே

அவளை வைத்திருப்பதற்கும் அதற்குமேல் முன்னேறி வந்துவிடாமல் தடுத்து நிறுத்தி வைத்திருப்பதற்கும் அதுவே காரணம். என்னுடைய வரை யறைகள் காரணமாகவே அவளுள் நோய் திடீரென வெடித்து வெளிப்படுகிறது. என்னிடம் உள்ளதென்று, அவள் கற்பனை செய்வதுபோல முடிவெடுப்பதில் ஆற்றல் எதுவும் நான் கொண்டிருக்கவில்லை. தவறுகளைச் செய்துகொண்டு, சரியான முடிவெடுக்க, நான் இன்னும் முயன்று வருகிறேன்."

(மகாதேவ தேசாய் நாட்குறிப்பு, தொகுதி 9. பக்கம். 392-393 மராத்தியிலிருந்து மொழிபெயர்க்கப்பட்டது.)

மீராபென் செய்துள்ள தியாகம், வேறு எந்த வெளிநாட்டவ ராலும் கற்பனை செய்துகூடப் பார்க்க முடியாததாகும். சபர்மதி ஆசிரமத்திற்கு வந்த ஓராண்டிற்குள்ளாக அவருடைய தந்தையார் காலமானார். அடுத்த ஐந்து ஆண்டுகளுக்குள் அவருடைய தாய் காலமானார். மீண்டும் அடுத்த சில ஆண்டுகளுக்குள் மீரா பென்னின் மூத்த சகோதரி ரோஹனா காலமானார். தானாகவே விரும்பித் துறந்துவிட்டு வந்த உலகத்தைப் பார்க்கச் செல்வதற்கு மீராபென் ஒருபோதும் எண்ணவில்லை. வட்டமேஜை மாநாட்டின் பரபரப்பான நாட்களின்போது, மீராபென்னின் குழந்தைப் பருவ வீடு இருக்கும் மில்டன்ஹீத் என்னும் இடத்தின் வழியாக காந்தியடிகளும் அவருடைய குழுவினரும் கடந்து சென்ற சமயத்தில்கூட, அக்குழுவுடன் சென்ற மீராபென்னுக்கு உள்ளே சென்று பார்க்கும் ஆசையே ஏற்படவில்லை! அந்த வழியைக் கடந்து சென்று அவர்கள் தங்கியுள்ள இடத்திற்குக் கார் சென்ற போதும் மீராபென் தன்னுடைய மனஉறுதியை இழக்கவில்லை. வேறு எந்த மனிதராயினும் கதவைத் திறந்து உட்புறம் செல்ல நிச்சயம் விரும்பியிருப்பார்; தம்முடைய குழந்தைப் பருவ நாட்களை எண்ணிப் பார்க்க விரும்பியிருப்பார். ஆனால், மீராபென் உண்மையான சன்னியாசியைப்போன்று தம்முடைய கடந்தகால வாழ்க்கையைத் துறந்துவிட்டார்.

இனம் தெரியாத அழைப்பு ஏற்படுத்திய அலைகளின் தாக்கத்தால் அவர் இந்தியாவிற்கு வந்தார். பீதோவனின் நினைவு களுக்கு அருகிலுள்ள வியன்னாவிற்கு இங்கிலாந்து வழியாக, அதே அலைகள் அவரை நடத்திச் சென்றன. ஆனால் அது அவருடைய சொந்தக்

குகையாகும். அவருடைய வாழ்க்கைச் சுழல் ஒரு முழுமையான வட்டமாக அமைந்தது.

மீராபென் பக்தி நெறியாளரின் வாழ்க்கை வாழ்ந்தார். அவரிடமிருந்த மிகச் சிறந்த பண்புகள் தாமாகவே அவருடைய வாழ்வைப் பிரகாசிக்கச் செய்தன. அதில் இருந்து ஏற்றப்பட்ட விளக்கு நீண்ட காலத்திற்கு ஒளிவிட்டுப் பிரகாசிக்கும்; மனித குலத்திற்குத் தன்னலமற்ற தொண்டு செய்வோருக்கு அது தூண்டு கோலாக இருக்கும். மீராபென்னுக்கு மிகவும் பொருத்தமான நினைவுச் சின்னமாக அது அமையும்.

9. பாதுஷா கான்

பெஷாவர் மாவட்டம் உத்மான்ஜாய் கிராமத்தில், முகமதுஜாய் பரம்பரையைச் சார்ந்த பஹராம்கான் என்பவர் கருணையும் அடக்கமும் நிறைந்த நல்ல செல்வ வளமிக்க நிலஉடைமையாளர். பிற்காலத்தில் பாதுஷாகான் என்று அழைக்கப்பட்ட அப்துல்கபார் அவருடைய நான்காவது மகனாவார்.

அப்துல் கபார் ஆறு அல்லது ஐந்து வயது நிறைவடைந்த வுடன், பள்ளிவாசல் ஒன்றில் முல்லா ஒருவரிடம் பாடம் கற்றான். காலப்போக்கில், அந்தச் சிறுவன் புனித குரானைப் படித்து முடித்தான். பிறகு, அச்சிறுவன், முனிசிபல் போர்டு உயர்நிலைப் பள்ளிக்கும், பின்னர் பெஷாவரிலுள்ள எட்வர்ட்ஸ் நினைவு மிஷன் உயர்நிலைப்பள்ளிக்கும் அனுப்பப்பட்டான். பெஷாவர் எட்வர்ட்ஸ் நினைவு மிஷன் உயர்நிலைப்பள்ளியில் அருள்தந்தை இ.எப்.இ. விக்ரம், அவனுடைய தலைமையாசிரியராக இருந்தார். அப்துல் கபாரைப் பெரிதும் பாதித்தவர் அவரே; கடவுள் படைத்த அனைத்து உயிர்களுக்கும் சேவை செய்யவேண்டும் என்ற எண்ணத்தைப் படிப்படியாகப் புகட்டியவரும் அவரே.

1906ஆம் ஆண்டு நவம்பர் மாதத்தில், கபார் ஆறாம் வகுப்பில் படித்துக் கொண்டிருந்தபோது, 'பரணி காகா' என்னும் வேலையாள், இராணுவத்தில் சேர்ந்து பணியாற்றுமாறு அவரைத் தூண்டினார். அத்தூண்டலின் விளைவாக, இராணுவத்திற்கு அப்துல் கபார் விண்ணப்பித்தார். ஆனால், இராணுவ முகாமில் நிகழ்ந்த நிகழ்ச்சி ஒன்று அவருடைய மென்மையான உணர்வுகளைப் பாதித்தது; ஆவல்கொண்டு அவர் பணிபுரிய விரும்பிய தொழிலுக்கு எதிராக அவர் திரும்புமாறு செய்தது. ஆங்கில அதிகாரி ஒருவர், தன்னை விட வயதில் மூத்த இந்தியர் ஒருவரை அவமானப்படுத்திய கொடுமையை அப்துல்கபார் கண்டார். அந்த ஆங்கில அதிகாரியின் அகம்பாவமான போக்கும் துடுக்கான குணமும் அவரை மிகவும் நிலைகுலையச் செய்தன. முடிவாக, இராணுவத்தில் சேர்வதில்லை என்று அவர் முடிவு செய்தார்.

மெட்ரிகுலேஷன் தேர்வு எழுதுவதைத் தவிர, கபார்கானுக்கு வேறு மாற்று வழி ஏதுமில்லை. சம்பல்பூரின் அமைதிச் சூழல், பணிபுரிவதற்கு நல்ல வசதிகளை மிக எளிதாகத் தருகிறது என்று அப்துல்கபார்கான் கேள்விப்பட்டார். ஆகவே அந்த இடத்திற்குச் சென்றார். அரபிமொழி கற்கவேண்டும் என்ற விருப்பத்தின் காரணமாக, அவர் குவாடியன் என்ற இடத்திற்குச் சென்று, மத்ரஸாவில் (அரபிப்பள்ளி) சேர்ந்தார். குவாடியனில், வினோத மான, அறிவுரை கூறக்கூடிய வகையில் அமைந்த ஒரு கனவு கண்டார். அந்தக் கனவிலிருந்து கிடைத்த வழிகாட்டலின்படி, படிப்பதற்காக அலிகர் சென்றார். அலிகரில் இருந்தபோது, உடனடியாக வீட்டிற்குத் திரும்புமாறும், பொறியியல் கல்வி கற்பதற்காக வெளிநாடு செல்வதற்கு ஆயத்தமாகுமாறும் கூறிய செய்தி ஒன்று தந்தையிடமிருந்து வந்தது. வீட்டை அடைந்ததும், தன்னுடைய பிள்ளைகள் தன்னைவிட்டுப் பிரிந்திருப்பதைத் தாய் விரும்பவில்லை என்று அப்துல்கபார்கான் அறிந்தார். கபார்கான், தன் தாயின் விருப்பத்தை மதித்துப் போற்றினார். அது அவருடைய வாழ்க்கையில் ஒரு திருப்பு முனையாயிற்று.

1912ஆம் ஆண்டில் அப்துல் கபார்கான் மக்களுடன் கலந்துவாழத் தலைப்பட்டார். ஹாஜி அப்துல் வாஹித் சாஹிப் என்பவருடைய செல்வாக்கின் காரணமாக, கல்வியாளராகப் பணியாற்ற கபார்கான் தலைப்பட்டார். பெஷாவர் மாவட்டத்தில் கத்தார் என்னுமிடத்தில் கல்வி மையம் ஒன்றை அவர்கள் நிறுவி னார்கள்; பெஷாவர், மர்தான் மாவட்டங்களில் பள்ளிகளைத் தொடங்கினார்கள். இந்தப் பணி, மக்களிடையே அவர்களைப் பிரபலப்படுத்தியது. ஹாஜியின் செல்வாக்கைக் கண்டு அஞ்சிய அதிகாரிகள், முன்னோடிகளான இந்த இருவரையும் பிரித்து வைக்கத் திட்டமிட்டார்கள். அவர்களின் தீய எண்ணத்தை உணர்ந்து கொண்ட, கூர்மையான மதி படைத்த ஹாஜி, மலைவாழ் மக்கள் வாழும் பகுதிக்குத் தப்பித்துச் சென்றார். ஹாஜி, அப்துல் கபார்பான் ஆகிய இருவரும் நடத்திய பல்வேறு பள்ளிக்கூடங் களின் ஏராளமான ஆசிரியர்களை அரசாங்கம் கைது செய்தது.

பஹராம்கான் இந்தச் சூழ்நிலைகளில், தன்னுடைய மகனின் செயல்பாடுகள் குறித்துப் பெரிதும் கவலை கொண்டார். ஆகவே

பரபரப்புடன் காணப்பட்ட தந்தையார், அப்துல் கபார்கானுக்கு ஒரு கிராமத்தைக் கொடுத்து, மணம் முடித்து வைத்தார். புதிய பொறுப்புகளின் காரணமாக மகன் தனது நடவடிக்கைகளை மாற்றிக் கொள்வார் என எண்ணினார் தந்தை. அவர் எதிர் பார்த்தபடியே வீட்டில் தங்கிக் குடும்ப வாழ்வில் காலம் கழித்தார்; ஓராண்டில் அந்த இளம் தம்பதியருக்கு ஓர் ஆண்குழந்தை பிறந்தது. அந்தச் சிறுவனுக்கு கனி என்று பெயரிடப்பட்டது.

1913ஆம் ஆண்டில், 'முஸ்லீம் லீக்'கின் ஆண்டுக் கூட்டம் நடைபெற இருப்பதையும், சர் இப்ராஹிம் ரஹிமத்துல்லா அதற்குத் தலைமை ஏற்க இருப்பதையும், மௌலானா அபுல்கலாம் ஆசாத் போன்ற பெரியவர்கள் உரையாற்ற இருப்பதையும் ஒரு விளம்பரம் வாயிலாக அறிந்தார். ஆகவே, சில நண்பர்களோடு அவர் ஆக்ரா சென்று, பிறகு அங்கிருந்து சிறிது காலம் தங்குவதற்கென தில்லி சென்றார். அதன் பின்னர் தன் கிராமத்திற்குத் திரும்பி கல்விப் பணிகளில் ஈடுபட்டார்.

1915ஆம் ஆண்டு டிசம்பரில், இரண்டாவது மகன் 'வலி' பிறந்த பின்னர், முதல் மகன் 'கனி நோயுற்றான். அந்தக் கணத்தில் திடீரெனத் தூண்டப்பட்டுக் கனியின் தாயார் மகனின் அருகில் வந்தார். மகனுடைய நோயையும் துன்பத்தையும் தனக்கு மாற்றித் தருமாறு அல்லாவிடம் மன்றாடி, பிரார்த்தனை செய்து தொழுதார்; மகனுடைய உயிரைக் காப்பாற்றுமாறு வேண்டினார். இயற்கை நியதிக்கு மாறாக, அதிசயமாக மகன் படிப்படியாகக் குணம் பெறலானான்; துரதிர்ஷ்டவசமாக அன்னையார் நோயுற்று சிறிது காலத்தில் காலமானார்.

தன்னுடைய மனைவியின் மறைவிற்குப் பிறகு, அப்துல் கபார்கானின் அமைதியற்ற நிலை தினமும் அதிகரித்தது. இரு குழந்தைகளையும் தன் தாயின் பொறுப்பில் விட்டுவிட்டு, தன் பணிகளிலும், மக்களுக்கான தொண்டிலும் தீவிரமாக ஈடுபட்டு, துயரத்தை மறக்க முனைந்தார். பக்தூன்கள் அனைவரும் ஒன்றுபடவும், கல்வி கற்கவும், மறுமலர்ச்சி அடையவும், கூட்டு அமைப்பாகச் செயல்படவும் அவர் விரும்பினார். கண்மூடித் தனமாக யாரொருவரையும் பின்பற்றுவதைவிட, சிந்தித்துச் செயல்படுமாறு அம்மக்களை அவர் வேண்டினார். தன்னுடைய குறிக்கோளில் அவர் பெரிதும் வெற்றி பெற்றார். நன்றி உணர்ச்சி மிக்க அந்த மக்கள் பள்ளிவாசலில் ஒன்றுகூடி, அப்துல்கபார் கானைத்

தங்களின் 'பாதுஷா'வாக-முடிசூடாத அரசனாக ஒருமனதுடன் அறிவித்தார்கள்.

இதன்பின்னர் நாட்டில் நடைபெற்ற நிகழ்ச்சிகள் தனிப்பட்ட நிகழ்ச்சிகளாக அமையவில்லை. 1914ஆம் ஆண்டு யுத்தம், 1918 ஜூலையில் வெளியான மாண்டேகு செம்ஸ்போர்டு அறிக்கை, 1919இல் வெளிவந்த ரௌலட் சட்டம், அதை எதிர்த்து ஏப்ரல் 6இல் நடைபெற்ற நாடு தழுவிய வேலைநிறுத்தம், அதே ஆண்டில் ஏப்ரல் 13இல் அமிர்தசரசில் நடைபெற்ற ஜலியன் வாலாபாக் படுகொலை, பஞ்சாபில் அறிவிக்கப்பட்ட திருமணச் சட்டம் ஆகிய நிகழ்ச்சிகள், பாதுஷாகானைத் தீவிரமாகச் செயல்படவும், போராட்ட நிகழ்ச்சிகளில் நேரடியாக ஈடுபடவும் செய்தன; இந்தப் போராட்டங்கள் நாடு முழுவதையும் ஒருமித்த முறையில் பாதித்தன. இந்தக் கிளர்ச்சிகளின் காரணமாகக் கபார்கான் கைது செய்யப்பட்டுச் சிறையில் அடைக்கப்பட்டார். சிறையிலிருந்து விடுதலை பெற்றவுடன், வயதான தன் பெற்றோர்களின் விருப்பத் திற்காக அவர் மறுபடியும் மணம் செய்து கொண்டார். வெகு விரைவிலே கிலாபத் இயக்கத்தின் தொடர் விளைவாக அமைந்த ஹிஜரத் இயக்கத்தில் அவர் ஈடுபட்டார். இந்த இயக்கம் வெற்றி பெறாததன் காரணமாக, இப்பணி அதிகநாள் நீடிக்கவில்லை. 1920ஆம் ஆண்டில் நாக்பூரில் நடைபெற்ற காங்கிரஸ் மாநாட்டில் கலந்து கொண்டார்; காந்தியடிகளாலும், அவருடைய செயல் பாடுகளாலும் ஈர்க்கப்பட்டார். நாக்பூரிலிருந்து திரும்பியதும், அப்துல் கபார்கான், தன்னுடைய சொந்தக் கிராமமான உத்மன்ஜாயில் 'ஆசாத் உயர்நிலைப் பள்ளி'யைத் தொடங்கினார். சிலகாலம் கழித்து, கிலாபத் கமிட்டிக்கு அவர் தலைவராக நியமிக்கப்பட்டார். மக்களுடன் அவருக்கிருந்த தொடர்பை மீண்டும் புதுப்பித்துக் கொள்ள இது உதவியது. அந்த மக்களும், புழக்கத்தில் இல்லாமல் இருக்கும் பள்ளிகளை மறுபடியும் செயல்படச் செய்ய அவருக்குத் துணை நின்றார்கள். இச்செயல்கள் அரசாங்கத்தை விழிப்படையச் செய்தன. மாவட்டங்களில் அவர் மேற்கொண்ட சுற்றுப்பயணம் குறித்து எதிர்ப்புகள் கிளப்பப்பட்டு அவர் கைது செய்யப்பட்டார். இந்தச் சிறைவாசத்தின்போதே முதன்முறையாக அவர் பகவத்கீதையையும், கிரந்த சாஹப், பைபிள் ஆகியவற்றையும் படித்தார்.

1924ஆம் ஆண்டு அப்துல் கபார்கான் சிறையிலிருந்து வெளி வந்தபோது, வலுவற்றவராகவும், தளர்ந்தும் இருந்தார். சிறை வாசத்தின்போது, அவருடைய தாயார் காலமானார். அவருடைய சகோதரியின் வேண்டுகோளின்படி ஹஜ் யாத்திரை மேற்கொள்ளு வதற்கு அவர் முடிவு செய்தார். அதே ஆண்டில், இன ஒற்றுமைக் காகக் காந்தியடிகள் உண்ணாவிரதம் இருந்தார். இந்து-முஸ்லீம் ஒற்றுமையை வலியுறுத்தி, அப்துல் கபார்கான் பிரச்சாரம் செய்தார்.

1928ஆம் ஆண்டு மே மாதத்தில், பக்தூன் என்னும் பெயருடைய மாத இதழ் ஒன்றப் புஷ்துவில் வெளியிடத் தொடங் கினார். ‘குதாயி கித்மத்கர்’ என்னும் பெயருடைய இயக்கம் ஒன்றை உருவாக்கினார். ‘இறைவனின் தொண்டர்கள்’ என்று இதற்குப் பொருள். இந்த இரு முயற்சிகளும் பக்தூனியர்களிடம், கடும் உழைப்பு, பொருளாதாரம், சுய நம்பிக்கை ஆகியவற்றை எடுத்துரைப்பதை நோக்கமாகக் கொண்டிருந்தன. மேலும், சுய மரியாதையையும் கடவுளிடம் அச்சம்கொண்டு செயல்பட்டால் அனைத்து அச்சங்களையும் விட்டொழிப்போம் என்பதையும் அம்மக்களிடம் பதியவைப்பதை நோக்கமாகக் கொண்டது. ராவி நதிக்கரையில் காங்கிரஸ் மாநாடு கூடியபோது, கபார்கான் வடமேற்கு எல்லை மாகாணத்தைச் சார்ந்த ஏராளமான மக்களுடன் அதில் பங்கேற்றார்.

1930ஆம் ஆண்டு ஏப்ரல் 30இல் அப்துல் கபார்கான் சட்டமறுப்பு இயக்கத்தில் பங்கேற்றதற்காகக் கைது செய்யப் பட்டார். அதைத் தொடர்ந்து ‘இறைவனின் தொண்டர்கள்’ அமைப்பு செயல்பட்ட பகுதி முழுவதிலும் அடக்குமுறை கட்டவிழ்த்து விடப்பட்டது.

1931ஆம் ஆண்டில் கராச்சியில் நடைபெற்ற காங்கிரஸ் மாநாட்டில், லண்டனில் நடைபெற இருந்த வட்டமேஜை மகாநாட்டில் ஏற்படவிருந்த உடன்படிக்கை தொடர்பான விதிமுறைகள் பற்றி விவாதிப்பதே முதன்மை நோக்கமாக இருந்தது. இந்த உடன்படிக்கை தொடர்பான தீர்மானத்தை ஆதரித்தவர் களுள் கபார்கானும் ஒருவர். அந்த மாநாட்டில் பேசுகையில் தான் நோயுற்று இருந்தபோதிலும், அந்தப் பொருள் பற்றிய மகாத்மா காந்தியின் கருத்துக்களை எடுத்துக்கூறவே கலந்து கொண்டதாக அவர் கூறினார். தலைமைத் தளபதியின் கட்டளைக்குக் கீழ்ப்படிய மட்டுமே படைவீரன் ஒருவனுக்குத் தெரியும். இந்த ஒரு காரணத்தினாலே, தான் மக்கள்

முன் நிற்பதாக அவர் கூறினார். அப்துல் கபார்கானின் பண்பு நலனில் ஆதார சுருதியாக விளங்குவது இதுவே. பின்னர் 1934இல் கபார்கான் தன்னுடைய சகோதரருடன், ஜம்னாலால் பஜாஜ் அவர்களின் விருந்தினராக வார்தாவிற்குச் சென்று, காந்தியடிகளுடன் சிறிது காலத்தைக் கழிப்பதற்காகத் தங்கினார். அப்பொழுது, பம்பாயில் நடக்கவிருக்கும் காங்கிரஸ் மகாசபை கூட்டத்தில் தம்மைத் தலைவராக ஆக்கும் ஒரு முயற்சி அங்கு மேற்கொள்ளப் படுவதைக் கபார்கான் அறிந்தார். உடனே ஓர் அறிக்கை வெளியிட்டார். ‘என்னுடைய நிலையை நான் சொல்வதற்கு அனுமதியுங்கள். மீண்டும் மீண்டும் பலமுறை சொல்லிவிட்டேன். நான் ஒரு எளிய படைவீரன்தான். என் எஞ்சிய நாட்களைப் படைவீரனாக இருந்தே முடித்துக் கொள்ள விரும்புகிறேன்; தலைவனாக ஒருபோதும் விரும்பவில்லை’

1934 அக்டோபரில் கபார்கான் கல்கத்தா சென்றபோது, ஜே.சி. சென்குப்தா, சதீஷ் சந்திரதாஸ் குப்தா, பேராசிரியர் அப்துல் ரகுமான் ஆகிய கல்வியாளர்களின் நடுவில் அவரை இருக்கச் செய்து, வங்காள மாணவர்கள் அவருக்கு மிகச் சிறந்த வரவேற்பை அளித்தனர். மாணவர் கூட்டத்தில் உரையாற்றும்போது, தம்மை ‘எல்லை காந்தி’ என்று அழைக்க வேண்டாம் எனவும், ஒரே ஒரு காந்தி மட்டும்தான் இருக்கமுடியுமென்று தாம் நம்புவதாகவும் அவர் கூறினார். ‘நம்முடைய படையின் ஒரே தலைமைத் தளபதி மகாத்மா காந்தியே. ஒரே ஒரு தலைவர்தான் இருக்க முடியும். ஆகவே, என் பெயருடன் காந்தி பெயரைச் சேர்த்து அழைக்கா தீர்கள். நீங்கள் என்மீது காட்டுகின்ற பாராட்டு மொழிகளுக்கு நான் அருகதை உடையவன் அல்லன்’ 6.ன்றார். கல்கத்தாவிலிருந்து, பம்பாய்க்குச் சென்று காங்கிரஸ் மகாசபைக் கூட்டத்தில் கலந்து கொண்டார். இந்த மாநாட்டில், அகில இந்திய கிராமத்தொழில் நிறுவனங்களின் சங்கம் ஒன்று உருவாக்க வேண்டும் என்னும் தீர்மானம் நிறைவேற்றப்பட்டது. இச்சங்கத்தின் நிர்வாகக் குழுவின் உறுப்பினராகக் கபார்கானை மகாத்மாகாந்தி நியமித்தார். அவருடைய வீட்டிலிருந்து முழுவதுமாக விலகிப் பொது வாழ்வில் இருந்த காலமாக அந்த ஆண்டுகள் இருந்தன. பாதுஷாகான் தன் சகோதரருடன் வார்தாவில் தங்கினார். மகாத்மா காந்தியுடன் இருப்பதை, வீட்டில் இருப்பதுபோல அவர்கள் உணர்ந்தனர்; ஆசிரமத்தின் நடவடிக்கைகளில் பங்கேற்றனர்.

கபார்கானின் பன்னிரண்டு வயது நிரம்பிய மகன் அப்துல் அலியும் பதினான்கு வயது நிரம்பிய மகள் மெஹர் தாஜும் தங்கள் அன்புத் தந்தையுடன் தங்கினர்; தந்தையார் இல்லாதபோது, காந்தியடிகள், ஜம்னாலால் பஜாஜ், மீராபென் ஆகியோரின் “அன்பு அரவணைப்பில் அவர்கள் இருந்தனர்.

இரண்டாண்டுகள் தொடர்ந்து, காந்தியடிகளின் கிராம மீட்டுருவாக்கப்பணியில் கபார் கான் முழுமையாக ஈடுபட்டார். வடமேற்கு எல்லை மாகாணம் உள்ளிட்ட சில மாகாணங்களில் காங்கிரஸ் மந்திரி சபை ஏற்படுத்தப்பட்டது. ஆறு ஆண்டு வெளி வாசத்திற்குப் பிறகு தம்முடைய பிறந்த மண்ணுக்குக் கபார்கான் வந்தார். எல்லைப் பகுதிக்கு, காங்கிரஸ் தலைவர் ஜவஹர்லால் நேரு வருகை புரிந்தார். அதைத் தொடர்ந்து, 1938ஆம் ஆண்டு மே மாதம் 1 முதல் 8 வரை காந்தியடிகள் அங்கு வருகை தந்தார்.

கான் அப்துல் கபார்கான் புத்தாக்கம் பெற்று மீண்டெழு கின்ற நாட்டின் மிகச் சிறந்த தலைவராகத் தம்முடைய வழியில் தானே உருவாக்கிக் கொண்டார். தனிநபர் சட்ட மறுப்பு இயக்கம்,

1942இல் நடைபெற்ற வெள்ளையனே வெளியேறு இயக்கம் ஆகியவை உள்ளிட்ட காந்தியடிகள் நடத்திய பல்வேறு போராட்டங்களில் தலைமைப் பொறுப்பை அவர் ஏற்றார். 1942 முதல் தொடர்ந்து வந்த ஆண்டுகள் இந்தியாவிற்கு மிக முக்கியமானவை. இந்தியாவின் எதிர்காலத்தைப் பற்றிய பேச்சுகளும் விவாதங்களும் தொடர்ந்து நடைபெற்றன. அதில் பிரிவினை உச்சநிலை பெற்றது. பாகிஸ்தான் தனியாகப் பிரிவதை அப்துல் கபார்கான் மிக்க மனவருத்தத்துடனும், கனமான மனத் துடனும், உணர்ந்தார். அவரும் ‘இறைவனின் தொண்டர்கள்’ அமைப்பின் உறுப்பினர்களும் இதை விரும்பவில்லை; அவர்கள் காங்கிரசுடன் தங்களைப் பிணைத்துக் கொண்டார்கள். ஆனால், இனிமேல் அவர்கள் தொடர்ந்து இந்தியாவில் இருக்கமுடியாத நிலை உருவானது. முஸ்லீம் லீகின் கொள்கைகளில் ஏற்பட்ட வேறுபாடுகளின் காரணமாக அவர்கள் பாகிஸ்தானிலும் இருக்க முடியாத நிலை ஏற்பட்டது. ‘இருநாட்டினரின் கண்களுக்கும் நாடு துரத்தப்பட்டவர்களாக நாம் தெரிகின்றோம்’ என்று மிகுந்த மனவருத்தத்துடன் அவர் குறிப்பிட்டார். ‘மகாத்மா இருக்கின்ற வரையில் நான் கவலைப்படமாட்டேன்’ என்றும் அவர் கூறினார்.

காந்தியடிகள் தில்லியில் கடைசியாகத் தங்கிய நாளில், பாதுஷாகான் காய்ச்சலால் துன்பப்பட்டார்; மருந்து எதுவும் சாப்பிட மறுத்தார். காந்தியடிகளின் கால்களைப் பிடித்துவிடும் பணியை முன்போலவே செய்வதற்குத் தாம் விரும்புவதாக அப்போதும் அவர் வலியுறுத்தனார். அவருடைய காய்ச்சல் காரணமாக, அப்பணியை செய்யவேண்டாம் என்று தடுத்து மகாத்மா அறிவுரை கூறியும், கேளாமல் கபார்கான் செய்தார். ‘இது கடைசி நாள். என்னைத் தடுக்காமல் அனுமதியுங்கள். இத்தொண்டே என்னைக் குணப்படுத்தும்’ என்று கான் அப்துல் கபார்பான் கூறினார். அன்றிரவில் 10.30மணி வரையிலும் அவர் விழித்திருந்தார். உடலை வருத்திக்கொள்ள வேண்டாம் என்று கூறியபோது, ‘இந்துஸ்தான் நாட்டிற்கு அன்னியர்களாக நாம் ஆகும் நாள் வெகு அருகில் உள்ளது. நீண்டகலமாக நாம் போராடியதன் முடிவு பாகிஸ்தான் சர்வாதிகாரத்தில் கழிப்பதற்காகத்தான் போலும். பாபுவிடமிருந்தும், இந்தியாவிலிருந்தும், உங்கள் அனைவரிடமிருந்தும் பிரிந்து இருப்பதற்காகத்தான் போலும்! நமக்கு எத்தகைய எதிர்காலம் உள்ளது என்பதை யார் அறிவார்? என்று குறிப்பிட்டார்.

அவருக்கு நாடோடி வாழ்க்கையும் பெருந்துன்பங்களையும் எதிர்காலம் வைத்திருந்தது. வடமேற்கு எல்லை மாகாணம் பற்றி மக்களிடையே கருத்துக்கணிப்பு நடந்தது. கான் அப்துல் கபார் கானுக்குச் சிறைத்தண்டனை வழங்கவும், புதிதாகப் பிறந்த பாகிஸ்தான் அரசு முடிவு செய்தது. பக்தூனிஸ்தான் உருவாவ தற்கும், பாகிஸ்தான் கூட்டாட்சி அமைப்பிற்கு ஆதரவாளராகவும் அவரைக் கருதியது. அவருடைய வாழ்க்கையின் மிகவும் துயரமான காலகட்டம் அது. நரிகளின் நடுவே சிக்கிய தனி ஒருவராக அவர் விடப்பட்டார். அவர் நிதானமாகக் கூறும் அறிவுரையைக்கூட, அரசாங்கம் தவறாகவே எடுத்தது. புதிதாக உருவான பாகிஸ்தான் விடுதலை அவருக்கும் அவரைச் சார்ந்த அப்பாவி மக்களான வடமேற்கு எல்லை மாகாணத்தினருக்கும் துன்பத்தையே தந்தது. புதிதாக உருவான பாகிஸ்தானிய ஆட்சியாளர்களால் உருவாக்கப் பட்ட அமைப்பில், அப்துல் கபார்கானுக்கும் அவருடைய மக்களுக்கும் எதிர்காலம் இல்லை. பாகிஸ்தான் சிறையில் அவர் பதினைந்து ஆண்டுகளைக் கழித்தார். இவை எல்லாவற்றுக்கும் மேலாக, இந்துக்களின் கையாள்

என்று அவரை அபாண்டமாக அவதூறுக்கு ஆளாக்கினர். நீதிக்கான போராட்டத்தில் அவர் பலிகொடுக்கப்பட்டார். அவர் உடல்நலம் நலிவுற்றது. அவருடைய உடல்நலம் குறித்து, ஒரு கட்டத்தில், பண்டித ஜவஹர்லால் நேரு மிகவும் கவலைப்பட்டார்; தம் பழைய தோழருக்கு உதவுவதற்கு எந்த வழியும் கிட்டவில்லையே என்று நேரு வருந்தினார். மே மாதம் 27ஆம் நாள் நேரு மறைந்தார். ஆறுதல் கூறி இந்திரா காந்திக்கு அனுப்பிய தந்தி ஒன்றில் கபார்கான் பின்வருமாறு கூறினார்: 'இந்தியாவின் மிக உயர்ந்த புதல்வர்களில் ஒருவரும், தலைசிறந்த சுதந்திரப் போராட்ட வீரரும், காந்தியடிகளின் கொள்கைகளான அன்பு, அஹிம்சை ஆகியவற்றைப் பூமியில் நடை முறைப்படுத்தியவருமான நேரு காலமானதைக் கேட்டு ஆழ்ந்த வருத்தம் கொண்டேன். இந்திய மக்களை அவருடைய உயர்ந்த கொள்கைகள் என்றும் வழிநடத்த இறைவனிடம் நான் பிரார்த்திக்கிறேன். இந்த தேசிய இழப்பின்போது உன்னுடனும், உங்கள் அனைவரின் பக்கத்திலும் இருந்திருக்க வேண்டுமென்று நான் ஆசைப்படுகிறேன்? 1964ஆம் ஆண்டு செப்டம்பர்

மாதத்தில் பாகிஸ்தான் அரசாங்கம், சிகிச்சைக்காகப் பிரிட்டன் செல்வதற்கு அவருக்கு அனுமதி அளித்தது. இரண்டுமாத காலம் அவர் அங்கு தங்கி யிருந்தபோது, வடமேற்குஎல்லை மாகாணத்தின் முன்னாள் கவர்னரான சர் ஓலப் கரோ அவரை வந்து பார்த்து, ஓய்வெடுப் பதற்காக அவரைத் தம் வீட்டிற்கு அழைத்துச் சென்றார். அவரை மிகுந்த மரியாதையுடனும், மகிழ்ச்சியுடனும் சர் ஓலப் கவனித்துக் கொண்டார். குளிர்காலத்தில் அமெரிக்காவிற்குச் செல்லுமாறு, மருத்துவர் பாதுஷாகானுக்கு அறிவுரைக் கூறினார். அமெரிக்கத் தூதரகம் அவருக்கு விசா கொடுப்பதற்குத் தயங்கியது. லண்டனி லிருந்த பாகிஸ்தான் தூதரகம் சிகிச்சைக்காக அவர் ஆப்கானிஸ் தானத்திற்கோ அல்லது இந்தியாவிற்கோ செல்வதை எதிர்த்தது. பாகிஸ்தான் அரசங்கம், அவரை அனுமதிக்க மறுக்குமாறு உத்தரவிட ஆப்கன் தூதரகத்தை வேண்டிக் கொண்டது. ஆனால் தங்கள் நாட்டில் தங்குவதற்கு ஏற்கெனவே ஆப்கன் அரசாங்கம் பச்சைக்கொடி காட்டிவிட்டதால், பாகிஸ்தான் அரசாங்கத்தின் இந்த முயற்சி காலங்கடந்ததாக ஆனது.

காபூலிலிருந்து, பாதுஷாகான் எழுதிய கடிதத்தில் தம் மனவேதனையை வெளிப்படுத்தினார்;

நான் ஏற்கெனவே அனுபவித்த, இன்னமும் தொடர்ந்து அனுபவிக்கின்ற கொடுமைகளைவிடவும் இன்னும் மோசமான துன்பம் எதுவும் இனிமேல் நமக்கு தரமுடியாது. தனிப்பட்ட முறையில் இழைக்கப்படும் எந்தத் துன்பமும் என்னை எதுவும் செய்ய முடியாது. இந்தியாவின் சுதந்திரத்திற்காக எந்தத் தியாகமும் நாம் செய்யாமல் பின்வாங்கி இருந்திருந்தால், சுதந்திரம் பெற்றபிறகு நம்மைக் கைவிட்டிருக்கலாம். ஆனால் நாம் மட்டும் தனியாகத் துயரப்படுமாறு விடப்பட்டோம் என்பது தான் எனக்குள்ள வருத்தம்.

1965ஆம் ஆண்டு ஏப்ரல் 5ஆம் நாள் அவரை ஆறுதல் படுத்துவதற்கு வினோபா பாவே பின்வருமாறு எழுதினார்:

நம்முடைய சுதந்திரப் போராட்டத்தில், உங்களுக்கு மிகப்பெரிய அநீதி இழைக்கப்பட்டுவிட்டது; நம்முடைய நண்பர்களால், நீங்கள் கைவிடப்பட்டு விட்டீர்கள் என்பதை வெளிப்படையாக ஒப்புக்கொள்ள வேண்டும்; என்னுடைய மனவருத்தம் சொற்களில் அடங்காது. ஆனால் இவற்றையெல்லாம் பொறுமையுடனும், மன உரத்துடனும் தாங்கிக் கொண்டுள்ளீர்கள். எங்கள் எல்லாருக்கும் பின்பற்றத் தக்க உதாரணமாக நீங்கள் உள்ளீர்கள். அணுஆயுதங்கள் பெருகிவிட்ட இந்த நாட்களில், நம் கால அரசியல் காலம் கடந்துபோன இந்த நேரத்தில் தேச, சர்வதேச பிரச்சினைகள் யாவும் தீர்க்கப்படுவதற்கு ‘ரூஹானியத்’ போன்ற ஆன்மீக வழிமுறைகளால்தான் முடியுமென்று நான் தீர்க்கமாக நம்புகிறேன்; இப்படிப்பட்ட ஒரு எண்ணம் என்னுள் வளர்ந்து வருகிறது. மிகுந்த ஆன்மீகக் கோட்பாடுகளைக் கொண்ட, கடவுளின் மனிதராகவே நீங்கள் இருக்கிறீர்களே தவிர, அரசியல்வாதியாக இல்லை என நான் அறிவேன். அஹிம்சையில் எப்பொழுதும் தீவிரமான நாட்டமுடையவர் தாங்கள்; தன்னை வருத்திக் கொள்வதும்கூட உங்கள் பாதையாகும். உங்களைக் கொண்டு உலகப் பிரச்சினைகளைத் தீர்க்க வேண்டும் என்பது கடவுளின் விருப்பம் போலும்! பஷ்ஷிரிஸ் சபிரீன்! -நிலையான வற்றுக்கு நல்லாசிகள் தாருங்கள்’

1965ஆம் ஆண்டு ஜூலை மாதம் கடைசி வாரத்தில், வினோபா பாவேயின் வேண்டுகோளின்படி பியாரிலால் காபூல் சென்று

பாதுஷாகானைப் பார்த்து, அன்பும் பாசமுமிக்க வணக் கங்களை நேரில் சொல்லிவந்தார். பாதுஷாகானின் எண்ணங்கள் செயல்கள் பற்றி, பியாரிலால் எழுதிய உருக்கமான குறிப்பில், முடிவுரையாகப் பின்வருமாறு எழுதினார்.

பாதுஷாகானைப் பார்த்தபோது என்னுள் மேலோங்கியிருந்த உணர்ச்சி இதுதான்-'இறைவனின் மனிதனான வெற்றி கொள்ள முடியாத இந்த மனிதர் அதிசயமானவராக, வியப்பூட்டுபவராக உள்ளார். தன் வாழ்க்கையை எதற்காகச் செலவழித்தாரோ அது நொறுங்கிப்போய் விட்டதை சிறைக்கம்பிகளின் பின்னாலிருந்து நொறுங்கிய இதயத்துடன் பார்த்தவர் அவர். தன் வாழ்வின் அந்திக் காலத்தில் இப்போது அவர் இருக்கிறார். அவருக்கு எதிரான, அவரை நிலைகுலையச் செய்யக்கூடிய ஏற்ற இறக்கங்கள் வந்தபோதிலும், அவற்றைக்கண்டு துவண்டு விடாமல், புறக்கருவிகளாகக் கொண்டு, மேலெழுந்து வரமுயன்றார்.

இந்தியாவில் தேசிய விடுதலைப்போராட்டம், செயல்திறன் மிக்க பல்வேறு துறைகளில் குறிப்பிடத்தக்க மனிதர்களைத் தன்னுள் இழுத்தது. தேசத்தை உருவாக்கும் பணியில் அவர்களுள் ஒவ்வொருவரும் தம் பணியைச் சிறப்புறச் செய்தனர். அப்துல் கபார்கான் அவர்களுள் ஒருவர். மகாத்மா காந்தியடிகளின் நிலைப்பாட்டிலிருந்து அவரைச் சாராதவராக பாதுஷாகான் வளர்ந்தார். தத்தம் பின்னணிகளில் தனிப்பட்ட துருவங்களாக இருவரும் வளர்ந்தாலும், இருவரும் ஒரே கருத்தைப் பேசினர்; ஒரே மாதிரியான சந்தர்ப்பங்களில், இருவரும் ஒரேமாதிரியாகச் செயற்பட்டனர். காந்தியடிகளைப் போலவே அவரும் மக்களால் விரும்பப்பட்டார். மக்களின் பார்வையில், இருவருமே வலிமை, தியாகம் ஆகியவற்றின் குறியீடாக விளங்கினர்.

காலஞ்சென்ற சி.எப். ஆண்ட்ரூஸ், 'பொறுமைத் தகுதியாலும், உயர்வாலும், மனிதர்களின் நடுவே அரசராக கபார்கான் விளங்கினார்' என்று வர்ணித்தார். மனிதகுலம் முழுவதற்கும் வியக்கத்தகுந்த மாதிரியாகவும், தோற்றத்தினாலும், பண்பினாலும் பெரும்பாலும் அரசரைப்போல அவர் விளங்கினார். அமைதி யாகவும், உறுதியான நோக்கமுடையவராகவும், உண்மையும், கைசுத்தம் உள்ளவராகவும், நேர்மையும், முழு ஈடுபாடும் உடையவ ராகவும் கபார்கான்

இருந்தார். அவருடைய பழக்க வழக்கங்கள் எளிமையானவையாகவும், அழகாகவும் இருந்தன; அவருடைய இதயம் அன்பும், ஆதரவும், விருந்துபேணும் தன்மையும் கொண்ட தாகும். ‘ஃபக்ர்-ஈ-ஆப்கான்’ என்னும் பட்டம், அவருடைய மக்களால் தன்னடக்கமிக்க இந்த எளிய மனிதருக்கு அன்புடன் வழங்கப்பட்டது. எல்லாப் பெரிய மனிதர்களையும்போல, அவரும் எளிமையான, சொந்த நாட்டிற்குரிய கொள்கைகளைச் சார்ந்து விளங்கினார். அவர், தன் மக்களுக்காகவே வாழ்ந்து, போராடி, துன்பப்பட்டார்.

அரசியல்வாதி என்ற கலைச்சொல்லுக்குரிய பொருளுக்கேற்ற அரசியலாளர் அல்லர் அவர். ஆரவாரத்தை அறவே வெறுத்து, அரசியல்வாதிகளின் தற்பெருமைப் போக்கை முழுவதுமாகப் புறந்தள்ளினார். அனால் இந்த மிகப் பெரிய துணைக்கண்டத்தின் அரசியல் சதுரங்கப் பலகையில், தம்முடைய அரசியல் நிலைப்பாடு என்ன என்பதை அவர் தெளிவாகப் புரிந்துகொண்டு, தம்முடைய பணியிலும் உறுதிபட நின்றார்.

அனைத்திற்கும் மேலாக, கடவுளின் மனிதராக இருந்தார். எல்லா உண்மையான சீர்திருத்தவாதிகளைப்போல, அடிமைத் தனத்திற்கு எதிரானவர்; பெண்ணடிமைத்தனத்தையும் அவர் அறவே வெறுத்தார். 1941ஆம் ஆண்டு டிசம்பர் 15இல் கோகாட் மாவட்டம் டொக் என்னும் ஊரில், பெண்கள் கூட்டம் ஒன்றில் பேசும்போது, ‘நமக்கு எப்பொழுது சுதந்திரம் வருகிறதோ, அப்பொழுது உங்களுக்குச் சரிநகர் சமானமான பங்கும், இடமும், இந்த நாட்டிலுள்ள உங்கள் சகோதரர்களுடன் சமத்துவமும் கிட்டும் என்று நான் உறுதி கூறுகிறேன்’ என்று அறிவித்தார்.

பாதுஷாகானின் எளிமை, அவருடைய பயமற்ற பண்பைப் போல கொள்கை சார்ந்தது. அவர் தனக்குள் அச்சமற்ற தன்மையை உள்வாங்கிக் கொண்டார். அத்துடன் தன்னுடைய வழியில் எதிர்ப்பட்ட துன்பங்கள் அனைத்தையும் மிகுந்த மன உறுதியுடன் தாங்கிக் கொள்ளும் வியக்கத்தக்க ஆற்றலை வளர்த்துக் கொண்டார். தலைவராவதற்காகவும், முழுமையான மனிதனாக உருப்பெருவதற்கும் ஏற்றவாறு அவர் பிறந்தார்.

மதவெறியற்ற முஸ்லீம் சமயத்தவராகவும் கொடூரமற்ற போர்வீரராகவும், காழ்ப்புணர்ச்சியற்ற பகைவராகவும், அணு

அளவேனும் நம்பிக்கைத் துரோகமற்ற நண்பராகவும் விளங்கக் கூடிய ஒருவரை கற்பனை செய்தால் அப்துல்கபார்கானில் இந்தப் பண்புகள் எல்லாம் அவதாரம் எடுத்திருப்பதை நிச்சயமாகக் காணலாம். வெற்றிக்காக வளைந்து கொடுக்கத் தயங்காதவராக மக்கள் கூட்டத்தின் மனிதராக அவர் விளங்கினார்; பிறருக்குத் தீங்கு விளைவிக்கும் எண்ணம் ஒருதுளிகூட இல்லாத குடிமக னாகவும், எந்த அளவிற்கு ஒருவர் தன்னடக்கத்துடன் இருக்க முடியுமோ அத்தகைய தன்னடக்கம் வாய்ந்த அண்டைவீட்டா ராகவும் அவர் இருந்தார். அசட்டைப் பண்பற்ற வீரமுடையவ ராகவும், அதிகாரம், செல்வம் போன்றவற்றில் ஆசையே இல்லாத தலைவராகவும் அவர் இருந்தார். அனைத்திற்கும் மேலாக, இந்திய தேசிய காங்கிரஸ் அமைப்பிற்குத் தலைவராக மூன்று முறை நாடு அவரைத் தேர்ந்தெடுத்துப் பெருமைப்படுத்தியபோது, மூன்று முறையும் அதை ஏற்க மறுத்த ஒரே அரசியல் தலைவர் அவர்தான். ஒருவேளை கன்பூசியஸ் கூறிய, 'மக்களின் ஆதரவு பெறுவதன் மூலம் ராஜாங்கம் வருகிறது; மக்களை இழப்பதால் அரசு கை நழுவுகிறது' என்ற சொற்களில் அவர் நம்பிக்கை வைத்திருக்கக் கூடும். பாதுஷாகான் ஒருபோதும் தம்முடைய ராஜாங்கத்தை இழக்கவில்லை.

10. ஜீவாத்ராம் கிருபளானி

"உயரமான, ஒல்லியான, நுட்பமான முகத்தோற்றம், கேள்வி கேட்கும் கண்களோடு, தன்னுடைய குறிக்கோளை அடைவதற்குப் போராடும் மனஉறுதிமிக்க பார்வை, ஒழுங்கு முறைக்கு எந்த நிலையிலும் கட்டுப்படாததுபோல் தோன்றும் தலைமுடி,; நுட்பமும், பொருள் குறிப்பும் உடைய நகைச்சுவையும் இடைவிடாத உற்சாகமும், ஆற்றலும் நிறைந்த, அறிவுக்கூர்மைமிக்க மனத் திண்மையும் வெளிப்படுத்தும் உரையாடல்; ஒத்துப்போகாத, சவால்விடுகின்ற உணர்ச்சியும், மனிதர்களை ஒடுக்கக்கூடிய அனைத்துவிதமான மரபுகளையும் புறத்தூண்டுதல் இல்லாமல் இயல்பாகவே, மிகக்கடுமையான முறையில் எதிர்க்கும் புரட்சிக் காரர்; மனித வாழ்க்கையின் முழுமையான வெளிப்பாட்டைத் தடைசெய்யக்கூடிய, பழமையான, காலத்திற்கு ஒவ்வாத மரபுகளை எப்பொழுதும் எதிர்க்கும் புரட்சியாளராகவும் இருப்பவர்". பல ஆண்டுகளுக்கு முன்பு பனாரஸில் ஆச்சார்ய ஜே.பி. கிருபளானியை முதன்முதலாக சந்தித்துவிட்டு வந்த சரோஜினி நாயுடு இவ்வாறு எழுதினார். ஆச்சார்ய கிருபளானியைப் பற்றி இனிமையான, இணக்கமான மரியாதையுடையவர் சரோஜினி நாயுடு. ஆனால், அவரை முழுமையாக வர்ணிக்க மிகவும் சிரமப்பட்டார். ஒருவருடைய இயற்கையையும், இயல்பான தன்மையையும் பகுத்து ஆராய்வதற்கு அல்லது முறையாகக் ஒன்றிணைத்துச் சோதிப்பதற்கு அவருடைய பண்பு நலனும், ஆளுமையும் கலந்த பாங்கு துணை செய்யும்; சில சமயங்களில் அதன் வேறுபட்ட தோற்றங்களும் உதவும், தூண்டுதலுக்கு அப்பாற்பட்ட, பொறுமையற்ற, தன்னிச்சையாக நடக்கும் இயல்புடைய அவருடைய மனநிலைகள், அவர் இப்படிப்பட்டவர் என்று வரையறுக்க முடியாத ஒருவராக கிருபளானி இருக்கிறார். ஆகவே மிகுந்த உணர்ச்சிவயப்பட்டவராக, அன்பிற்குச் செவிசாய்ப்பவ ராக அவரது உள்ளத்து உணர்வை மற்றவர் புரிந்துகொள்ள முடியாதவராக உள்ளார். அவருடைய சிறப்பான குணங் களாவன: சிறந்த அறிவுத்திறன், தார்மீக ஒழுக்கம்,

தன்னுடைய முடிவுகளிலும் லட்சியங்களிலும் விடாத ஈடுபாடு, எல்லா வற்றுக்கும் மேலாக, மகாத்மாவின் போதனைகளின்பால் அர்ப்பணிப்பு. தன் தனிப்பட்ட நம்பிக்கைகளுக்கு அந்நியமானது என்றாலும் தணியாத இந்த அர்ப்பணிப்புதான் அவருடைய இருப்பிற்கான மூச்சாக உள்ளது.

கிருபளானியைப் பற்றிய உள்ளும் புறமுமான வருணனை, மறுபேச்சிற்கு இடமின்றி அப்படியே ஏற்கத்தக்கது. கிருபளானியின் தனித்துக்காட்டும் தோற்றம், பறவையின் அலகு போன்ற கூர்ந்த நாசி, ஒழுங்காகப் படியாத அவருடைய தலைமுடி, பொருளற்ற சிரிப்பு, ஒளிவீசும் கண்கள் ஆகியன அவருடைய எளிமையை நன்கு வெளிப்படுத்தப்போதுமானவையாகும். சமயங்களில் தன் தோற்றத்தைப் பற்றிக் கவலைப்படாது செயற்படும் அவர் பண்பு, மூடி மறைத்துச் சுடுசொல் பேசும் இயல்பு, அவருடைய விருப்பு மறுப்புகள் ஆகிய அனைத்தும் ஒரு கணத்தில் திடீரென்று வெளிப்படும். இருந்த போதிலும் நேர்மையும் அன்புமயமான மனமும் உடைய மனிதர் அவர். அவரிடமிருந்த சிடுசிடுப்பான பண்பு அவ்வளவுதூரம் கவனிக்கத் தகுந்தது அன்று. வெளிப் படையாகத் தெரியும் முரட்டுத் தோற்றத்திற்குப் பின்னால், உயர்ந்த எண்ணங்களையுடைய நெஞ்சும், நட்புடன் கூடிய அன்பும் எப்பொழுதும் தொடர்ந்து அவரிடம் காணப்பட்டன. நீண்ட காலம் தொடர்ந்து தன்னலமற்ற சேவையை நம் நாட்டிற்குச் செய்ததில்தான் அவருடைய உயர்வும், புகழும் உள்ளன. ஜீவாத்ராம் பகவன்தாஸ் கிருபளானி 1888ஆம் ஆண்டில் ஹைதராபாத்தில் (சிந்துவில்) ‘அமில்’ இன மத்தியதரக் குடும்பத்தில் பிறந்தார். ஒருகாலத்தில் அமில்கள் அல்லது திவான்கள் மட்டுமே சிந்துவில் கல்வி கற்ற குடும்பத்தினராக இருந்தார்கள். ஆகவே இஸ்லாமிய, பிரிட்டிஷ் ஆட்சிக் காலங்களில், அரசு நிர்வாகத்தில் வேலை வாய்ப்பைத் தொடர்ந்து பெற்று மகிழ்ந்த ஒரே இனமாக இருந்தார்கள். அவர்களுள்ளும் ஹைதராபாத் அமில்கள் மிகச் சிறந்தவர்களாக, பகட்டான வாழ்க்கை உடையவர்களாக இருந்தார்கள். ஆகவே அவர்கள் அடிப்படையில் எல்லாவிதமான நல்ல-தீய பண்புகளுடன் சிறிய, அதிகாரவர்க்க மரபுகளுக்கு அடிமைப்பட்டு, பகட்டு ஆர்வங் களோடு இருந்தனர். அவர்கள் சுய உறுதியுடன் செயலாற்றுபவர் களாக, சுய திருப்தியுடைய அறிவாளிகள் நிறைந்த

இனமாக, குறைந்த அளவிற்குக்கூட எதையும் விடாமல் கற்ற மனிதர்கள் நிறைந்த இனமாக, வெறும் பண்பாட்டு மரபுகளை அப்படியே பின்பற்றிக் காலத்தை வீணாக்காத மனிதர்களாக விளங்கினார்கள். அவர்கள் சுறுசுறுப்புமிக்கவர்களாகவும், அறிவுப் பூர்வமாச் செயல்படுவர்களாகவும் விளங்கினர். அதே நேரத்தில் நுட்பமாகவோ, அல்லது வெளிப்படையாகவோ உணர்வுகளை வெளிப்படுத்தாதவர்கள்; வலிமை மிக்கவர்கள், ஆனால் வீரமற்றவர்கள்; செயல்திறமிக்கவர்கள், வீரதீரச் செயல்களில் நாட்டமில்லாதவர்கள். இத்தகைய ஆச்சார்ய கிருபளானி போன்ற ஒருவர், இயல்பாகவே, மனம்போன போக்கில் செயல்படுபவராக இருப்பார். கிருபளானியும் அவ்வாறுதான் இருந்தார். அவர்கள் இனத்திலே, அந்தப் பிரதேசத்திலே, அவர்களுடைய இன மக்களால் மிகக் குறைந்த அளவிற்குப் பாராட்டப்பெற்ற ஒருவராக அவர் இருந்ததில் வியப்பொன்று மில்லை. தன்னுடைய பணியின் தொடக்கத்திலேயே, தன் எல்லையைவிட்டுத் தன்னார்வத்துடன் வெளியேறியது, நல்ல ஆரோக்கியமான அறிகுறியாக அமைந்தது. அதனால், தன் எல்லைக்கு அப்பாற்பட்ட பிறஉலகில், மரியாதையும் மகிழ்ச்சியும் அவர் கண்டார்.

அவருடைய குடும்பத்தில், தன் மனம்போன போக்கில் சென்றவர் அல்லர். அவருடைய சகோதரர் ஒருவர், இதற்கு முன் அனைத்தையும் துறந்து சந்நியாசியாக ஆகி இருந்தார். அவருடைய வேறு இரு சகோதரர்கள் தங்கள் சமயத்தை விட்டு, இஸ்லாம் சமயத்தைத் தழுவி இருந்தனர். அவர்களின் பிள்ளைகள் கடவுள் மிக்க முஸ்லீம்களாகவும், தீவிர லீக் அமைப்பைப் பின்பற்றுபவர்களாகவும் ஆயினர். இருந்த போதிலும் அவர்கள் தங்கள் சிற்றப்பாவைப் பெரிதும் விரும்பினர். அவரும் பெரிதும் அவர்களை நேசித்தார். 1945ஆம் ஆண்டில், அவர் கராச்சி சிறையிலிருந்து வெளிவந்த போது, அவருடைய இஸ்லாமியச் சகோதரர் சிரித்துக் கொண்டே “ஒரே குடும்பத்தில், இருநாடுகளைச் சார்ந்தவர்களாக இங்கு நாம் உள்ளாம்” என்று அவர் கூறினார். அவருடைய தந்தை மிகுந்த நேர்மையானவர். அவருடைய முன்கோபம், அவர் பிள்ளைகளை மட்டுமின்றி, அக்கம்பக்கத்திலுள்ள குழந்தைகளையும் அச்சம்கொள்ளச் செய்தது. மன உணர்வில் காணப்பட்ட இந்த கோபக் குணம் இவர்களின்

பரம்பரைப் பண்பாகக் காணப் பட்டது. ஆச்சார்ய கிருபளானியின் கூற்றுப்படி, அவர்களின் தலைமுறையிலேயே அவர்தான் மிகவும் மென்மை உணர்ச்சி யுடையவர் ஆவார்.

யாரோடு யாரும் ஒத்துப்போகாத தனித்தன்மையுடன் ஒவ்வொருவரும் இருக்கும் குடும்பத்தில், இளைய ஜீவாத்ராம் தன்னுடைய சொந்த வழியில் வளர வேண்டியவரானார். இயல்பாகவே தன்னிச்சைப்படி நடப்பவராக, புத்தகம் படிப்பதை அலட்சியப் படுத்துபவராக விளங்கினார். மிகுந்த சுறுசுறுப்பும், வீரதீரச் செயல்களில் நாட்டமும் உடைய சிறுவன் கிருபளானி, எப்போதும் குறும்பு செய்பவனாகவும் விளங்கினான். சிறுவயதில் சூதாட்டத்தில் பெரிதும் ஈடுபாடிருந்தது. அவரே கூறுவது போன்று, அதைவிட்டு அவர் வெளியே வளரவில்லை. அவர் வளர்ந்தபின் அந்த விளையாட்டை விட்டு ஒதுக்கினார். தன் வாழ்க்கையுடன் விளையாடத் தலைப்பட்டார். தன்னால் எவ்வளவு முடியுமோ அந்த அளவிற்குப் பள்ளியிலும் இதே நிலையைக் கடைப்பிடித்தார்; படிப்பது மிகக் குறைவாகவே இருந்தது. ஆகவே, அவர் தன்னுடைய ஆசிரியர்களுக்குத் தொடர்ந்து தலைவலி கொடுத்தார். அவருடைய தீவிரமான அரசியல் நோக்கங்களுக்காக, இரண்டுமுறை கல்லூரியைவிட்டு வெளியேற்றப் பட்டார். பம்பாயிலுள்ள வில்சன் கல்லூரியில் படித்தபோது ஒருமுறையும், பின்னர் கராச்சியிலுள்ள டி.ஜே. சிந்து கல்லூரியில் படித்தபோது ஒருமுறையும் இது நடந்தது. பட்டப் படிப்பை முடித்து, எம்.ஏ. பட்டம் பெறுவதற்குமுன் சிறிது காலம் ஒரு பள்ளியில் ஆசிரியராகப் பணியாற்றினார். ஆனால் அப்பணி யிலிருந்தும் விரைவில் வெளியேறுமாறு பணிக்கப்பட்டார். தன்னுடைய அரசியல் கோட்பாடுகளை மாணவர்கள் மத்தியில், பரப்பி வருகிறார் என்றும் அவரை அபாயகரமானவர் என்றும், விரும்பத்தகாதவர் என்றும் பள்ளித் தலைமையாசிரியர் முடிவு செய்து பணியைவிட்டு வெளியேற்றினார்.

எம்.ஏ. பட்டம் பெற்றபிறகு, முசாபர்பூரிலுள்ள ஜி.பி.பி. கல்லூரியில் வரலாற்றுப் பேராசிரியராகப் பொறுப்பேற்றார். 1915ஆம் ஆண்டில், சாந்திநிகேதனில் முதன்முதலாகக் காந்தி யடிகளை அவர் சந்தித்தார். தென்னாப்பிரிக்காவிலிருந்து அப்போது தான் காந்தியடிகளும் பீனிக்ஸ் பள்ளி மாணவர்களும் தாயகம் திரும்பி, சாந்திநிகேதனைத்

தங்கள் வீடாகக் கருதித் தங்கினர். தன்னுடைய வரலாற்று அறிவின் காரணமாகத் திலகர், அரவிந்தர் ஆகியோருடைய தீவிரவாத அரசியல் கோட்பாடுகளை, உறுதிபட நம்பிப் பின்பற்றுபவராக அப்போது கிருபளானி இருந்தார்.

அஹிம்சைக் கொள்கையைப் பரப்புவர்கள், தம்முடைய கோட் பாடுகளை விவரிக்கும்போது, அதைக்கேட்டு கேலியாகச் சிரிக்கும் கிருபளானியின் புன்னகையை ஒருவர் கற்பனை செய்து பார்க்கலாம். அப்படிப்பட்ட போதனையாளரை 'முதல் தரமான பைத்தியம்' என்று அவர் நினைத்திருப்பார். 'ஆனால், என்ன ஒரு மிக உயர்ந்த பைத்தியக்காரத்தனம்! இது கிருபளானி தம்முடைய வகுப் பறையில் எதைக் கற்பித்தாரோ அதனுடைய உண்மை உருவம்.1917ஆம் ஆண்டில் சம்பரன் சத்தியாக்கிரகப் போராட் டத்தின்போது பேராசிரியர் கிருபளானியின் மனமாற்றம் தொடங்கியது.

கற்பனைக்கெட்டாத தம்முடைய மனமாற்றத்தைப் பற்றி, மிகவும் ஆர்வமூட்டும் முறையில், தம்முடைய நூலின் முன்னுரை யில் விவரித்து உள்ளார். 'காந்தியடிகள்-அவருடைய வாழ்க்கையும் சிந்தனையும்' என்ற நூலில் காந்தியடிகள் பற்றிய தம்முடைய முதல் மனப்பதிவை வெளியிட்டுள்ளார்.

என்னுடைய நினைவில் அவை இன்னும் தெளிவாக உள்ளன. அவருடைய பண்புதான் என்னை மிகவும் பாதித்தது. தனக்குச் சரியெனப்பட்டதை பின்பற்றிக் கொண்டு, அந்தச் செயல்வடிவம் சரியானதுதான் என்ற எண்ணத்துடன், தேவைப்பட்டால், தான் மட்டும் தனி ஆளாக நின்று செயல்படும் ஒரு உன்னதமான மனிதராக அவர் தோன்றினார். தம்முடைய நண்பர்களின் பாராட்டுரை கண்டு மகிழவோ அல்லது எதிரிகளின் அதிருப்தி மிக்க பார்வை கண்டு அவர் சோர்ந்துவிடவோ இல்லை. காந்தியடிகளைக் கண்டிப்பு மிகுந்தவராகவோ, தூய்மை மிக்கவராகவோ நான் கருதவில்லை. ஆனால், அவர் குற்றம் காண்பவரும் இல்லை. தனக்குப் பலவற்றை வேண்டாமென அவர் மறுத்துள்ளார். மற்றவர்களுடைய நியாயமான மகிழ்ச்சி, பொழுது போக்குகளில் ஒருபோதும் அவர் குறுக்கிட்டு தன்னுடைய ஒழுக்கமேன்மையைக் காட்டிக்கொண்டதில்லை. அவருடைய அஹிம்சைக் கொள்கை எதிர்மறைத் தன்மை கொண்டது அல்ல. அவர் நட்புணர்வுடனும் மகிழ்ச்சியாகவும் நகைச்சுவை

உணர்ச்சி குன்றாமலும் எப்போதும் காணப்பட்ட உண்மை நிலையிலிருந்து இதை உணரலாம். ஏழை, எளிய மக்களை மிகவும் நேசித்து அவர்களைப் போலவே தாமும் வாழ விரும்பினார். இந்தியாவில் ஏழை மக்களைப்போல வாழ்வது என்பதன் பொருளை ஒருவேளை அவர் மனக்கண்ணால் பாராமல் இருந்திருக்கலாம். ஏழை மக்களிடம் அவர் கொண்ட அன்பு, அறிவு பூர்மானதாகவோ உணர்ச்சிவயப்பட்டதாகவோ அல்லது கற்பனையானதாகவோ இல்லை. அது ஆழமானதாகவும் நிலையானதாகவும் இருந்தது. மிகச்சரியான செயலிலும் நடைமுறையிலும் அது வேர்கொண்டு அமைந்தது. காந்தியடிகள், 'ஏழை எளிய மக்களைப் புரவலராக இருந்து பாதுகாக்கவில்லை; ஆனால், அவர்களைப் போலவே வாழவும், அவர்களோடு ஒன்றி உணரவும் முற்பட்டார் என்று ஒருவர் உணரலாம்.

...லக்னோவில் நடைபெற்ற காங்கிரஸ் மகாசபைக் கூட்டத்தில் சம்பரனைச் சேர்ந்த ராஜ்குமார் சுக்லா என்ற விவசாயி காந்தியடிகளை சந்தித்து, வெள்ளை அவுரிச்செடி பயிர் செய்பவர்களின் பேராசையாலும் கொடுங்கோன்மையாலும் விவசாயிகள் படும் துன்பங்களைத் தெரிவித்தார். காந்தியடிகளே நேரடியாகச் சம்பரனுக்குச் சென்று நேரில் பார்க்குமாறு சுக்லா வேண்டிக் கொண்டார்... விவசாயிகளுக்கும் பயிரீட்டாளர் களுக்கும் இடையிலுள்ள பிரச்சினையில் சட்டச்சிக்கலை விளக்கக்கூடிய யாரையேனும் சுக்லாவிற்குத் தெரியுமா என்று காந்தியடிகள் கேட்டார். ராஜேந்திரபாபு ஒருவரைத்தான் அந்த வகையில் தமக்கும் தெரியும் என்று சுக்லா கூறினார். ஆகவே, இருவரும் ராஜேந்திரபாபுவின் வீட்டிற்குச் சென்றார்கள். துரதிருஷ்ட வசமாக ராஜேந்திரபாபு பூரி சென்றுவிட்டார். அந்த இரண்டு வேற்று மனிதர்களையும் வீட்டினுள் அனுமதிப்பதற்குப் பாபுவின் உதவியாளர் மறுத்துவிட்டார். அவர்களுக்கு வேறு வழி தெரியாததால் திண்ணையில் ஒடுங்கி உட்கார்ந்தனர். அங்குள்ள குடிநீரை அவர்கள் தொட்டால் தீட்டுப்பட்டு விடும் என்று கூறி வேலையாட்கள் தண்ணீர் அருந்த விடாமல் தடுத்தனர். வீட்டினுள் இருந்த கழிவறை ஒன்றிற்கு, மகாத்மாவைச் சுக்லா அழைத்துச் சென்றார். ஆனால் வேலையாட்கள் அவர் களை வெளியேறுமாறு கூறினர். அங்கு உட்கார்ந்துகொண்டு, லண்டனில்

தம்மோடு உடன் படித்த மஜார்-உல்-ஹக் என்பவரைக் காந்தியடிகள் நினைத்துப் பார்த்தார்.. அவருக்கு ஒரு கடிதம் எழுதி சுக்லா மூலம் கொடுத்தனுப்பினார். அந்தக் கடிதத்தில் இப்போதைய தம்முடைய இக்கட்டான நிலையைத் தெரிவித்திருந்தார். அந்தக் கடிதம் கிடைத்ததும் மஜார்-உல்-ஹக் ராஜேந்திர பாபுவின் வீட்டிற்கு விரைந்து வந்து தம்முடைய அரண்மனை போன்ற வீட்டிற்கு இருவரையும் அழைத்துச் சென்றார். இருந்த போதிலும் விவசாயிகளுக்கும் பயிரீட்டாளர் களுக்கும் இடையிலான பிரச்சினையில் சட்டநிலை பற்றித் தெளிவான கருத்து எதையும் அவரால் கூறமுடியவில்லை.

பயிரீட்டாளர்களின் தலைமையிடம் முசாபர்பூர் என்றும், அங்கு யாரையேனும் காந்தியடிகளுக்குத் தெரியுமா என்றும் மஜார்-உல்ஹக் வினவினார். முசாபர்பூரில் கல்லூரி ஒன்றில் பணிபுரியும் பேராசிரியர் கிருபளானியைத் தமக்குத் தெரியும் என்றுகூறி, நள்ளிரவில் முசாபர்பூர் வந்துசேரும் ரயிலில் தாம் வந்து சேருவதாக அண்ணல் காந்தியடிகள் நேரடியாக எனக்குத் தந்தி கொடுத்தார்.

கிளப்பிலிருந்து இரவு திரும்பியதும் 9.00 மணிக்குத் தந்தியை நான் பார்த்தேன். மரியாதைக்குரிய இந்த விருந்தினரை எப்படி வரவேற்பது, அவரை நான் எங்கே தங்க வைப்பது? நான் பணியாற்றும் கல்லூரியுடன் இணைந்த விடுதி ஒன்றிற்கு நான் வார்டனாக இருந்தேன்; சிறிய இரு அறைகளில் நான் வசித்து வந்தேன். நான் ரயில்வே ஸ்டேஷனுக்குச் செல்லவிருப்பதை அறிந்த மாணவர்கள், காந்தியடிகளின் வருகை பற்றி அறிந்ததும் அவர்களும் என்னோடு வருவதாகக் கூறினார்கள். தனிச் சிறப்புவாய்ந்த விருந்தினரான காந்தியடிகளுக்கு இந்திய முறைப்படி ஆரத்தி எடுத்துச் சிறப்பான வரவேற்பு அளிக்க விரும்பினர். பக்கத்திலுள்ள வீடுகளுக்குச் சென்று தேடித் துருவி மலர்களைக் கொண்டு வந்து, ஆரத்திக்குத் தேவையான அனைத்துப் பொருள்களையும் அவர்கள் குவித்தார்கள்; தேங்காய் மட்டும் கிடைக்கவில்லை. அந்த நேரத்தில் கடைத்தெருவில் சென்றும் வாங்க முடியாது. காம்பவுண்டில் ஒரு தென்னை மரம் இருந்தது. அது அதிக உயரம் இல்லை. நான் நன்றாக மரம் ஏறுபவன் ஆதலால், மரத்தின் மேலே ஏறிச் சில தேங்காய்களைப் பறித்துவந்தேன். ஆரத்திக்குத் தேவையான எல்லாப் பொருள் களும் இதனால் பூர்த்தியாயின. ரயில்வே ஸ்டேஷனுக்கு மாணவர்கள் என்னாடு

வந்தார்கள். ரயில் வந்ததும் காந்தி யடிகளை நாங்கள் தேடினோம். அவரை ஓரிடத்திலும் காண முடியவில்லை. அந்தக் கூட்டத்தில், அவரைத் தெரிந்த ஆள் நான் ஒருவனே. வடக்கு பீகார் ரயில்கள் எப்பொழுதும் மிகுந்த கூட்டத்துடனே வரும். நிலையத்திற்குள் ரயில் வந்ததும், காந்தியடிகள் தம்முடைய பெட்டியிலிருந்து இறங்கி, கூட்டத் திற்குள் போய் மறைந்திருக்க வேண்டும் என்று தோன்றியது. அவர் மூன்றாம் வகுப்பிலே பயணம் செய்பவர் ஆதலால் நான் அவரைக் காணாமல் விட்டிருக்க வேண்டும். ரயில் நிலைய அதிகாரியிடம், திருவாளர் காந்தி அந்த ரயிலில் வந்தாரா என்று நான் கேட்டேன். தமக்கு எதுவும் தெரியாது என்று அவரும் கூறிவிட்டார். காந்தியடிகளை நான் தவறவிட்டது போலவே அவரும் என்னைத் தவற விட்டிருக்க வேண்டும். அவர் என்னைக் கண்டுபிடிக்காத நிலையில், தம்முடன் வந்த சுக்லாவிடம் அங்குள்ள மாணவர்கள் யாருக்காக காத்திருக்கிறார்கள் என்று வினவினார். திரு. காந்தியை வரவேற்க அவர்கள் காத்திருப்பதாக அவரிடம் கூறப்பட்டது. சுக்லா தன்னுடன் வந்தவர்தான் காந்தி என்று மாணவர்களுக்கு அறிமுகப்படுத்தினார். மாணவர்கள் என்னிடம் ஓடோடி வந்து தகவல் கூறினர். காந்தியடிகளை நான் பார்த்தேன். அவர் ஏராளமான காகிதக் கட்டுகளைச் சுமந்துவர, அவருடைய வெற்றுப் படுக்கையைச் சுக்லா சுமந்து வந்தார். மாணவர்கள் ஆரத்தி எடுத்து அவரை வரவேற்றார்கள். காந்தியடிகள் இதைக்கண்டு தர்மசங்கடப் பட்டதை நான் பார்த்தேன். ஒருவேளை கடவுளுக்கு மட்டுமே ஆரத்தி எடுக்க வேண்டும் என்று காந்தியடிகள் எண்ணியிருக்க வேண்டும். ஆனால், இந்தியாவில் மனிதர்களுக்கும் ஆரத்தி எடுப்பார்கள். கடவுளர்க்கும், தங்களுடைய மேன்மைக்குரிய மனிதர்களுக்கும் இடையில் ஹிந்துக்கள் வேறுபாடு காண்பதில்லை.

ஜமீன்தாரான என்னுடைய நண்பர் ஒருவர் அதே ரயிலில் பயணம் செய்து வந்திறங்கினார். காந்தியடிகளை என்னுடைய விடுதிக்கு அழைத்துச் செல்லுவதற்கு அவருடைய சொந்த டோங்கா வண்டியைத் தந்து உதவுமாறு நான் அவரிடம் வேண்டிக் கொண்டேன். நாங்கள் வண்டியை அடைந்தபோது, என்னுடைய மாணவர்கள் வண்டியிலிருந்து குதிரையை அவிழ்த்துவிட்டிருப்பதை நாங்கள் கண்டோம். அந்த நாட்களில், மரியாதைக்குரிய தலைவர்களை,

டோங்கா வண்டியில் அமர்த்தி அவர்களுடைய அன்பர்கள் இழுத்துச் செல்வது வழக்கமாக இருந்தது. அதனைத் தலைவர்களும் எதிர்த்ததாக எனக்குத் தெரியவில்லை. காந்தியடிகளோ அதனை எதிர்த்தார்; மாணவர்கள் வண்டியை இழுப்பதாக இருந்தால் தாம் அதில் ஏறவே முடியாது என்று மறுத்தார். ஒருவேளை மாணவர்கள் வலியுறுத்தி இருந்தால் அவர் சத்தியாக்கிரகப் போராட்டம் நடத்தியிருப்பார். நானும் மாணவர்களிடம் அவரை வற்பறுத்த வேண்டாமென்று கேட்டுக்கொண்டேன். அந்த வண்டியில், பயணிகள் அமரும் இடம் மூடியபெட்டியாக இருக்கும். வண்டியின் முன்பகுதியில் இழுத்துச் செல்வது யார் என்று மூடிய பெட்டியில் இருப்பவர்கள் பார்க்க முடியாது. நாங்கள் வண்டியில் ஏறி உள்ளே சென்றதும் ராஜேந்திரபாபுவின் வீட்டில் தனக்கு ஏற்பட்ட அனுபவத்தை அவர் விவரிக்கலானார். நாங்கள் உரையாடிக் கொண்டிருந்த போது குதிரைகளின் காலடி ஓசை எனக்குக் கேட்கவில்லை. காந்தியடிகளின் குறிப்பை மாணவர்கள் ஏற்றுக்கொள்ளவில்லை என்பதை நான் அறிந்துகொண்டேன். நாங்கள் விடுதி வந்து சேர்ந்தோம். வண்டியைவிட்டு இறங்கிய வுடன் தாம் ஏமாற்றப்பட்டதாகக் காந்தியடிகள் என்னிடம் கூறினார். ஒருவேளை மாணவர்கள் வண்டியை இழுத்து வருவதை அவர் அறிந்திருந்தால், கீழே இறங்கி வழியெல்லாம் நடந்தே வந்திருப்பார்.

அரசாங்கத்திற்கு எதிரானவர் என்ற பெயரெடுத்த ஒரு விருந்தினரை விடுதியில் தம்முடன் தங்க வைத்ததால், கிருபளானி தம்முடைய பேராசிரியர் பதவியை இழந்தார். ஆனால், இது அவருடைய விடுதலைக்கு வரவேற்பாக ஆயிற்று. சம்பரனில் தம்முடைய பணிகள் தேவைப்படுகின்றனவா என்று கேட்டு காந்தியடிகளுக்கு கிருபளானி கடிதம் எழுதினார். பின்வரும் பதிலை அவரிடமிருந்து பெற்றார்.

மோதிஹரி

ஏப்ரல் 17, 1917

அன்பு நண்பருக்கு,

உன்னுடைய கண்களிலிருந்தும், சொற்களை வெளிப்படுத்து வதிலிருந்தும், நின்ற நிலைகளிலிருந்தும் உன்னுடைய பாசத்தை நான் உணர்ந்துகொண்டேன். இந்த ஆழமான அன்பிற்கு நான் தகுதி உடையவன்தானா! தொண்டு செய்யவேண்டுமென்று நீ விரும்புவதை அறிகிறேன். முடிவை நீயே தீர்மானம் செய்துகொள். அகமதாபாத்திற்குச் சென்று அங்குள்ள சோதனை பூர்வமான பள்ளியில் வேலைசெய். அல்லது இங்கே வந்து வேலை செய்து சிறை செல்லக்கூடிய நிலையையும் எதிர்கொள்ளலாம். நான் சிறை சென்றால்தான் அந்த நிலைவரும் நீ இங்கிருந்து பணியாற்றுவதை நான் பார்க்கும்படி, உன் பணியை நான் தேர்ந்தெடுக்க வேண்டு மென்று நீ விரும்பினால், எல்லா மனிதர்களையும் பேலச் சுதந்திரக் காற்றைச் சுவாசிப்பதற்கு உழைக்கும் விவசாயிகள் உரிமை அடையும்வரை நீ உன்னுடைய இடத்தைவிட்டு, இங்கேயே இருக்க வேண்டிவரும். சம்பரன்தான் என்னுடைய டமாக இப்போது உள்ளது. ஒவ்வொரு நாளும் எனக்குக் கிடைக்கின்ற தகவல்களின்படி பார்த்தால், பிஜி தீவில் காணப்பட்ட நிலைமையைவிட மிகமோசமான நிலைமை இங்கு இருப்பதாக எனக்குப்படுகிறது.

உண்மையுள்ள

எம்.கே.காந்தி

சம்பரன் கிராமங்களில் கிருபளானி பணியாற்றத் தொடங்கினார். தற்செயலாக அங்கு போலீஸ் அதிகாரியுடன் அவர் மோத வேண்டி வந்தது. சம்பரனில் கைது செய்யப்பட்ட முதல் சத்தியாக்கிரகி என்னும் உயரிய மதிப்பை அவருக்கு பெற்றுத்தந்தது.

அஹிம்சைக் கோட்பாடு அவரை மாற்றவில்லை. காந்தியடிகளின் தலைமையிலான அதன் செயற்பாடு அவரை மாற்றியது. கோழைத்தனமும், அச்சத்தோடு தங்களைப் பிணைத்துக் கொண்ட நடுக்கமும் நிறைந்த விவசாயிகளிடம் ஏற்பட்ட மாற்றமான அதிசயத்தை அவர் நேரில் கண்டார். அந்த விவசாயிகள்,

ஒடுக்குமுறைக்குத் தங்களை ஒப்படைத்து, கோழைத்தனம் என்பதே தங்களின் இரண்டாவது இயற்கை என்று சொல்லுமளவிற்கு பிரிட்டிஷ் ஏகாதிபத்தியத்தின் ஆயுதமேந்திய படைவீரர்களைத் தெய்வம்போல எண்ணி நடுங்கும் நிலைமாறி, தங்கள் தலைகளை நிமிர்ந்து நிற்கும் அதிசயத்தைக் கிருபளானி தன் கண்களால் கண்டார். இந்தியா முழுவதிலும் இந்த அதிச்யத்தை மீண்டும் மீண்டும் நிகழ்த்திய மந்திரவாதியாக மகாத்மாவை அவர் கண்டார். ஊமைகளாக இருந்த கோடிக்கணக்கான இந்தியர்களை, மனிதர்களாக முழுமை நிலைக்கு அவர் உயர்த்தியதுதான், சுதந்திரம் என்பதை அர்த்தமுடையதாக ஆக்கியது; இந்த மாற்றம் இல்லாமல் இந்தியச் சுதந்திரம் ஏற்பட்டிருக்க முடியாது. இந்த மாற்றம் மெதுவாக ஏற்பட்டாலும்கூட, அது முழுமையானது. இந்த முடிவுதான் பேராசிரியர் கிருபளானியைக் காந்தியடிகளுடன் இணைந்து தம் பங்கை ஆற்றச் செய்தது. அதுவரை கிருபளானியிடம் இருந்த கொள்கை பற்றிய நம்பிக்கை ஊசலாட்டம் ஏதுமின்றி திடமாக இருந்தது. மகாத்மாவின் செயற்பாடுகளை, அறிவின் துணை மட்டும் கொண்டு முன்கூட்டியே கணிக்கமுடியாத நிலையில் இருந்த போக்கு மாறி, குறிப்பிட்ட பிரச்சினையில் காந்தியடிகள் எவ்வாறு செயல்படுவார் என்பதை முன்கூட்டியே கணித்துச் சொல்லும் அளவிற்குக் கிருபளானியிடம் அஹிம்சைக் கொள்கை வேரூன்றியது

சம்பரனில் பணிமுடிந்ததும், புதிதாகத் தொடங்கப்பட்ட பனாரஸ் இந்து பல்கலைக்கழகத்தில் சிறிது காலத்திற்குக் கிருபளானி பேராசிரியராகப் பணியாற்றினார்; ஆனால் அது அவருக்குத் திருப்திகரமாக இல்லை. ஒத்துழையாமை இயக்கம் அவரைக் காப்பாற்ற வந்தது. ஆச்சார்ய நரேந்திரதேவ், பாபு பிரகாஷ் உள்ளிட்ட வேறு பல நண்பர்களோடு கிருபளானியும் அந்தப் போராட்ட வேலைகளில் ஈடுபட்டார். பாபு சிவபிரசாத் குப்தாவால் நிதிஉதவி செய்யப்பட்ட காசி வித்யா பீடம் என்னும் தன்னாட்சி அமைப்பை அவர் உருவாக்கினார். பனாரஸில் காந்தி ஆசிரமத் தையும் கிருபளானி ஏற்படுத்தினார்; பின்னர் அது மீரட்டிற்கு மாற்றப்பட்டது. கிராமங்களில் காந்தியடிகளின் நிர்மாணப் பணிகளை நேர்மையாகவும் உண்மையாகவும் முதன் முதலில் செயற்படுத்தியவர்களுள் கிருபளானி ஒருவர். சுதந்திரத்திற்கான

அஹிம்சைப் போராட்டத்தில் அடிப்படைப்பணி இதுவென்று அவர் உயர்ந்திருந்தார்.

அகமதாபாத்தில் உள்ள காந்தியடிகள் உருவாக்கிய தேசியக் கல்லூரியான குஜராத் வித்யாபீடத்தின் ஆச்சாரியராக அல்லது முதல்வராகப் பொறுப்பேற்க வருமாறு 1923இல் காந்தியடிகள் கிருபளானியை அழைத்தார். மிகுந்த ஆர்வத்துடனும் சுறுசுறுப்புடனும் அப்புதிய பணியை ஏற்க அவர் விரைந்தார். ஐந்தாண்டுகளுக்கு ஊதியம் ஏதுமின்றி பணியாற்றினார். ஆனால், மாகாண காங்கிரஸ் தலைவர்களுடன் அவருக்குச் சங்கடங்கள் வளர்ந்தன. புரட்சிகரமான போக்கில் நேர்மையாகவும் எதற்கும் வளைந்து கொடுக்காத பண்பின் காரணமாக அவர் முதல்வர் பதவியை ராஜினாமா செய்தார்.

குஜராத் வித்யா பீடத்தின் மாணவர்களுக்கு, 1927இல், விடை தரும் விழாவில் அவர் அறிவுரை கூறியபோது சொன்னதாவது:

உங்களிடம் காணப்படும் இளமைப் பருவத்திற்கே உரிய மகிழ்ச்சியும், களிப்பும் எப்போதும் இருக்கட்டும். நம்மீது எவ்வளவு கடினமான சுமைகளை வாழ்க்கை சுமத்தினாலும், அதை இன்னும் எளிமையானவை என்று நினைத்துக் கொள்ளுங்கள். மற்றவர்களின் முட்டாள்தனமான செயல்களை ஒரு புன்னகையுடன் புறந்தள்ளுங்கள். உங்களுடைய செயல்களைக் கூட புன்னகை மூலம் எதிர்கொள்ள முயலுங்கள். உங்களுக்கு உரியது எப்போது வரவேண்டும் என்று உள்ளதோ, அப்போது வரும்; தடைகளுக்கும் துன்பங்களுக்கும் நடுவில் நம்முடைய வாழ்க்கை வாழத் தகுதியானது."

குஜராத் வித்யாபீடத்தைவிட்டு விலகிய பின்னர் கிருபளானி ஐக்கிய மாகாணத்தில் கதர்ப்பணியைத் திட்டமிட்டு வடிவமைத் தார். மீரட்டைத் தலைமையிடமாகக் கொண்டு உத்திரப் பிரதேச காந்தி ஆசிரமம் நிறுவப்பட்டது.

அக்பர்பூர், ரனேவா போன்ற பல இடங்களில் உற்பத்தி மையங்களும் உத்திரப்பிரதேசத்தின் பல நகரங்களில் கதர்க் கடைகளும் தொடங்கப்பட்டன. கிருபளானியின் ஒருமுகப்பட்ட முயற்சி, இடைவிடாது உழைத்துத் திட்டமிட்: பாங்கு, எதார்த்த அணுகுமுறை, தன்னலமற்ற சேவை, குறிக்கோள் ஆகியவற்றால்

இது சாத்தியப்பட்டது. ஸ்ரீகாந்தி ஆசிரமம் என்ற ஒன்றைச் சுய பொருளாதார அடிப்படையில் அவர் உருவாக்கினார். 1942ஆம் ஆண்டில், அவருடைய நிறுவனத்திற்கும் அவருக்கும் தொடர்புடைய 700 பணியாளர்களைக் கொண்டு ஆற்றலுடன் விளங்கினார்.

பீகாரில் ஏற்பட்ட பூகம்பத்தின் காரணமாக விளைந்த துயர்துடைப்புப் பணியில் தம்முடன் ஒத்துழைக்க வருமாறு, 1934ஆம் ஆண்டில் டாக்டர் ராஜேந்திர பிரசாத் அவரை அழைத்தார். அதே ஆண்டில் காங்கிரஸின் பொதுச் செயலாளராக, கிருபளானி நியமிக்கப்பட்டார். அரசியலில் மகாத்மா காந்தியின் தலைமையை உறுதியாக எப்போதும் ஏற்றுப் பின்பற்றுபவராக ஆச்சார்ய கிருபளானி விளங்கினார். கிருபளானியைப் பொறுத்த வரை எப்பொழுதுமே அதிகாரத்தில் ஆர்வம் கொண்டதில்லை. கொள்கை தொடர்பான கருத்து வேறுபாடுகளால் விவாதம் எழுந்தபோது, பொதுச் செயலாளராக இருந்தும், காங்கிரஸ் செயற்குழுவிலிருந்து கிருபளானி மூன்று முறை ராஜினமா செய்தார். இது ஒரு சிலருக்கு மட்டும் தெரிந்த உண்மையாகும். இப்படிப்பட்ட மனநிலையுடன் கூட ஜூலை 1946வரை பன்னிரண்டு ஆண்டுகளுக்கு அவர் பொதுச் செயலாளராக இருந்தார் என்பது குறிப்பிடத்தக்கது. அகில இந்திய காங்கிரஸ் கமிட்டியின் பணியை முழுமையான ஈடுபாட்டு உணர்வுடனும் பயன் கருதாமலும் அவர் செய்தார்.

அவர் காங்கிரஸ் கமிட்டியின் பொதுச் செயலாளராக இருந்த போதுதான் 1936ஆம் ஆண்டில் சுச்சீதாதேவியை மணந்தார். ஒரு காலத்தில் கிருபளானியின் மாணவராகப் படித்த சுச்சீதா, திருமணத்தின்போது பனாரஸ் இந்து பல்கலைக்கழகத்தில் வரலாற்று ஆசிரியையாகப் பணியாற்றினார். அவர்களின் திருமணம் ஒரு சிறிய நிகழ்ச்சிதான். குறுகிய கால அவகாசத்தில், திருமதி விஜயலட்சுமி பண்டிட் அவர்களால் ஒருசில நண்பர்களே அதற்கு அழைக்கப்பட்டிருந்தார்கள். புதிதாக மணமான அந்தத் தம்பதியரை வரவேற்பதற்கு, ஆனந்த பவனத்தின் வரவேற்பு அறையில் மக்கள் காத்திருந்தனர். முதலில் அந்த அறைக்கு வந்த கிருபளானி, பண்டித ஜவஹர்லால் நேருவிடம், கூச்சம் காரணமாக, முகம் சுளித்து, “இது ஒரு மிகப் பெரிய நகைச்சுவை என்று நீங்கள் ஏன் அவர்களிடம் சொல்லவில்லை?” என்று கூறினார்.

எரிமலை போன்ற இந்த மனிதரிடம் நல்ல கனிவான தன்மையைச் சுச்சீதா கிருபளானிதான் கொண்டுவந்தார். அவரை விட ஏறத்தாழ இருபது வயது இளையவர் அந்த அம்மையார். காந்தியடிகள் அவர்கள் திருமணத்திற்கு வந்து வாழ்த்தவில்லை என்று சொல்லப்பட்டது. ஆனாலும், அவர்களுக்காக அவர் பிரார்த்தனை செய்தார். ஆழமான புரிந்துகொள்ளும் தன்மையும் சிறந்த பண்புகளால் மெருகேறிய ஒப்பற்ற அழகும் உடைய மென்மையான பெண்ணாக சுச்சீதாதேவி விளங்கினார். கஸ்தூரி பாய் நினைவு டிரஸ்டிற்குப் பொருத்தமான ஒருவர் பணியாற்றத் தேவைப்பட்ட ஒரு சமயத்தில், அப்பணியை ஏற்குமாறு சுச்சீதா கிருபளானியிடம் காந்தியடிகள் கேட்டுக் கொண்டார். மிக ஆழ்ந்த ஈடுபாட்டு உணர்வுடன் செயல்பட்டு காங்கிரஸ் இயக்க மகளிரில் மிகச்சிறந்த, ஆற்றல் மிக்க அமைப்பாளர்களுள் ஒருவர் என்ற பெயரை அவர் பெற்றார்.

அந்த நாட்களில், இந்திய தேசிய காங்கிரஸின் தலைவராக, கிருபளானி தேர்ந்தெடுக்கப்பட்டது பலருக்கு ஆச்சரியத்தை ஏற்படுத்தியிருக்கும். ஏனென்றால் அவர் தேர்ந்தெடுக்கப்படு வதற்குச் சிலவாரங்கள் முன்பு வரையிலும்கூட, எந்த மட்டத்திலும் அவர் பெயர் அடிபடவில்லை. பொதுச் செயலாளராக அவர் தேர்ந்தெடுக்கப்படாதபோது, பெரிய அதிர்ச்சியும் வருத்தமும் காணப்பட்டன; மேலும், காங்கிரஸ் காரியக் கமிட்டியில், பண்டித ஜவஹர்லால் நேருவால் அவர் பெயர் சேர்க்கப்படாதபோது வியப்பே காணப்பட்டது. ஆனால் ஒருசில மாதங்களுக்குள் அவர் தலைவராகத் தேர்ந்தெடுக்கப்பட்டார். ஸ்ரீமோகன்லால் சக்சேனா சொற்களில் சொல்ல வேண்டுமானால், ‘வேண்டாமென்று தூக்கி எறியப்பட்ட கல்லைக்கொண்டு, தேசிய கட்சியின் பெரிய அலுவலகத்தின் கோபுரம் அலங்கரிக்கப்பட்டுள்ளது.’

காங்கிரஸ் தலைவராக இருந்த காலத்தில், தலைமையகத்தில் அவர் வெறுமனே இருக்கவில்லை. மாறாக, மிகவும் பாதிப்பிற்குள் ளானதும் ஆபத்து நிறைந்ததுமான கிழக்கு வங்காளத்திலுள்ள நவகாளிக்கும் மற்ற இடங்களுக்கும் அங்கு நடப்பவற்றைத் தம் கண்களால் பார்க்கவும் காதால் கேட்கவும் வேண்டி அவர் விரைந்து ஓடிச் சென்றார். விழாக்காலங்களில் வங்காளத்திற்கு சென்று மலர்ச் செண்டுகளையும் மலைகளையும் அவர் ஏற்க வில்லை. மிகுந்த மனத்துயரிலும் வேதனைகளிலும் இருந்த சமயத்தில் அவர்

வங்காளத்திற்குச் சென்றார். கடுமையான சூறை, கொள்ளை, தீக்கிரை, படுகொலை, பலவந்தமாகப் பெண்களைக் கடத்திச் செல்லுதல், பாலியல் வன்முறைச் சம்பவங்கள், கட்டாய் மதமாற்றம், கட்டாயத்திருமணம் போன்ற அட்டூழியகங்களால் மிகுந்த மன வேதனைகளும், உடல் வேதனைகளும், கண்ணீரும் பெருகியிருந்த காலகட்டத்தில் அவர் அப்பகுதிகளுக்குச் சென்றார். கைவிடப்பட்ட வங்காளம் ஆச்சாரிய கிருபளானியால் நட்புக் கொள்ளப்பட்டது.

கிருபளானி நகைச்சுவைத் துணுக்குகளைச் சொல்லுவதில் விருப்பம் உடையவர். சிலசமயங்களில் முன்யோசனையின்றி அவர் கூறும் நகைச்சுவைகள் கேட்பவருக்கு எரிச்சல் ஊட்டும். ஒருமுறை பராபங்கியிலிருந்து ஹர்டாய்க்குப் பயணம் செய்த போது, பெரும் அளவிலான கிராம மக்கள் கூட்டம் மகாத்மாவின் தரிசனத்திற்காக வழக்கம்போலக் காத்திருந்தது. அவர்களில் சிலர் அதே பெட்டியில் முண்டியடித்து உள்ளே நுழைய முயன்றனர்; ஆனால் பெட்டியின் கதவின் அருகில் கிருபளானி நின்று கொண்டு அவர்களை உள்ளே ஏறவிடாமல், பிடித்து வெளியே தள்ளினார். தங்களுடைய எதிர்ப்பைக் காட்டுவதற்காக அம் மக்கள், 'மகாத்மா காந்திக்கு ஜே!' என்று முழக்கமிட்டனர்; கிருபளானி அவசரத்தில் 'மகாத்மா நரகத்திற்குப் போகட்டும்' (லெட் மகாத்மா கோ டு ஹெல்) என்று கூறிவிட்டார். கோபமடைந்த மக்கள் இதைக்கேட்டு, மீண்டும் முழக்கமிட்டனர்; 'நீங்கள் சிறிதும் நன்றியில்லாதவர். மகாத்மாவின் கருணையால், செயலாளர் ஆன நீங்கள் அவரை, நரகத்திற்கு அனுப்புகிறீர்கள்' என்றனர். கிருபளானி திகைப்புற்றுப் பின்வாங்க, வண்டியிலிருந்த காந்தியடிகளும் பிறரும் சிரிப்புக்கடலில் மூழ்கினர். ஆனால், மிகவும் அருகில் உட்கார்ந்திருந்த கஸ்தூரிபா அன்னையார் மிகவும் தீவிரமடைந்து, ரயில் வண்டி நகரத் தொடங்கியதும் “பேராசிரியர் அவர்களே, நீங்கள் அதைச் சொல்லியிருக்கக் கூடாது' என்று கூறினார். மகாத்மாவும் மற்றவர்களும் சிரிக்கத் தொடங்கியதும், கிருபளானி திகைத்துப்போய், அமர்ந்திருந்தார். இருந்த போதிலும் அவர் அன்னயாரிடம், 'பாபுஜியைக் குறித்து நான் அந்த வார்த்தையைச் சொல்லவில்லை; ஆனால், மகாத்மாவைத்தான் (அந்தப் பட்டத்தைத்தான்) சபித்தேன்' என்று பதில் கூறினார். ஆனால் கஸ்தூரிபா காந்தி இந்த விளக்கத்தில் சமாதானம் அடையவில்லை.

மெதுவான குரலில், 'எந்தச் சூழ்நிலையிலும் நீங்கள் அந்தச் சொற்களைப் பயன்படுத்தியிருக்கக் கூடாது' என்று கூறினார்.

மேலே குறிப்பிட்ட இத்தகைய சம்பவங்களின் சூழ்நிலையில், கிருபளானி எந்த வகையான மனிதர் என்று ஒருவர் நிச்சயமாக கேட்கக் கூடும். கிருஷ்ணா கிருபளானி இதற்கு ஒரு நல்ல பதிலைத் தருகிறார். கிருபளானியைப் பற்றி நினைவு கூர்ந்து, அவர் பின்வருமாறு சொல்லுகிறார்:

அவருடன் பணியாற்றிய எண்ணற்ற நண்பர்களைக் கேளுங்கள். அநேகமாக அவர்கள் எல்லாரும் அவரை வணங்குவதை நீங்கள் காணலாம்; அது அச்சத்துடன் கலந்த வழிபாடு அல்ல. அவர் மிகவும் கடினமாக வேலை வாங்கக்கூடிய ஒரு தலைவர் என்பதும், எதற்காகவும் தன்னை விட்டுக்கொடுக்காதவர் என்பதும் வெளிப்படையானவை. அதோடுகூட, அவர் மிகுந்த பாசமிக்க ஆசிரியராகவும், மாணவர்களைத் தம் சொல்லுக்குக் கட்டுப்படச் செய்யக் கூடியவராகவும் இருந்தார் என்பதும் உண்மை பீகாரிலும் குஜராத்திலும் படித்த பழைய மாணவர்கள் கூடத் தொடர்ந்து அவரிடம் அன்பு செலுத்தி, மதித்துப் போற்றி வந்தனர். அவரோடு உடன் பணியாற்றி வந்தவர்கள், அவருடைய போக்கில் காணப்பட்ட வன்முறையையோ, பேச்சில் வெளிப்பட்ட வன்சொற்களையோ ஒருபோதும் பொருட்படுத்திய தில்லை. அவருடைய நகைச் சுவையில் காணப்பட்ட இடக்கான போக்கினால் அடிபட்டாலும்கூட, அவருடைய நகைச் சுவையைக் கேட்டு அவர்கள் மகிழ்ந்தார்கள். வெளிப்படையாகத் தெரியும் அவருடய பற்றற்ற நிலையையும், அவருடைய குற்றம் காணும் தன்மையையும், கேலிப் பேச்சுமிக்க நகைச்சுவையையும், அவற்றின் பின்னுள்ள, அன்புமயமான அவருடைய நெஞ்சையும் அதில் பொதிந்து கிடக்கும் மனித நேயத்தையும் பாசத்தையும் அவர்கள் நன்கு அறிவார்கள்.

அவருடைய மனம் இரக்கம் நிறைந்ததாக இருக்கும்; சில சமயங்களில் அவர் அசட்டையாக கவனமின்றி இருப்பார். அத்துடன், ரயில்நிலையக் கூலியுடனோ அல்லது டோங்கா ஓட்டியுடனோ, இரண்டு அணா கூலி மிக அதிகம் என்று சண்டை போடுவதில் அவர் ஆர்வம் காட்டுவார். பொருளை மையமிட்ட விவகாரங்களில் அவருக்குச் சிறிது கூட மதிப்பும் ஈடுபாடும் இல்லாததால் அவற்றில் பற்றின்றி

இருந்தார். இருந்தபோதிலும் அவர் கஞ்சத்தனமான ஆள் என்று கருதும் அளவிற்குச் சில சந்தர்ப்பங்கள் ஏற்பட்டன. அவர் ஆழமாக அன்பு செலுத்துவார்; சொரணையின்றிப் பேசுவார்; ஆழமாக உணர்வார்; சிடுசிடுப்புடன் சிரிப்பார்; தர்க்கநெறிப்படி சிந்திப்பார்; அளவிற்கு மிஞ்சி வாதாடுவார்; நம்பிக்கையுடன் பின்பற்றுவார்; மரியாதையற்ற முறையில் எகத்தாளமாகச் சிரிப்பார்; புரட்சிகரமான பார்வையுடையவராக இருப்பார்.

ஆனால் மிகுந்த எதிர்ச்செயல் செய்பவர் போல அவர் தென்படுவார். சோஷலிசவாதிகளை விரும்பிய போதிலும் அவர்களுடன் சண்டைபோடுவார். தோல்வி நிச்சயம் என்று தெரிந்தும் முயற்சியைக் கைவிடாத அவர்களை இகழ்ந்த போதிலும், அவர்களுடன் இணைந்து அவர் பணிசெய்வார். ஆதிக்க சக்திகளுடன் இணங்கிப் போகின்றதை எதிர்க்கும் கிளர்ச்சியாளரான அவர், விக்கிரக வழிபாடு போன்ற பழமை யான மரபுகளை எதிர்ப்பவரான போதிலும், உருவச்சிலையை வணங்கி வழிபடுவார். குறிக்கோள்வாதியாக இருந்தபோதிலும் கிருபளானி, யதார்த்தவாதத்தைப் போற்றி, வீண்பெருமையாகப் பேசுவார். கடுந்துறவிபோலக் காணப்பட்டாலும், சிரத்தையற்றவ ராகத் தோன்றுவார். கிருபளானிக்கு ஆசை ஏதுமில்லை; பற்றிக் கொண்டு சுழல்வதற்கு எந்த அச்சும் இல்லாததால், எந்தப் பக்கமும் சாராமல் அவர் நடுநிலையாளராக இருப்பார். அஹிம்சை நெறியில் மிகப்பெரிய நம்பிக்கை கொண்டவர்; எப்போதும் சண்டைபோடவேண்டும் என்ற குணம் கொண்டவராக அவர் இருப்பார்

பெரிய விஷயங்களைச் சமன்படுத்தும் சிறிய குறைகளை உடைய பலரில் அவர் ஒருவர். திடீரென்று வெடிக்கும் மனநிலை தான் அவருடைய குறை மற்றவர்களின் கடுமையான உணர்வுக் குமிழ்களை உடைப்பதில் அவர் இடைவிடாத ஆர்வம் உடையவர். இயற்கையாகவே அன்பும் பொறுமையும் உடையவர் அவர். இருந்தபோதிலும் அவர் சில சமயங்களில் உணர்வில் அவ்வாறு ஆழ்ந்துவிடுவார். அல்லது மிகவும் நேசிப்பவர்களைக் கடுமையாகப் பேசி விடுவார். தான் விரும்பி அன்பு செலுத்து பவர்களை அழச் செய்யுமாறு, அல்லது பற்களை நறநறவென்று கடிக்குமாறு அவர்களைச் சொற்களால் சுடுவார். அவர் கூறும் அறியாமை மிக்க நகைச்சுவைத் துணுக்குகள், குறும்புத்தன மிக்கவை என்று அவர்

கூறுவாரே அன்றி, அவை அறியாமையால் விளைந்தவை என்று கூறமாட்டார்; அவை வெளிப்படையான விமர்சனம் என்று கூறுவாரே அன்றி, பிறரை அவை புண்படுத்துவது பற்றி அவர் எண்ணமாட்டார்.

காந்தியடிகளின் எதிர்விளைவுகளுக்கு மட்டுமே அவர் எளிதில் உணர்ச்சிவசப்படுவார். கணவன் ஒருவனிடம் இந்து மனைவி கொண்டுள்ள பக்தி போன்ற பக்தியை அவர் காந்தியடிகளிடம் கொண்டிருந்தார். அதைத் தவிரவும் காந்தியடிகளின் ஒழுக்கமிக்க பண்பின் மீதும் அவருடைய அரசியல் ஆளுமைமீதும் கிருபளானி பக்தி வைதிருந்தார். காந்தியடிகளின் விருப்பு, வெறுப்புகளுக்குக் கவலைப்படவில்லை என்றாலும், அவருக்காக வாழ்ந்தபோதிலும், அவருடன் உடனிருந்து வாழ்வது மிகவும் கடினமானது என்று கிருபளானி நினைத்தார். இந்த பக்தி முழுமையானது. எந்தவிதமான நோக்கமோ, அல்லது வரம்புகளோ இன்றி கட்டுப்படாத ஒன்றாக அது இருந்தது. காந்தியடிகளின் சிந்தனைக்குள் கிருபளானிக்கு ஓரிடத்தை இது கொடுத்தது. காந்தியடிகளின் வேறு எந்தச் சீடரும் உரிமை கொண்டாட முடியாத ஒரு ஆளுமைத் திறமையை இது கிருபளானியிடம் ருவாக்கியது.

காந்தியடிகளின் மரபான உயர்ந்த சிந்தனையும், எளிய வாழ்க்கையும் உடையவராக ஆச்சார்ய கிருபளானி உணர்ந்தார். ஆசிரமத்தில் இருந்தபோது, தனக்குரிய உணவைத் தாமே சமைத்துக் கொள்வார்; அடுப்பெரிக்கத் தேவையான விறகுகளைத் தாமாகவே வெட்டியெடுத்து வருவார்; உடைகளைத் தாமே துவைத்துக் கொள்வார். எல்லாவிதமான வசதிகளிருந்தும் அவர் எளிய வாழ்க்கை வாழ்ந்தார். அவர் ஒருபோதும் குறுகிய நோக்க முடையவராக இருந்ததில்லை.

காந்தியடிகளின் சிந்தனைகளுக்குப் பொருத்தமான விளக்கம் தருபவராக விளங்கிய கிருபளானியை, அதற்காகவே எப்பொழுதும் நினைக்கவேண்டும். ஆச்சார்ய கிருபளானியின் இந்த அம்சத்தை மிகவும் பாராட்டி எம். சலபதிராவ் புகழாரம் சூட்டினார்.

அஹிம்சை என்னும் உயர்தரமான கோட்பாட்டின், நேரில் காணக்கூடிய விளக்கமாகத் தெரிவதால், காந்திய வழியில் நிலைத்து நிற்பவராகக் கிருபளானி எனக்குத் தென்படுகிறார். வாழ்க்கைப்

போக்கில் அமைப்பையே எளிதாக விலை மதிக்கக்கூடிய ஒன்றாக, எதையும் மாற்றுவதைக் கிருபளானி ஏற்கவில்லை. ஒரு நோக்கம், மிகவும் ஆழமாகத் தேடுவது, வளரும் நம்பிக்கை ஆகியவற்றையே, தம்முடைய தலைவரின் கொள்கைகளில் கிருபளானி உரிமை கொண்டாடினார். காந்தியடிகளின் கோட்பாடுகளுக்கு மிகச் சிறந்த விளக்கம் தர வல்ல உரையாசிரியர் என்று கிருபளானியை நான் குறிப்பிடுவேன். கிருபளானியின் அணுகுமுறை, தர்க்கவியலுக்கு உட்பட்டதாகும். ராணுவ நடைமுறைகளுக்கு உரிய சட்டமாக, அவர் சத்தியாக்கிரகத்தை வடிவமைத்தார். அஹிம்சை என்னும் தத்துவ அமைப்பிற்கு மிகப் பொருத்தமான மாற்று ஏதுமில்லை. அவருடைய புத்தகத்தில் காந்தியத்திற்கு மாறுபட்ட கருத்துக்கள் குறித்து ஏளனம் செய்திருக்கிறார். மார்க்சியக் கோட்பாடு குறித்து ஏதும் தெரியாத அறியாமையால் வரும் மகிழ்ச்சியும்கூட இருக்கிறது. இந்நூலை எழுதியவர் எதிர்ப்புரட்சிச் சிந்தனைகளை புரட்சிகரமான வார்த்தைகளால் காட்டியுள்ளார் என்று ஒரு சோஷலிசவாதி நூலாசிரியரைச் சாடுவதற்கு நூலில் இடமுள்ளது. ஆனால் காந்தியடிகளுடைய பிரம்மாண்டமான எழுத்துக்கள், பொருத்தமான விளக்கங்களுடன் படிக்கப்படுவதற்கு ஏற்ற வண்ணம், கிருபளானியின் ஆராய்ச்சி உரைகள் நமக்குத் துணை செய்கின்றன. காந்திஜியின் கோட்பாடுகளிலுள்ள அரசியலையும், அறக்கருத்துக்களையும் ஒன்றாகக் கலக்கும் ரசவாதத்தை, நடைமுறை அரசியலோடு பொருத்தி கிருபளானி விளக்கினார்; முழுமையான வினா விடை வடிவத்தில் தந்தார். காந்திய நெறி என்பது, காந்தியடிகளையும், கிருபளானியையும் நமக்கு விளக்குகிறது. கிருபளானி இல்லாமல் காந்தியைப் புரிந்து கொள்ள முயன்றால், தம்முடைய தனிவழியில் போராடிய காங்கிரஸ் கடற் கொள்ளைக்காரராகவும், முற்றிலும் புதிய ஒரு தத்துவத்தைப் பேசும் மழலைப் பேச்சாளராகவும் காந்தி தென்படுவார். மரபான சமுதாயக் கட்டுப்பாடு, அவருக்குள்ளாக ஓர் அமைப்பை உருவாக்கியது; எப்போதுமே புத்திசாலித்தனமாக இல்லா விட்டாலும்கூட நம் காலத்திய தலைசிறந்த மனிதரிடம் கொண்டிருந்த பரிபூர்ண நம்பிக்கையின் வெளிப்பாடு அது; முரட்டுத்தனமான புறத்தோற்றமும் பிறரைப் புண்படப் பேசும் குத்தல் பேச்சும் நிறைந்தவரான கிருபளானியை, இந்த நம்பிக்கைதான் தலைவரால் விரும்பப்படும் சீடராக மாற்றியது. ஆனால் மற்றவர் கண்களுக்குக்

கிருபளானி, வசைமொழியாள ராகவும், அச்சந்தருபவராகவுமே தென்பட்டார். ஒரே ஒரு கிருபளானிதான் உண்டு'.

1982ஆம் ஆண்டு மார்ச் 19ஆம் நாளன்று கிருபளானி காலமானார். மறுநாள், சபர்மதி ஆற்றின் கரையில் இறுதிச் சடங்கிற்காக அவருடைய உடல் கொண்டுவரப்பட்டது. ஒவ்வொரு மனிதனும் வாழ்வதில் பேரானந்தம் கொள்ளுகிற காலகட்டத்தில் கிருபளானி வாழ்ந்தார்; அது மட்டுமின்றி, இந்தப் பூமியின் புழுதியிலும் மண்ணிலுமிருந்து உன்னதமான மனிதர்கள் தோன்றி சாதனைகள் செய்த காலம் அது. அந்தச் சாதனையாளர்களின் அணிவகுப்பில் கிருபளானியும் இருந்தார். ஆனாலும், இந்த மனிதரின் இறுதிச் சடங்கில் கலந்துகொள்ளுவதற்கு ஐநூறு பேர் மட்டுமே வந்திருந்தனர். ஆனால் அகமதாபாத்திலிருந்து வெளிவந்த அன்றைய காலை நாளேடுகள் அவர் மறைவை, 'மிகப்பெரிய தெய்வ மனிதர்கள் வரிசையைச் சார்ந்த கடைசி மனிதர் பிரிந்தார்' என்று செய்தி வெளியிட்டன.

காந்திஜியுடன் பணி செய்து வாழ்ந்த அகமதாபாத்தில் அவர் இறந்திருந்தால் ஒருவேளை நிலைமை வேறு மாதிரியாக இருந்திருக்கலாம். அரசியல்வாதிகளின் கூட்டத்திற்கு நடுவில், அவ்வளவாக அறியப்படாமல் ஒதுங்கி இருந்தது ஒருவகையில் அவருக்கு விடுதலைதான். மிகப்பெரிய காரியமான நாட்டு விடுதலைப் போராட்டத்திற்குத் தன்னை அர்ப்பணித்துக்கொண்ட வாழ்க்கை உணர்வை, எண்ணிப்பார்த்து அதன்மூலம் தம்முடைய நடைமுறை வாழ்க்கைக்கு ஆற்றலைத்தேடிக் கொள்ளவேண்டிய நிலையில் அவர் வாழ விரும்பியிருக்கக்கூடும்.

11. டாக்டர் ஜாகிர் ஹுசேன்

இந்தியக் குடியரசுத் தலைவராக 1967 மே மாதம் தேர்ந்தெடுக்கப் பட்ட டாக்டர் ஜாகிர் ஹுசேன் இந்திய நாட்டின் முதல் குடிமகன் என்ற நிலையில் தம்முடைய உள்ளத்தை வெளிப்படுத்தினார். குடியரசுத் தலைவர் பதவி என்பது, ஆசிரியர் ஒருவருக்குச் செலுத்தப்பட்ட மிகப் பெரிய மரியாதையாகும்; தேசியக் கல்விக்காக 1920ஆம் ஆண்டு அக்டோபர் மாதத்தில் - ஏறத்தாழ 47 ஆண்டுகளுக்கு முன்பாக - தம்முடைய வாழ்க்கையின் சிறந்த காலத்தை எல்லாம் அர்ப்பணிக்க முடிவு செய்தவருக்கு நாடு அளித்த மிகப்பெரிய கௌரவம் அது. தம்முடைய பொது வாழ்க்கையை மகாத்மா காந்தியின் காலடியிலிருந்து அவர் துவங் கினார். காந்தியடிகளைத் தம்முடைய வழிகாட்டியாகவும், ஊக்கம் தரும் ஊற்றுக் கண்ணாகவும், ஹுசேன் எப்போதும் கொண் டிருந்தார். தம்முடைய உரை ஒன்றில் டாக்டர் ஜாகிர் ஹுசேன் பின்வருமாறு கூறினார்.

இந்த நாட்டின் மிக உயர்ந்த பதவிக்கு என்னைத் தேர்ந்தெடுத்து பொறுப்பில் அமரச் செய்தது மக்கள் என்மீது கொண்டுள்ள நம்பிக்கையைக் காட்டுகிறது. மக்களின் நம்பிக்கையில் மூழ்கடிக்கப்பட்டுள்ள நான் தலைவணங்கி ஏற்றுக் கொள்கிறேன். இந்திய மண்ணின் மிகச் சிறந்த தவப் புதல்வர்களில் ஒருவரானவரும், நீண்டகாலத்திற்கு என்னுடைய குருவாகவும், தத்துவவாதியாகவும் நண்பராகவும் விளங்கிய டாக்டர் இராதாகிருஷ்ணன் அவர்கள் பொறுப்பேற்று பணிசெய்த இந்த அலுவலகத்தில், அவரைத் தொடர்ந்து என்னைப் பொறுப்பேற்கச் செய்த மக்களின் நம்பிக்கை என்னை நெகிழச் செய்துள்ளது. மேலும், டாக்டர் இராதாகிருஷ்ணனிடம் கடந்த 5 ஆண்டு களாகப் பணி செய்யும் பேறும் எனக்குக் கிடைத்தது. நான் அவருடைய முன்னுதாரணத்தைப் பின்பற்ற முயலுவேன்; ஆனால் அவருடன் முழுவதுமாக என்னால் போட்டிபோட முடியாது. குடியரசுத்தலைவர் பதவிக்கு மிகப்பெரிய மன உறுதியையும், உயர்ந்த தரத்திலான புலமையையும், மிகவும் அரிதாகக் காணக்கூடிய அனுபவ ஞானத்தையும் அவர் ஒருங்கே

கொண்டு வந்தார். அறிவையும் உண்மையையும் தேடுவதற்காகத் தன் வாழ்நாள் முழுவதையும் அர்ப்பணிக்க அவர் எந்தவொரு மனிதனும் இதுவரை செய்திராத முறையில் இந்தியத் தத்துவ சிந்தனையை வெளிக்கொணர்ந்து உலகறியச் செய்தார்; எல்லாவிதமான ஆன்மீக மதிப்புக்களிலும் காணப்படும் ஒருமைத் தன்மையை அவர் வெளிக் கொணர்ந்தார். மனிதனிடமுள்ள மனிதநேயப் பண்பில் அவர் அசையாத நம்பிக்கை வைத் திருந்தார். மனிதர்கள் அனைவரும் கண்ணியத்துடனும் நியாயத் துடனும் வாழும் உரிமையை ஒருபோதும் விட்டுக்கொடுப்பதற்கு அவர் இசையவில்லை. கல்விக்கு அவர் செய்துள்ள சேவை விலை மதிப்பற்றது. குடியரசுத் துணைத் தலைவராகவும், மாநிலங் களவைத் தலைவராகவும் இருந்து பத்து ஆண்டுகள் அவர் நாட்டிற்கு வழிகாட்டியுள்ளார். நாட்டின் குடியரசுத் தலை வராகப் பணியாற்றுவதற்கு உரிய தகுதியை முழுமையாக இதன் மூலம் அவர் பெற்றார். நாட்டின் முழுமையான நன்றியையும் அன்பையும் மரியாதையையும் ஒட்டு மொத்தமாக அவர் ஓய்வு பெறும்போது தன்னுடன் எடுத்துச் சென்றார். நீண்ட ஆயுளையும் நிறைந்த மகிழ்ச்சியையும் அவருக்கு இறைவன் தரவேண்டுமென்று நாம் வாழ்த்துவோம்.

முழுவதுமான அர்ப்பணிப்பு உணர்வும், தன்னடக்கமும் கொண்ட உணர்வுடன்தான் இந்தப் பொறுப்பை நான் ஏற்றுக் கொண்டுள்ளேன் என்று இந்த நேரத்தில் உங்களுக்கு உறுதி கூற முடியும். வரலாற்றிலேயே முதன்முறையாகத் தங்களுடைய நாட்டைப் பெற்று, உரிமை உள்ள மக்களாக உருவாகியுள்ள வர்களின் புதிதாக உருப்பெற்றுள்ள நாட்டின் சட்டத்திற்கு உண்மையாகவும், நேர்மையாகவும் இருப்பேன் என்ற உறுதி மொழியை இப்பொழுதுதான் ஏற்றுக்கொண்டுள்ளேன். பழமையான பாரம்பரியமிக்க மக்கள் நிறைந்துள்ள இளைய பாரதம் இது; பல்லாயிரம் ஆண்டுகளாகவும், பல்வேறு இனமரபு சார்ந்த மக்களின் ஒற்றுமை மூலமாகத் தங்களுடைய மதிப்பு களைத் தங்களுக்கென்று உரிய வழிகளில் உணர்ந்துகொண்டு, விடுதலையை அடைந்துள்ளனர். இந்த மதிப்புகளைப் போற்றிக் காப்பாற்றும் பணிக்கு என்னை அர்ப்பணித்துக் கொண்டுள் ளேன். சூழலின் மாற்றத்திற்கேற்ப மதிப்புகள் பொருத்தமற்றனவாக மாறக்கூடும் என்றாலும், பொதுவாக

நிலையான, மாறாத தன்மையுடன் இருந்து புதிய மதிப்புகளை உருவாக்கியும், புதிய முறையில் உணரும்படியாகவும் மாறுகின்றன. பழமை என்பது ஒரேயடியாக இல்லாமல் போய்விடுவதில்லை; சலனமற்று அமைதியாக இருக்கிறது; அது உயிர்ப்புடனும், பன்முகத்தன்மை யுடனும் நம்முடைய நிகழ்காலத்தின் பண்புகளை உருவாக்கு வதில் தன்னை ஈடுபடுத்திக் கொண்டும் இருக்கிறது. தம்முடைய ஒப்பற்ற வழியில் குருதேவர் தாகூர்,

'ஒரு பொழுதும் இழக்க முடியாத கடந்த காலமே என்னுடைய ரத்தத்தில் மூடிவைக்கப்பட்ட உன்னுடைய அடிகளின் ஓசையை நான் உணருகிறேன்.

வம்பளக்கும் இயல்புடைய நாளின் இதயத்தில் உன்னுடைய அமைதியான முகத்தைப் பார்த்திருக்கிறேன்.

எங்களுடைய மாறாத விதியின் பக்கங்களில், தந்தையின் முற்றுப்பெறாத கதைகளைப் பார்க்க முடியாத எழுத்துக்களை எழுதுவதற்கு நீ வந்திருக்கிறாய்.

புதிய படிமங்களை உருவாக்கும் பணிக்காக மறக்க முடியாத நாட்களுக்கு வாழ்க்கையை நீ நடத்திச் செல்கிறாய்'

என்று அருமையாகப் பாடியுள்ளார்.

நிலையான, புதுப்பிக்கும் செயல் என்பது தேசிய கலாச்சாரத்தின் வளர்ச்சி முறையாகும். அது தேசியப் பண்பின் உருவாக்கமும் ஆகும். நிலையான இந்த புதுப்பிக்கும் பணிக்கு உதவிசெய்ய கல்வி வேண்டும் என்று நான் நினைக்கிறேன். நாட்டின் மிக உயர்ந்த இந்தப் பொறுப்பை நான் ஏற்றுக் கொண்டுள்ளதன் உத்தேசமான நோக்கம், முழுமையாக இல்லாவிட்டாலும் முக்கியமாக, இந்த நாட்டு மக்களுடைய கல்வியோடு எனக்குள்ள நீண்ட தொடர்பின் காரணம் ஆகும். தேசிய நோக்கத்தின் முதல் கருவி கல்விதான் என்று நான் நிலைநிறுத்தியுள்ளேன். நாட்டின் தரத்தில் இருந்து விலகி செல்லமுடியாத அளவிற்கு, அதில் உள்ளடங்கியதாக பின்னிப் பிணைந்ததாகக் கல்வியின் தரம் உள்ளது. ஆகவே, எங்கிருந்து அது வந்திருந்தாலும் சரி, யாரிடமிருந்து கொடையாக அளிக்கப்பட்டதாகயிருந்தாலும் சரி, நம்முடைய கடந்தகாலப்

பண்பாட்டிற்கு நான் என்னை ஒப்படைத்திடுகிறேன். என்னுடைய நாட்டின் பண்பாட்டின் முழுமைக்கு-மொழி, சமயம் என்ற எந்த வேறுபாடுமின்றி அனைவரையும் உள்ளடக்கிய என் நாட்டின் முழுமைக்காகப் பணியாற்றுவேன் என்று நான் உறுதி பூணுகிறேன். சாதி, நிறம், கொள்கை, சமயம் என்ற எந்தச் சார்புமின்றி, என் நாட்டு மக்கள் அனைவரின் நல்வழ்விற்காகவும் நாட்டின் ஒன்றுபட்ட வலிமை, முன்னேற்றம் ஆகியவற்றுக்காகவும் நான் பாடுபட உறுதி பூணுகிறேன். பாரததேசம் முழுவதும் என்வீடு; பாரதமக்கள் அனைவரும் என் சொந்தச் சகோதரர்கள். குறிப்பிட்ட காலத்திற்கு இந்தக் குடும்பத்திற்குத் தலைமையேற்று நடத்திச் செல்ல என்னைத் தேர்ந்து எடுத்துள்ளனர். என் வீடான இந்த நாட்டை வலிமை மிக்கதாகவும் அழகானதாகவும் ஆக்குவதும், அடிப்படைத் தேவைகள் பெறவும், வளம் மிக்க நேர்த்தியான வாழ்க்கையை அனைவரும் வாழக்கூடிய நிலையை அடைவதற்கு, நாட்டை உருவாக்கும் பணிக்காகவும் நான் உழைக்கவேண்டும். இந்தக் குடும்பம் பெரியது. தொடர்ந்து வளர்ந்து வருகிறது. மிக வேகமாக வளரும் வளர்ச்சிக்கு ஏற்ப, போதுமான இடமில்லாத குடும்பம் இது ஒவ்வொருவரும் தன்னுடைய சொந்த இடத்தில் இருந்துகொண்டு, தன்னுடைய சொந்த வழியில், இடைவிடாத முழு முயற்சியுடன், புதிய வாழ்க்கை உருவாக்கத்திற்கு அனைவரும் உழைக்க வேண்டும் நாட்டின் இன்றைய நிலைக்குத் தேவையெல்லாம் உழைப்பு, உழைப்பு, மிகுந்த உழைப்பு. நம் மக்களுடைய, இழந்துபோன பழைய செல்வம், பண்பாடு, வளங்கள் அனைத்தையும் மீண்டும் உருவாக்கத் தேவையான திடமான உறுதியான உழைப்பே இப்போது தேவைப்படுகிறது.

அவர் பதவி ஏற்றபோது, இந்தப் புதிய வாய்ப்பில் மக்களுக்கு உழைப்பதற்காக இத்தகைய உறுதியை மேற்கொண்டார்; காந்தியடிகள் இடைவிடாது சொல்லியும் வாழ்ந்தும் காட்டி வந்த நேர்மையான வாழ்க்கை, பலனை அடைவதற்காக நேர்மையான வழிகள், வலிமையற்றவர்கள்மீதும், ஒடுக்கப்பட்டவர்கள்மீதும் பரிவு, மக்களின் ஒற்றுமை என்னும் உயர்ந்த குறிக்கோள்களை அடைவதற்கு டாக்டர் ஜாகிர் ஹுசேன் தம்மால் இயன்ற அளவு முழுமையாக உழைத்தார்.

இதுவரை வாழ்ந்த வாழ்க்கையின் போக்கை அடியோடு மாற்றும்படியாக முடிவெடுக்கக் கூடிய ஒரு கட்டம் ஒவ்வொரு மனிதரின் வாழ்க்கையிலும் ஏற்படும். 1920ஆம் ஆண்டின் ஜாகிர் ஹுசேனுக்கு அத்தகைய கட்டம் நேர்ந்தது.

முகம்மதிய ஆங்கில ஓரியண்டல் கல்லூரியில் அவர் எம்.ஏ. படித்துக்கொண்டு இருந்தார். பிரிட்டிஷ் பேரரசிற்கு விசுவாசமாக இருந்த பழமைவாதிகளின் குழுவால் அந்தக் கல்வி நிறுவனம் நடத்தப்பட்டு வந்தது. ஆகவே இந்திய விடுதலைப் போராட்ட இயக்கம் உருவாவதற்கு அவர்கள் எதிர்ப்பாக இருந்தார்கள். 1920ஆம் ஆண்டு அக்டோபர் 12ஆம் நாள், அலி சகோதரர்களுடன் காந்தியடிகள் அந்தக் கல்லூரிக்கு வருகை தந்தார். பிரிட்டிஷ் ஆட்சியாளர்களுடன் இசைந்து போகாத ஒத்துழையாமை இயக்கத்திற்கு ஆதரவு திரட்டும் நாடு தழுவிய பயணத்தின் பகுதியாக அந்த வருகை அமைந்தது.

பிரிட்டிஷ் அரசால் நிர்வகிக்கப்படும் கல்வி நிறுவனங்களை விட்டு வெளியேறி தேசியக் கல்வி மையங்களை வளர்க்க வேண்டும் என்ற தம்முடைய நோக்கத்தைக் காந்தியடிகள் அக்கல்லூரியின் யூனியன் ஹாலில் விளக்கினார். காந்தியடிகளின் அழைப்பை ஏற்று ஆதரவாகச் செயற்பட்டவர்களில் ஜாகிர் ஹுசேனும் ஒருவர். அக்டோபர் 29ஆம் நாள், சிறிய அளவிலான ஆசிரியர்-மாணவர் களைக் கொண்ட ஒரு குழுவுடன் அவர் அந்தக் கல்வி நிறுவனத்தைவிட்டு வெளியேறி புதிய தேசியக் கல்வி நிறுவனம் ஒன்றை உருவாக்கினார்; அதுதான் ‘ஜாமியா மிலியா இஸ்லாமியா’ என்று பிற்காலத்தில் புகழ்பெற்ற நிறுவனமாகும். இஸ்லாமிய தேசியப் பல்கலைக்கழகம் என்று அதற்குப் பொருள்.

உத்தரப்பிரதேசம் பரூக்காபாத் மாவட்டத்திலுள்ள குயிம்கஞ்ச் என்ற சிறிய நகரில் வாழ்ந்துவந்த ஆப்கானியர் குடும்பத்தில் ஜாகிர்ஹுசேன் பிறந்தார். அவருடைய முன்னோர்கள் கைத் தொழில் பணிகளைச் செய்துவந்தனர். ஆனால் அவருடைய தந்தையார் சட்டம் பயின்று, டெக்கான் பகுதியில் உள்ள ஹைதராபாத்தில் புகழ்பெற்ற வழக்கறிஞராகப் பணியாற்றினார். இந்தக் குடும்பத்தில் தனிப்பட்ட கூறு என்று ஏதும் இருந் திருக்குமேயானால், ஜாகிர் ஹுசேனின் வாழ்க்கைப் போக்கை மாற்றக்கூடிய எதிர்பாராத மாற்றத்தை அது முன்கூட்டியே எடுத்துரைத்து இருக்கும். ஹைதராபாத்தில்

பிப்ரவரி 1897இல் பிறந்த ஜாகிர் ஹுசேன் தன்னுடைய தொடக்கக் கல்வியை சுல்தான் பஜார் அரசு உயர்நிலைப் பள்ளியில் படித்தார். ஜாகிர் ஹுசேனுக்கு ஒன்பது வயது ஆனபோது அவருடைய தந்தையார் ஃபிதா உசேன் 1905ஆம் ஆண்டில் தம்முடைய 39ஆம் வயதில் காலமானார். அதன்பின்னர் ஜாகிர் ஹுசேனின் தாயார் நஸ்னின் பேகம் தங்களுடைய. பழமையான இடமான ஐக்கிய மாகாணத்திற்குக் குடும்பத்தை அழைத்துச் சென்றார். அங்கு வீட்டில் இருந்தபடியே கல்வி கற்பதற்கு ஜாகிர்ஹுசேனுக்கு ஆங்கில ஆசிரியர் ஒருவர் அமர்த்தப்பட்டார். 1908ஆம் ஆண்டில், எடாவா என்னும் இடத்திலிருந்த இஸ்லாமிய உயர்நிலைப்பள்ளி ஒன்றுக்கு அவர் அனுப்பப்பட்டார். அவருடைய வாழ்நாள் முழுவதிலும் அவரிடம் அமைந்திருந்த போதனைகளையும் செல்வாக்கையும் இந்தப் பள்ளியில் பெற்றார் அவர்; அத்தகைய மனிதர்களுடன் அப்பள்ளியில் தொடர்பு கொண்டார்.

1911ஆம் ஆண்டில், குயிம்கஞ்சில் இருந்த அவருடைய குடும்பத்தினர் அனைவரும் பிளேக் என்னும் கொடூரமான தொற்று நோய் காரணமாக இறந்து போயினர். அந்த நேரத்தில் எடாவாவிலிருந்த பள்ளியில் ஜாகிர் ஹுசேன் இருந்தார். தம்மைச் சூழ்ந்துள்ள அபாயத்தின் நடுவில், அந்தத் தாயார் நடைமுறைக்கு ஏற்ற சிந்தனை உடையவராக, தன் பிள்ளைகளை அங்கு அழைக்க விரும்பாதவராக இருந்தார். தன்னுடைய தாயின் மறைவிற்குப் பின்னரே, தூரத்து உறவினரான ஹஸன்ஷா என்பவரின் பாதுகாப்புடன் அந்த இடத்திற்கு ஜாகிர் ஹுசேன் வந்தார்.

1913ஆம் ஆண்டில், மெட்ரிக்குலேஷன் தேர்வில் தேர்ச்சிபெற்ற பின்னர், அலிகரிலுள்ள முகம்மதியன் ஆங்கில ஓரியண்டல் கல்லூரியில் அவர் சேர்ந்தார். சூழல் மாற்றம், ஜாகிர் ஹுசேனின் பார்வையில் மாற்றத்தை ஏற்படுத்தியது. தன்னுடைய கல்வியில் அவர் மிகவும் சிறந்து விளங்கினார்; பிற செயல்பாடுகளிலும் தம் திறமையை அவர் வெளிப்படுத்தினார். 1918ஆம் ஆண்டில், பி.ஏ. ஹானர்ஸ் தேர்வில் தேர்ச்சிபெற்றார்.

எம்.ஏ. பட்டம் பெற்றபிறகும்கூட, தம்முடைய கல்வித் தகுதியை வளர்த்துக்கொள்வதில் தீவிர நாட்டம் காட்டினார். இந்தியாவிலோ அல்லது இங்கிலாந்திலோ உள்ள பிரிட்டிஷ் பல்கலைக்கழகம்

எதிலும் அவரைப்போன்ற ஒத்துழையாமை இயக்கம் சார்ந்த ஒருவருக்கு இடம் கிடைப்பது என்பது அரிதான தாகும். எனவே, இங்கிலாந்து செல்வதற்கான பாஸ்போர்ட் ஒன்றுடன், ஜாகிர் ஹுசேன் இத்தாலியின் கரையில் இறங்கி அங்கிருந்து ஜெர்மனி சென்றார். அங்கு கல்வி கற்பதற்கு மூன்று வாரகால அனுமதி பெற்றார். இது படிப்படியாக நீட்டிக்கப்பெற்று, பெர்லின் பல்கலைக்கழகத்தில் பொருளாதாரத்தில் டாக்டர் (பிஎச்டி) பட்டம்பெற்றார். அதன் பின்னர் ஸ்காண்டிநேவிய நாடுகளுக்கு அவர் சென்றார். காந்தியடிகள் பற்றி கட்டுரைகள் எழுதியும் சொற்பொழிவுகள் ஆற்றியும் அவர் தமக்கு வேண்டிய ஊதியத்தைப் பெற்றார். அழகான கையெழுத்தை எழுதும் 'காலிகிராபி' கலையில் அவருக்கு இருந்த ஈடுபாடு, அச்சுக்கலை கல்வியைப் பயில அவரைத் தூண்டியது. காலிப்பின் கவிதைகளை அவர் உருவாக்கியதில், அவருடைய அச்சுக்கலை சார்ந்த அறிவுத் திறமை வெளிப்பட்டது. ஓவியம், இசை ஆகியவற்றிலும் ஆர்வத்தை அவர் வளர்த்துக் கொண்டார்.

1924ஆம் ஆண்டில் ஜெர்மனியில் இருந்தபோது, நிதிப் பற்றாக்குறை காரணமாக, ஜாமியா மிலியா கல்வி நிறுவனம் மூடப்படும் அபாய நிலையில் இருப்பதை ஜாகிர் ஹுசேன் அறிந்தார். "ஜாமியாவின் வளர்ச்சிக்காக எங்கள் வாழ்க்கை முழு வதையும் அர்ப்பணிக்க, ஐரோப்பாவில் உள்ள நானும் என் நண்பர்களும் முடிவு செய்துள்ளோம். நாங்கள் இந்தியா திரும்பி, வரும் வரையில் அது மூடப்படக்கூடாது" என்று அவர் உடனடி யாகத் தந்தி கொடுத்தார். மூடும் எண்ணம் தடை செய்யப்பட்டு, அந்தக் கல்வி நிறுவனம் அலிகரிலிருந்து தில்லிக்கு 1925ஆம் ஆண்டில் மாற்றப்பட்டது. அந்த நிறுவனத்தின் நிதிநிலையை மேம்படுத்த உதவுவதாக காந்தியடிகள் அளித்த உறுதியின் பெயரில் அது இடமாற்றம் செய்யப்பட்டது. 1926ஆம் ஆண்டின் தொடக்கத்தில் இந்தியா திரும்பிய உடன், ஜாமியா மிலியா இஸ்லாமியா துணைவேந்தராக ஜாகிர் ஹுசேன் நியமிக்கப் பட்டார்.

29 வயதில் துணைவேந்தர் ஆவது என்பதே மிகப்பெரும் கௌரவம் ஆகும். டாக்டர் ஜாகிர் ஹுசேன் விஷயத்தில் அது கௌரவமாக இல்லாமல், 22 ஆண்டுகள் சுமக்க வேண்டிய முள்கிரீடமாக அமைந்தது. யமுனை ஆற்றங்கரையில் உள்ள ஜாமியா மிலியாவை

இந்தக் காலகட்டத்தில் மிகச் சிறந்த கல்வி நிறுவனமாக அவர் ஆக்கினார்.

பிரிட்டிஷார் இந்தியாவில் இருக்கும் வரையிலும் மாதம் நூறு ரூபாய்க்கு மேல் ஊதியம் வாங்குவதில்லை என்று பெர்லின், ஆக்ஸ்போர்டு, கேம்பிரிட்ஜ் பல்கலைக்கழகங்களில் பட்டம் பெற்று வந்த ஜாகிர் ஹுசேனும் அவர் நண்பர்களான சக பணியாளர் களும் முடிவுசெய்தனர். துணைவேந்தராக இருந்த ஜாகிர் ஹுசேன், தானே தனக்குச் செயலாளராகவும் பொருளாளராகவும் நிதியைப் பெருக்குபவராகவும் விளங்கினார். அவருக்குக் கல்வி கற்பிக்க வாய்ப்பு தரப்படுமேயானால், முதல், இரண்டாம் வகுப்பு மாணவர்களுக்குத் தொடக்கக் கல்வி கற்பிக்கவே அவர் விரும்பினார். ஏனெனில், குழந்தையின் சிறுவயதிலேயே மனித இனத்தின் உண்மையான கல்விக்கு அடிப்படை இடப்படுவதாக அவர் நம்பினார். ஒழுங்கின்மைக்கும் மாசுபடிந்த தன்மைக்கும் அவர் எதிராக இருந்தார். தாம் முன்மாதிரியான உதாரணமாக இருந்து மாணவர் மனத்தில் தூய்மையை ஆழமாகப் பதியவைக்க அவர் விரும்பினார். உபதேசம் மூலமாகவோ தண்டனையாலோ அது படியாது என்று நம்பியவர் அவர். ஒருமுறை, உயர்நிலைப் பள்ளி மாணவனான இளைஞன் ஒருவன் அழுக்கடைந்த வெள்ளைத் தொப்பி அணிந்திருப்பதைக் கண்டதும் உடனே அச்சிறுவனை அவர் தன் வீட்டிற்கு அழைத்துச் சென்று, தொப்பியை நன்கு துவைத்து, உலர்த்தி அணிவித்தார். அந்த இளைஞனுக்கு இது ஒரு பாடமாக அமைய, அதன்பிறகு அவன் அழுக்கான ஆடைகளை ஒருபோதும் அணியவில்லை.

ஜாகிர் ஹுசேன் வாழ்க்கையை நேசித்தவர். தோட்ட வேலை செய்வது அவருக்கு மிகவும் பிடித்தமான பொழுதுபோக்கு. ஜாமியா மிலியாவிலுள்ள பூத்துக்குலுங்கும் மரங்கள், புதர்கள், புல்வெளிகள் முழுவதும் அவருடைய கைவண்ணமாகும். அலிகர் பல்கலைக் கழகத்தில் அவர் பொறுப்பேற்றபோது, இப்பணியை விரிந்த அளவில் செய்தார். பிராங்க் மோராஸின் சொற்களில் சொன்னால், 'அறிவுக்கு எல்லைகள் எதுவுமில்லை என்பதை ஏற்றுக்கொண்ட சிறந்த பண்பாளர் டாக்டர் ஜாகிர் ஹுசேன். அவர் இந்தியாவை நேசித்தார்; உலகை நேசித்தார். ஜாகிர் ஹுசேன் மிகுந்த சுறுசுறுப்பு உடைய மனிதர்.

ஜாகிர் ஹுசேனுக்கு இரு மகள்களும் ஏழு பேரக்குழந்தை களும் உண்டு. பல புனைபெயர்களில், குழந்தைகளுக்கான சிறுகதை களை அவர் எழுதினார்; அப்புனைபெயர்களுள் ஒன்று ருகய்யா ரீஹானா. பிளேட்டோவின் 'குடியரசு', 'இந்தியாவில் கல்விப் புனரமைப்பு' என்னும் புத்தகங்களை அவர் மொழிபெயர்த்தார். பொருளாதாரத் துறையில் நிறைய நூல்களை அவர் படைத்தார். எட்வின் கனனின் 'அடிப்படை அரசியல் பொருளாதாரம்' என்பதும் அவற்றுள் அடங்கும்.

தம்முடைய இளைய மகன் தேவதாஸைக் கற்பதற்கும் கற்பிப் பதற்கும் ஜாமியா மிலியாவிற்குத்தான் காந்தியடிகள் அனுப்பினார். அதுபோல முஸ்லீம் அல்லாத பல குடும்பத்தினர் செய்தனர். ஜாகிர் ஹுசேனின் தலைமையில், ஜாமியா இந்தியா முழுவதிலும் இருந்த கல்வியாளர்களின் கவனத்தை மட்டும் கவரவில்லை. வெளிநாட்டுக் கல்வியாளர் பலர் அங்கு வந்து, வேலைவாய்ப்பை மையமிட்ட கல்விமுறையில் ஜாமியாமிலியா செய்து வெற்றி கண்டுள்ள சோதனை முறைகளைப் பார்த்தனர். ஜவஹர்லால் நேரு, சி. இராஜகோபாலாச்சாரியார், முகமது இக்பால் போன்ற சிறந்த அறிஞர்கள் ஜாமியா மிலியா நிறுவனத்திற்கு வருகை தந்து உள்ளனர். அதேபோன்று, மேடம் ஹாலிடே எடிப் அவர்களும் வந்துள்ளார். விரிவாக்கச் சொற்பொழிவுகள் வரிசை நிகழ்ந்த போது, அவற்றுக்குத் தலைமை ஏற்று நடத்துவதற்கு, இந்தியப் பொதுவாழ்வில் ஈடுபட்ட மிகச் சிறந்த மனிதர்களான டாக்டர் அன்சாரி, மௌலானா சௌகத் அலி, டாக்டர் இக்பால், சரோஜினி நாயுடு, புலாபாய் தேசாய், பகவான் தாஸ், மௌலானா சுலைமான் நக்வி ஆகியோர் வந்துள்ளனர்.

மகாத்மா காந்தியடிகளை 1926ஆம் ஆண்டு ஜூன் மாதத்தில் ஜாகிர் ஹுசேன் முதன்முதலாகச் சந்தித்தார். பின்னர், டாக்டர் அஜித் ஹுசேன், ஷஃபிகுர் ரஹ்மான் கித்வாய், பேராசிரியர் எம். முஜீப் ஆகியோருடன் சபர்மதி ஆசிரமம் சென்று, காந்தியடிகளை அவர் சந்தித்தார். அன்று, அவர்களுக்குத் தங்குமிடம் தரப்பட்டதுடன் காந்தியடிகளின் குடிலில் காலை உணவு உண்பதற்கு அவர்கள் அழைக்கப்பட்டார்கள். அவர்கள் ஒரு வரிசையாக அமர, கஸ்தூரிபா அன்னையார் உணவு பரிமாறினார்; அப்போது பின்னாலிருந்து,

‘எவ்வளவு இனிமையா யான உணவு!’ என்று ஒரு குரல் கேட்டது. இந்தச் சொற்களுடன் காந்தியடிகள் தங்களை நோக்கி வருவதை அவர்கள் கண்டனர்.

காந்தியடிகளும் டாக்டர் ஜாகிர் ஹுசேனும் முதன் முறையாகச் சந்தித்தனர்; உள்ளுணர்வு தூண்ட ஒருவருக்கொருவர் அன்பு பூண்டனர். ஜாமியா கல்வி நிறுவனம் பற்றி அவர்கள் நீண்டவிவாதம் நடத்தினர்; அதன் நிதி நிலைமையை மேம்படுத்தும் அனைத்து வழிகளையும் விவாதித்தனர். இருவருக்கிடையேயும் நல்ல விதமான புரிந்து கொள்ளும் திறனையும், ஒத்த உணர்ச்சி யையும் காலந்தோறும் ஏற்பட்ட நம்பிக்கையையும் இந்த உரையாடல் நிலைநாட்டியது.

அரசாங்கப் பள்ளிகளையும் கல்லூரிகளையும் புறக்கணித்து வெளியேறி ஒத்துழையாமை இயக்கத்தில் ஈடுபடுமாறு காந்தியடிகள் கூறியதன் விளைவாக ஜாமியா மிலியா நிறுவனம் உருவாக்கியதில், டாக்டர் ஜாகிர் ஹுசேனின் வாழ்க்கையின் ஒரு கட்டம் அமைந்தது. வார்தாவில் 1937ஆம் ஆண்டு அக்டோபர் மாதம் 22ஆம் நாள் நடைபெற்ற மாநாட்டில் பங்கேற்று, கிராமப்புற மக்களுக்காகத் காந்தியடிகளால் உருவாக்கப்பட்டதும், தன்னைத் தானே மேம்படுத்திக் கொள்ளும் சுயச்சார்புடையதுமான கல்வித் திட்டத்தை மையமிட்டதில் இதன் இரண்டாவது கட்டம் அமைந்தது. அந்த மாநாட்டில், தன்னிறைவுத் திட்டம் என்ற சிந்தனையை அவர் வலியுறுத்தினார்; அத்துடன் பொருளாதார நிலையை மேம்படுத்துவதற்கு உரியதாக, தக்ளியில் நூல்நூற்பது என்ற திட்டத்தை நடைமுறைவழியாக வலியுறுத்தினார். காந்தியடிகளின் சிந்தனைகளை ஏற்பதுடன் மட்டுமல்லாமல், புதிய கல்விப் பங்கீட்டுத் திட்டத்தையும் அறிந்து, பார்வையாளர்கள் மிகவும் மகிழ்ந்தனர். காந்தியடிகள் உரையாற்றி முடிந்ததும் டாக்டர் ஜாகிர்ஹுசேன் எழுந்து பேசத் தொடங்கினார்.

தம்மால் முன்வைக்கப்பட்ட திட்டம் சுயமானது என்றும், அஹிம்சைக் கோட்பாட்டிலும், கிராமப்புற பண்பாட்டிலும் நம்பிக்கை உள்ளவர்களால் மட்டுமே அதை ஏற்றுக்கொள்ள முடியும் என்று மகாத்மா எண்ணுகிறார். ஆனால் கல்வித் துறையில் பணியாற்றுபவர்கள், மகாத்மாவினுடைய திட்டம் மிகப்புதுமையானது என்பதை ஏற்கமாட்டார்கள். கல்வியின் மையக்கருத்தாக, உடல் உழைப்பு சிறிது அமைய வேண்டும் என்பதைப் பெரும்பாலான

கல்வியாளர்கள் கூறிவருகிறார்கள். அமெரிக்காவில் இதனைத் திட்டமுறை என்றும், ரஷ்யாவில் கூட்டுமுறை என்றும் கூறுவார்கள். நம்முடைய குழந்தைகளுக்குத் தக்ளி, ராட்டை, பொருத்தமான வேறுசில கைத்தொழில்கள் மூலமாகக் கல்வியை நிச்சயாக நாம் கற்றுத்தர முடியும்.

ஆனால், கல்வியைச் சுயசார்புடையதாக ஆக்க முடியாது. ஆகவே, கல்வியின் சுயசார்பு அம்சம் குறித்து மிகுதியாக வலியுறுத்துவதில் அபாயம் உள்ளது. மிகவும் வறுமையில் வாடும் ஏழைச் சிறுவர்களின் உடல் உழைப்பைச் சுரண்டவும், அவர்களை அடிமைகளாக்கி அடக்கி ஆள்பவர்களாக ஆசிரியர்கள் மாறக்கூடும். இத்தகைய நிலை ஏற்பட்டால், புத்தகங்களை விடவும் தக்ளி மோசமானது என்பது நிறுவப்படக் கூடும். நம்முடைய நாட்டில், மறைமுகமான அடிமைத்தனத்திற்கு நாமே அடித்தளமிட்டவர்களாக ஆவோம்.'

சிற்சில கருத்துக்களில் மாறுபாடு கொண்டவராக இருப் பினும், தம்முடைய சிந்தனயை மிகச்சரியாக உள்வாங்கிக் கொள்பவராக டாக்டர் ஜாகிர்ஹுசேன் விளங்குவதைக் காந்திஜி உணர்ந்தார்; மேலும், துணிச்சலுடனும் தெளிவுடனும் தம் கொள்கையை நடைமுறைப்படுத்தக் கூடியவர் எனவும் அறிந்தார். குழுவின் தலைவராக ஜாகிர் ஹுசேனை அவர் தேர்வு செய்து, மாநாட்டில் நிறைவேற்றப்பட வேண்டிய தீர்மானங்களை வடிவமைத்துத் தரும் பணியை அவரிடம் ஒப்படைத்தார். அத் தீர்மானங்கள் அடுத்தநாள் மாநாட்டில் நிறைவேறின. அவற்றில் ஒன்று மட்டுமே பேராசிரியர் கேடிஷா என்னும் ஒரே ஒரு நபரால் மறுக்கப்பட்டது. 1936ஆம் ஆண்டில் டாக்டர் அன்சாரியின் மறைவிற்குப் பிறகு, டாக்டர் ஜாகிர் ஹுசேனிடம் அவர் கொண்டிருந்த ஆழமான நம்பிக்கை பின்வரும் கடிதத்தில் வெளிப்பட்டது.

மே 25, 1936

அன்புள்ள ஜாகீர்,

உன்னுடைய கடிதம் இப்பொழுதுதான் கிடைத்தது- அதே அஞ்சலில் கிடைத்த மற்றொரு கடிதத்தில் அகதா ஹாரிசன், நாக்பூரின் ஹிடாவாடா (இந்தியாவின் தொண்டர்கள்) பத்திரிகைக்கு மருத்துவரின் தேவை குறித்து எழுதிய கட்டுரையும் கிடைத்தது.

என்னளவில் அவர் எப்படிப்பட்டவர் என்று காட்டுவதற்காக அதை இணைத்துள்ளேன். அவருடைய ஐரோப்பியப் பயணத்திட்டத்தை கைவிட்டு விட்டார் என அறிந்தேன். பயணத்தைத் தொடருமாறு நான் கூறியது பயனின்றிப் போனது. என்னைக் கேட்காமலே அவர் என்னிடம் ஓடோடி வந்தார். தனக்குத் தெரிந்த சிறந்த மருத்துவர்களின் பட்டாளத்தையே அழைத்து வந்தார். இத்தகைய அபாரமான அன்பைத் தேடித்தரும் உண்ணாவிரதம் என்பது சரிதான். ஆனால் இதை நாம் வேறுவிதமாகப் பார்க்க வேண்டும். இந்த மூன்று வார காலமாக பெரிதும் துன்பப்படும்-உதவி தேவைப்படும் நோயாளிகளை விட்டுவிட்டு சிறந்த மருத்துவர்கள் தங்கள் நேரத்தை உண்ணாவிரதம் இருக்கும் ஒருவனுக்கு செலவு செய்வது மூடத்தனமல்லவா என்று ஒருவர் கேட்கக்கூடும். இத்தகைய அன்பை எப்படி எடுத்துக் கொள்வது என்று யாருக்குத் தெரியும்? நம்முடைய வாழ்க்கையின் ஒவ்வொரு நிமிட நேரத்தையும் திட்டமிட்டு தீர்மானித்து வழிநடத்திச் செல்லும் இறைவனின் விருப்பப்படியே எல்லாம் நடக்கிறது என்று மிகுந்த தன்னடக்கத்துடன் அதைப்பின்பற்றுவது ஒன்றுதான் நாம் செய்யக்கூடிய செயல்.

நான் எந்தவித மனநிலையில் இருக்கிறேன் என்பதை இந்த நீண்ட பத்தி காட்டும். இங்குள்ள தினசரி நடவடிக்கைகளின் நடுவே இதற்கென நேரத்தை ஒதுக்குவதற்குப் போதுமான நேரமில்லை என்று இதற்குப் பொருள் இல்லை. ஆனால், ஏழை ஜோஹ்ராவின் நிலையில் நான் உள்ளேன். நிமிடத்திற்கு நிமிடம் கவனித்துச் செயலாற்ற வேண்டிய திட்டவட்டமான பணிகள் எனக்கு இங்கு உள்ளன. இல்லாவிட்டால் நானும் அவளைப் போன்று பலவற்றிலும் அலைக்கழிக்கப்பட்டவனாயிருப்பேன்.

கடந்த மூன்று நாட்களாக, உனக்கு மட்டுமே கடிதம் எழுதவேண்டும் என்று மனத்திற்குள்ளே நான் வடிவமைத் துள்ளேன். அதன்பின்னர், ஷ்வைப் குரேஷிக்கும் பின்னர் காஜாவிற்கும் பின்னர் மறந்துவிடாமல் ஷெர்வானிக்கும் எழுத எண்ணினேன். அப்பெரிய மனிதர் நம்மிடையே இப்போது இல்லை என்று அப்போது நினைவிற்கு வரவில்லை. எனக்குத் தெரிந்த வேறு முஸ்லீம்கள் உள்ளனர். அனால், இந்தக் கணத்தில் எனக்கு முன்னுள்ள பெயர்கள் இவைதான்.

ஆனால், தவறே செய்யாத வழிகாட்டியாக டாக்டர் அன்சாரி

உருவானதைப்போல, நீங்கள் யாரும் வரமுடியாது என்பதையும் நான் அறிவேன். தகுதிகள் பற்றிய பிரச்சினை அல்ல அது. அது நம்பிக்கை சார்ந்த ஒன்று.

இதை உனக்கு எழுதும்போது, உன்னிடம் என் உள்மனதில் இருப்பதைக் கேட்க விரும்புகிறேன். நான் கேட்க விரும்பிய கேள்வி, இன்னமும் கேட்க விரும்பும் கேள்வி, இந்து-முஸ்லிம் பிரச்சினையில் டாக்டர் அன்சாரி எப்படி இருந்தாரோ அதேபோன்று நீ என்னிடம் இருப்பாயா? கடவுளை நம்புகின்ற, கடவுளுக்குப் பயப்படுகின்ற டாக்டரான செழுமையான பண்பாளரான - நண்பரின் இழப்பு என்பது என்னை அலைக் கழிக்கவில்லை. இந்து-முஸ்லீம் ஒற்றுமை விஷயத்தில் தவறாத ஒரு வழிகாட்டியின் இழப்பு அது. இந்தக் கேள்வி குறித்து நான் தற்போது மௌனமாக இருப்பதற்குக் காரணம் என்னுடைய ஆர்வமற்ற நிலை அன்று; ஒற்றுமை வரவேண்டும் என்பதில் உள்ள ஆழமான நிலையான திடநம்பிக்கையின் அடையாளம் அது. டாக்டர் அன்சாரியின் இடத்தை நீ எடுத்துக்கொள்வாயா? என்பது என்னுடைய அடுத்த வினா? சமூகத்தில் உள்ள உன் இடத்தைப் பற்றி நினைத்துக்கொண்டு பதில் கூறாதே உன்னைப் பற்றிய சுயநம்பிக்கை உனக்கு இருக்குமானால், 'ஆம்' என்று பதில் கூறு. அந்த நம்பிக்கை இல்லையென்றால் 'இல்லை' என்று கூறி மறுத்துவிடு. நீ மறுத்ததற்காக உன்னை நான் தவறாக எண்ண மாட்டேன்.

என்னுடைய வழிகாட்டியாக நீ ஆகலாம்; அல்லது ஆகாமல் போகலாம். ஆனால் மற்றவர்களிடம் நான் கேட்ட, டாக்டர் அன்சாரியிடம் என் கடைசிக் கடிதத்தில் நான் கேட்டகேள்விக்கு நீ தயவுசெய்து விடை கூறு. இந்தி மற்றும் குர்முகி மொழியின் மூலம் கல்வி கற்பிக்கும் சீக்கிய இந்துப் பெண்கள் பள்ளிகளுக்கு உரிய மானியத்தை நடைமுறையில் மறுத்துள்ள எல்லைப்புற மாகாண அரசின் நடவடிக்கை சரியானதுதானா ? இது குறித்து என் கருத்தைக் கூறுமாறு பல மாதங்களாக என்னைக் கேட்கிறார்கள். இன்றுவரை நான் அழைப்பை மறுத்துள்ளேன். ஆனால் அந்த வினா கோட்பாடுகளுள் ஒன்று என்பதால் அதன் விடை பெரும் விளைவுகளை ஏற்படுத்தக்கூடியது. இந்த விஷயத்திற்காக, சாஹிப்ஜாதா சர் அப்துல் கய்யாமை நான் அணுகினேன். மிகவும்

மனவேதனை தரக்கூடிய பதிலை அவர் அனுப்பியுள்ளார். உன் கருத்தை நீ கூறுவதற்குமுன், நீ விரும்பினால் அவருடைய பதிலின் ஒரு பிரதியைப் பெற்றுக் கொள்ளலாம்.

இந்தி-இந்துஸ்தானி பிரச்சினை குறித்து முஜீப் எனக்கு எழுதிய கடிதத்தில் கூறிய கருத்தை நீயும் ஏற்றுக் கொள்கிறாயா என்பது எனக்குத் தெரியாது. ஹரிஜன் இதழில் நான் எழுதிய இருகட்டுரைகளை நீயும், முஜீப், ஆகில் மற்றும் நண்பர்களும் படிக்க வேண்டும் என்று நான் விரும்புகிறேன். அவை உங்களுக்கு மனநிறைவு தரவில்லை என்றால், அது குறித்து நீங்கள் அனைவரும் என்னுடன் விவாதிக்க வேண்டும் என நான் விரும்புகிறேன். நீ விரும்பினால் ஹரிஜன் இதழ் மூலமாகவோ அல்லது தனியாகவோ அந்த விவாதத்தை வைத்துக் கொள்ளலாம். கருத்து வேறுபாடுகளுக்கு எந்தக் காரணமும் இல்லை என்று நான் நினைக்கிறேன். ஆனால், அப்படி எதுவும் இருந்தால், அதை நீக்க நாம் முயலவேண்டும்.

உங்கள் அனைவருக்கும் என் அன்பு

பாபு

(தொகுப்பு நூல்கள்: தொகுதி 62 பக். 491--492, 1976)

காந்தியடிகளுக்கு ஜாகிர் ஹுசேன் என்ன பதில் கொடுத் திருப்பார் என்பதை எளிதில் ஊகிக்கலாம். ஆனால் 1937ஆம் ஆண்டின் இறுதியில் ஆதாரக் கல்வியைப் பிரச்சாரம் செய்யவும் இந்து முஸ்லீம் ஒற்றுமைக்காக உண்மையாக உழைக்கவும் கூடிய பொறுப்பை டாக்டர் ஜாகிர் ஹுசேன் ஏற்றார் என நாம் அறிகிறோம்.

காந்தியடிகளுடன் டாக்டர் ஜாகிர் ஹுசேனுக்கு இருந்த உறவு தனித்தன்மை வாய்ந்தது. அவருடைய அடிச்சுவட்டில் நடப்பவர் என்று ஜாகிர் ஹுசேன் தம்மைத் தகுதிப்படுத்திக் கொள்ளவில்லை. கதராடையை அணிந்தபோதிலும் எளிமையான வாழ்க்கை வாழ்வது என்னும் கோட்பாட்டை அவர் ஏற்கவில்லை. அவருக்குச் சுதந்திரமான சிந்தனை இருந்தது. எனவே, காந்தியடிகள் சொன்னார் என்பதற்காக எதையும் ஆராயாமல் அவர் எற்றுக் கொள்ளவில்லை. காந்தியடிகளைத் தம்முடைய குரு என்று அவர் கூறினார். காந்தியடிகளிடம் அவர் கொண்டிருந்த அன்பும் பற்றுதலும் அவரிடம் செல்வம்போலப்

பாதுகாத்து வைக்கப் பட்டிருந்தன. அவை சில சந்தர்ப்பங்களில் எந்த முயற்சியும் இன்றி வெளிப்பட்டன. காந்தியடிகளுடனான உறவில் நம்பமுடியாத அளவிற்கு அவர் தன்னடக்கத்துடன் இருந்தார். அவர் காந்தி யடிகளிடம் பழகிய உறவில், வயதில் பெரியவர் ஒருவரின் அன்பையும் நம்பிக்கையையும் சர்வ நிச்சயமாகப் பெற்ற இளைஞன் ஒருவன் அவரிடம் பேசும் முறை காணப்பட்டது.

ஜாமியா மிலியாவின் வெள்ளிவிழாக் கொண்டாட்டங்கள் 1946இல் நடைபெற்ற சமயம், டாக்டர் ஜாகிர் ஹுசேனுக்கு அவ்விழா பெருமை தருவதாகவும், அதேபொழுதில் துயரம் தருவ தாகவும் அமைந்தது. வலிமையுடன் அடி எடுத்துவைத்து, தன் தகுதியை நிலைநாட்டிக்கொள்வதாக அந்த நிறுவனம் இருந்தது. ஆனால் அந்த நேரத்தில், இனக்கலவரத்திற்கு நாடு உள்ளாகி இருந்தது. இந்தியா பாகிஸ்தான் பிரிவினை தவிர்க்கமுடியாதது என்ற சூழ்நிலை உருவாகியிருந்தது. ஓரேமேடையில் காங்கிரஸ் தலைவர்களையும் முஸ்லீம் லீக் தலைவர்களையும் ஒருசேர அவர் கூட்டியது அவருக்கு மிகப் பெரிய வெற்றியாகும். விழாவின் தலைமை ஏற்று ஒருபுறம் போபால் நவாபும் அவருடன் ஜவஹர் லால்நேரு, மௌலானா அபுல்கலாம் ஆசாத், ராஜாஜி ஆகியோர் அமர்ந்திருக்க, மறுபுறத்தில் எம்.ஏ. ஜின்னா தம்முடைய சகோதரி பாத்திமா ஜின்னாவுடனும் அவருடைய நம்பிக்கைக்குப் பாத்தியமான சக ஊழியர் லியாகத் அலிகானுடனும் வீற்றிருந்தார். வேதனை நிறைந்த உள்ளத்துடன் ஜாகிர் ஹுசேன் அவர்களை நோக்கி முறையிட்டார்:

மரியாதைக்குரிய பெரியோர்களே, அரசியல் வானின் நட்சத் திரங்கள் நீங்கள்; கோடிக்கணக்கான மக்களின் மனத்தில் இடம்பெற்றவர்கள் நீங்கள். உங்களுடைய இருப்பைச் சாதகமாகக் கொண்டு, கல்விப் பணியாளர்களின் சார்பாக, உங்களின் கவனத்திற்காக, மிகுந்த மனவேதனையுடன் சில சொற்களை முன்வைக்க விரும்புகிறேன். வெறுப்பினால் ஏற்பட்ட பகைமைத் தீ மிகவேகமாகப் பரவுகிறது. கல்வித் தோட்டத்தை நோக்கி அது மிகவும் மூர்க்கத்தனமாகப் பரவுகிறது. உயர்ந்த பண்பும் கருணையும் மிக்க நாட்டில் அந்தத் தீ எரிந்து கொண்டுள்ளது. இதன் மத்தியில் உயர்பண்பும் உணர்வுமான மலர்கள் எவ்வாறு மலரும்? விலங்குகளின் நிலைக்கும் மிகவும் கீழான நிலையில், மனிதத்தன்மை போய்விட்ட இன்றைய நிலையில்

அதை எவ்வாறு நாம் மீண்டும் மேன்மையடையச் செய்ய முடியும்? கல்விப் பணிக்காகத் தம்மை முழுவதும் அர்ப்பணித்துக்கொண்டு செயல்படக்கூடிய புதிய பணியாளர்களை நாம் எவ்வாறு உருவாக்கமுடியும்? விலங்குகளின் உலகத்தில், நீங்கள் எவ்வாறு மனிதத் தன்மையைக் காப்பாற்றப் போகிறீர்கள்? இந்தச் சொற்கள், மிகவும் கடுமையானதாகத் தோன்றலாம்; ஆனல், மிகவேகமான முறையில் சீர்கெட்டுக் கொண்டிருக்கின்ற இன்றைய சூழ்நிலையில், இன்னும் கடுமையான சொற்கள்கூட போதுமானவை அன்று. இங்குள்ள இளைஞர்களை மதிப்பதற் காகக் கூடியுள்ள நாம், அறியாத சிறிய குழந்தைகள்கூடப் பாதுகாப்பாக வாழமுடியாத இந்தச் சூழலில் நம்முடைய உள்ளத்திலுள்ள துன்பத்தை எவ்வாறு வெளிப்படுத்துவது என்று தெரியாதவர்களாக இருக்கிறோம். கடவுள் மனிதனிடம் இன்னமும் நம்பிக்கையை இழக்கவில்லை என்னும் செய்தியை இந்த உலகத்திற்கு எடுத்துக் கூறுவதற்காக ஒவ்வொரு குழந்தையும் பூமிக்கு வருகின்றது என்று இந்தியக் கவிஞர் ஒருவர் குறிப்பிட்டார். ஆனால் நம்முடைய நாட்டு மக்கள் முழுவதுமாக, மக்கள் மீதுள்ள நம்பிக்கையை இழந்துவிட்டார்கள். இல்லா விட்டால் அறியாத சின்னஞ்சிறு மொட்டுக்களை, அவை மணம் வீசுவதற்கு முன்னாலேயே கிள்ளி எறிய விரும்புவார்களா?

ஆகவே கடவுளின் பொருட்டாவது, நீங்கள் அனைவரும் ஒன்றுகூடியிருந்து இந்த வெறுப்புத் தீயை அணைப்பதற்கு முயலுங்கள். இதற்கு யார் பொறுப்பானவர்களென்று கேள்வி கேட்பதற்கும் காரணத்தை ஆராய்வதற்கும் இது ஏற்ற நேரமல்ல. தீ மிகவேகமாப் பரவிக் கொண்டிருக்கிறது. தயவு செய்து அதை அணைக்க முயலுங்கள். இந்த இனத்தினுடையதோ அல்லது அந்த இனத்தினுடையதோ என்று பிரச்சினையைப் பார்க்கா தீர்கள். இந்தப் போராட்டம், நாகரிகமான மனித வாழ்க்கைக்கும் மிருகத்தனத்திற்கும் இடையிலானது. கடவுளின் பொருட்டாவது, பண்பட்ட மனித வாழ்க்கையின் அடித்தளத்தை இந்த நாட்டில் அழிப்பதற்கு அனுமதிக்காதீர்கள்.

இவ்வாறு ஜாகிர் ஹுசேன் தம் உரையை நிறைவு செய்த போது, மேடையிலிருந்த பலரின் கண்கள் கலங்கின. தங்களின் கண்ணீரைத் துடைத்தவர்களுள் ஜவஹர்லால் நேருவும் ஒருவர்.

அலிகர் முஸ்லீம் பல்கலைக்கழகம் தொடங்கியபோது, டாக்டர் ஜாகிர் ஹுசேனை அதன் துணைவேந்தராக நியமிக்க யாரால், எப்போது ஆலோசனை முன்மொழியப்பட்டது என்று தெரியவில்லை. அவர், அப்பதவிக்கு அரசாங்கப் பிரதிநிதியாகச் செல்வதை விரும்பவில்லை; ஆனால் பல்கலைக்கழக மன்றம் ஒருமனதாக அவரைத் தேர்ந்தெடுக்குமேயானால், அதை ஏற்க முன் வந்தார். பல்கலைக்கழக மன்றமும் ஒருமனதாக அவரையே தேர்ந்தெடுத்தது. 1948ஆம் ஆண்டு நவம்பர் 30இல் அவர் அப்பொறுப்பை ஏற்றார். 1951ஆம் ஆண்டு அலிகர் முஸ்லீம் பல்கலைக்கழகத் திருத்திய சட்டத்தின்படி அதே ஆண்டு நவம்பர் 29இல் மீண்டும் ஆறு ஆண்டு காலத்திற்கு அவர் நியமிக்கப்பட்டார். 1948 டிசம்பரில் இந்தியப் பல்கலைக்கழகங்களின் கமிஷனிலும் உறுப்பினராக நியமிக்கப்பட்டார்; 1949 ஆகஸ்டு முடிய அந்தப் பொறுப்பில் பணியாற்றினார். 1952ஆம் ஆண்டு ஏப்ரல் 3ஆம் நாள் மாநிலங்களவை உறுப்பினராக அவர் நியமிக்கப்பட்டார். 1956இல் மீண்டும் நியமனம் பெற்றார். 1952 அக்டோபரில், இந்தியப் பத்திரிகைக் கமிஷன் உறுப்பினராக அவர் நியமிக்கப்பட்டார்; 1954 ஜூலை முடிய அதில் பணியாற்றினார். 1956 முதல் 1958முடிய, யுனெஸ்கோ ஆட்சிக்குழு உறுப்பினராக அவர் பணியாற்றினார். 1957இல் இந்தியப் பிரதமரும், அமைச்சரவையும் சேர்ந்து, பீகாரின் கவர்னராக அவரை நியமித்தனர்; 1957 ஜூலை 6ஆம் நாள் அப்பொறுப்பை ஏற்றார்.

1962இல் குடியரசுத் துணைத்தலைவர் ஒருவரைத் தேர்ந் தெடுக்க வேண்டிய தேவை ஏற்பட்டபோது, ஜாகிர் ஹுசேனைத் தேர்வு செய்ய இந்தியப் பிரதமர் முடிவு செய்தார். இந்தியாவின் குடியரசுத் துணைத்தலைவராக டாக்டர் ஜாகிர் ஹுசேன் தேர்ந் தெடுக்கப்பட்டார். மே 13ஆம் நாள் உறுதிமொழி எடுத்துக் கொண்டு, அவர் பொறுப்பை ஏற்றார். குடியரசுத் துணைத் தலைவராகப் பணியாற்றிய நாட்களில், உலகநாடுகள் பலவற்றின் தலைவர்களை அவர் அறிந்துகொண்டார்; அவர்களின் தில்லி வருகையின் காரணமாகவும் ஆசிய, ஆப்பிரிக்க, மேலைநாடுகள் பலவற்றிற்கும் டாக்டர் ஜாகிர் ஹுசேன் மேற்கொண்ட பயணங்கள் காரணமாகவும் அவருக்கு இந்த வாய்ப்புக் கிடைத்தது.

1967 மே மாதத்தில் இந்தியக் குடியரசுத்தலைவர் தேர்தல் வந்தது. முன்னெப்பொழுதும் இருந்திராத அளவிற்கு இந்திய அரசியல்

நிலைமை காணப்பட்டது. காங்கிரஸ்கட்சி, குறிப்பிடத் தக்க அளவிற்கு வலிமை குன்றியது. இருந்தபோதிலும், குறிப்பிட்டுச் சொல்லும்படியான கூடுதல் பலத்துடன் டாக்டர் ஜாகிர் ஹுசேன் வெற்றிபெற்றார். டாக்டர் ஹுசேனின் வெற்றி குறித்து அவரைப் பேட்டி கண்ட ஜெர்மன் தொலைக்காட்சி நிருபர் ஒருவர் வெளிப் படையாகத் தம்முடைய வியப்பை வெளியிட்டார்.

'எளிமையான கருவாலிக் கொட்டைகளுக்கு நடுவில் வலிமை வாய்ந்த ஓக்மரம் வளர்ந்துள்ளது' என்று ஜெயப்பிரகாஷ் நாராயணன் கூறினார். அது டாக்டர் ஜாகிர் ஹுசேனைக் குறித்ததாகும். இந்தியக் குடியரசுத் தலைவராகப் பொறுப்பேற்றுக் கொண்டவுடன், அப்போது தில்லியிருந்த சிருங்கேரி ஜகத்குரு சங்கராச்சாரிய சுவாமிகளைச் சந்தித்து அவருடைய ஆசிகளைப் பெற்றார்.

1969ஆம் ஆண்டு மே 3ஆம் நாள் காலையில், சுற்றுப் பயணம் காரணமாகத் தாம் மிகுந்த உடல் உளைச்சலுக்கு ஆளாவதை ஜாகிர் ஹுசேன் உணர்ந்தார். தம்முடைய வழக்கமான நடைமுறைகளை அவர் மேற்கொண்டபோதிலும் மருத்துவர்கள் அவரை பரிசோதனை செய்ய விரும்பினர். காலை 10.45 மணியளவில் மருத்துவர்கள் அவருடைய மாளிகையில் கூடினர். ஒரு நிமிடம் அவர்களைக் காத்திருக்கச் சொல்லிவிட்டு ஜாகிர் ஹுசேன் குளியலறைக்குச் சென்றார். அவர்கள் காத்திருக்க, சிறிது நேரம் ஆகியும் ஜாகிர் ஹுசேன் வரவில்லை. அவருடைய வேலையாள் ஆர்வத்துடன் கதவைத் தட்டினார். உள்ளிருந்து பதில் ஏதும் இல்லை. சுவரிலிருந்த காற்றோட்ட சிறிய சன்னலில் ஏறி வேலையாள் உள்ளே இறங்கினார். தன்னுடைய தலைவர், கதவுக்கருகில் கீழே விழுந்து கிடக்கக்கண்டார். வலிமை வாய்ந்த ஓக் மரம் கீழே சாய்ந்துவிட்டது.

ஜாமியா மிலியா வளாகத்தில் அவர் அடக்கம் செய்யப் பட்டார். அதைவிடவும் பொருத்தமான இடம் இருக்க முடியாது. அவருடைய வாழ்க்கைக்கு அர்த்தத்தைக் கொடுத்த, சிந்தனை, அறிவு, ஆன்மீகம் ஆகிய மூன்றும் என்றென்றும் வளருகின்ற டத்தில் அவர் அமைதி கொண்டார்.

இந்த நாட்டின் பல்வேறு இன்னல்களையும் இளைஞர் களுக்கு விளக்கியபின்னர் டாக்டர் ஜாகிர் ஹுசேன் கூறியதாவது: ...சுருக்கமாகச்

சொன்னால் இது சபிக்கப்பட்ட நாடு; ஆனாலும் இது நம்முடைய நாடு. இந்த நாட்டில்தான் நாம் வாழ்ந்துமடிய வேண்டியுள்ளது. அதனால்தான் இந்த நாடு உங்களுடைய வலிமைக்கு உரிய சோதனைக்களமாகவும் உங்களின் திறமைகளுக்குச் சவாலாகவும் உங்கள் அன்பைச் சோதிப்ப தாகவும் உள்ளது..

நம்முடைய பணியை அழிவு வேலை பாதிக்காது என்று நான் நம்புகிறேன். அழிவு வேலை ஏற்கெனவே நிறைய உள்ளதுஇந்த நாடு, உங்களுடைய வேகமாகப் பாயும் ரத்த ஓட்டத்தை விரும்பவில்லை; ஆனால் தொடர்ந்து ஓடக்கூடிய உங்களுடைய வியர்வையை எதிர்பார்க்கிறது. கடுமையான, அமைதியான வேலையை அது எதிர் பார்க்கிறது.'

இந்தச் சொற்கள் இன்றைக்கும்கூட உண்மையாக ஒலிக்கின்றன.

12. ஜே.சி.குமரப்பா

1892ஆம் ஆண்டு ஜனவரி 4ஆம் நாள் தஞ்சாவூரில் ஜே.சி. குமரப்பா பிறந்தார். தமிழ்நாட்டைச் சேர்ந்த பழமையான. கிறித்துவ மத்திய தரக் குடும்பத்தைச் சேர்ந்தவர் அவர். அவருடைய தந்தை எஸ். டி கார்னிலியஸ் அப்போது சென்னை அரசாங்கப் பொதுப்பணித் துறையில் அதிகாரியாகப் பணியாற்றினார்.

அவருடைய தாயார் எஸ்தர் ராஜநாயகம் தென்னிந்தியாவைச் சேர்ந்த, மிகவும் பக்தி உணர்வுமிக்க கிறித்துவக் குடும் பத்தைச் சார்ந்தவர், தமிழில் நிறையப் படித்தவர்; ஆனால் பல்கலைக்கழகக் கல்வி அளவுகோலின்படி பார்த்தால், அவர் கல்வி கற்றவர் அல்லர். கிறித்துவக் கோட்பாடுகளில் இசைந்தவர்களுள், எஸ்தர் எளிமையான வாழ்க்கையை வாழ்ந்தார். அவருடைய இரக்கமும், அன்பும், தூய்மையான சமயப் பற்றும், அண்டைவீட்டு மனிதர்களிடம் காட்டும் பரிவுணர்ச்சியும் அவருடைய செயல் களில் வெளிப்பட்டன; துன்பப்பட்டவர்களுக்கு மிகவும் விரும்பி உதவி செய்வார். அன்னையினுடைய வாழ்க்கையும், பண்பும் சிறுவன் ஜோசப்பின் மனத்தில் ஆழ்ந்த தாக்கத்தை ஏற்படுத்தின; கிறித்துவ சமயத் தத்துவ நூல்களிலிருந்து மட்டுமே இதைப் பெற்றிருக்க முடியாது.

சின்னஞ்சிறுவயதிலிருந்தே ஜோசப் குமரப்பாவிற்குச் செல்லப் பிராணிகளிடம் ஈடுபாடு உண்டு. அவனுடைய தாயாரும், பறவைகளை வளர்க்குமாறு அவனை ஊக்கப்படுத்தினார். மாதந் தோறும் வீட்டுச் சாமான்களை வாங்குவதற்குக் கடை த்தெரு விற்குச் செல்லும்போது, தன் சின்னஞ்சிறு மகனை உடன்

• இந்த இயல், எம்.வி. நாயக் எழுதிய 'ஜே.சி. குமரப்பாவும் உலக அமைதிக்கான அவருடைய தியாகமும்' என்னும் நூலிலிருந்து (1956இல் அகமதாபாத் நவஜீவன் வெளியீட்டகம்) பதிப்பகத்தார் அனுமதியுடன் பயன் படுத்தப்பட்டுள்ளது.

அழைத்துச் சென்று கோழித் தீவனத்தை வாங்குவார். மாத நாட்களில் கோழிமுட்டைகளை விற்று, அதற்குரிய கணக்கை சரியாகச் சிறுவன்

சேமித்து வைப்பான். மாதத்தின் முடிவில் முட்டை வியாபாரத்தில் எவ்வளவு லாபம் கிடைத்தது என்று அவனுடைய தாயார் அவனிடம் கேட்பார். வியாபாரத்தில் பெற்ற இந்த லாபத்தை, பள்ளிக்கூடத்தில் படிக்கும் அநாதைக் குழந்தைகளுக்கு உதவும் தன்னுடைய சிறிய அறச்செயல்களுக்கு அந்த அம்மையார் பயன்படுத்தினார். ஜோசப் பெரியவனாக வளர்ந்து, பொது தணிக்கையாளராகப் பணியாற்றியகாலத்தில்கூட, மாதந்தோறும் தன்னுடைய வருவாயிலிருந்து ஒரு பகுதியை இத்தகைய அறப்பணிகளுக்கு அனுப்பி வந்தார். இத்தொகை 'தித்தி' எனப்படும். கணிதவியலில் சொல்லப்படும் 'பத்தில் ஒரு பங்கு' என்னும் பொருள் உடைய சொல் அல்ல தித்தி. தன்னுடைய அறச் செயல்களுக்கான வரவு செலவுத் திட்டத்தில் எதிர்கொள்ள வேண்டிய தேவைகளுக்காக அம்மையார் வசூல் செய்யும், விருப்பத்தோடு கொடுக்கும் ஒருவகை வரியாகும். இத்தகைய தனிப்பட்ட நன்கொடைகளோடு அவர்களுடைய நண்பர்களிட மிருந்தும் நன்கொடை பெற்று வருமாறு தூண்டி, இந்த அறப் பணியில் தன்பிள்ளைகளையும் ஈடுபடுத்தினார் அந்தத் தாய்.

இந்த வழியில் சமய, அறவொழுக்கம் சார்ந்த நல்ல நெறியில் பிள்ளை வளர்வதற்குத் தாய் வழி காட்டியதுபோல நல்ல சமூக வாழ்க்கைக்கு ஏற்ற அடித்தளத்தைத் தந்தை உருவாக்கினார். தந்தையார் மிகவும் கண்டிப்பான மனிதராகவும் ஒழுங்கு நெறிகளை உடையவராகவும் காலந்தவறாமல் முறையான திட்டவட்டமான செயற்பாடு உடையவராகவும், குறைவாகப் பேசுபவராகவும் இருந்தார். தன்னுடைய பிள்ளைகளை அங்கிருந்த மிகச் சிறந்த பள்ளியில் சேர்த்து கல்வி கற்பிக்க ஏற்பாடு செய்ததுடன், வீட்டில் அவர்களுடைய படிப்பை மேற்பார்வையிட்டும் வந்தார். மிகுந்த பாசம் நிறைந்த தந்தையாக இருந்தும் தேவை ஏற்பட்டபோதுகூட பிள்ளைகளைத் தண்டிப்பதற்கு அவர் பிரம்பைக் கையில் எடுக்கத் தயங்கியதில்லை. ஆகவே, இந்த முறையில் ஒரு நல்ல குடும்பத்தில் கிடைக்கக்கூடிய வளர்ப்புப் பயிற்சியைத் தந்தையும் தாயும் ஒருசேரக் கொடுத்தனர்.

பள்ளி நாட்களில் ஜோசப் மிகவும் புத்திக்கூர்மையான மாணவனாக இருந்தான். சிறு வயது முதல் ஜோசப்பிடமிருந்த கல்வித் திறமை காரணமாகப் பொறியியல் பணிக்குச் செல்ல அவர் விரும்பியும்கூட,

கணக்குகள் பார்க்கும் பணிக்குச் செல்லும் படியாக ஆனது. 1913இல் லண்டன் சென்று 'நிறுவனத் தணிக்கை' (Incorporated Accountant) பணிக்கு தகுதிப்படுத்திக் கொண்டார். சிலகாலம் அங்கேயே இருந்து பணியாற்றிய ஜோசப் 1919ஆம் ஆண்டு முதலாம் உலகப்போர் ஏற்பட்டபோது, அவருடைய தாயின் இடைவிடாத வேண்டுகோளுக்கேற்ப இந்தியாவிற்குத் திரும்பினார்; பின்னர் பம்பாயில் பணியாற்றத் தொடங்கினார். முதலில் ஆங்கிலேயர் நிறுவனம் ஒன்றில் பணியாற்றிய அவர் 1924ஆம் ஆண்டில் அதிலிருந்து விலகி, கார்னிலியஸ் அண்ட் தவார் என்ற பெயரில் தன் சொந்த நிறுவனத்தைத் தொடங்கினார்.

1927ஆம் ஆண்டில், தற்காலிக ஓய்விற்காக அமெரிக்கா செல்ல முடிவு செய்த அவர், ஒரு மாதம் கழித்து சிராகஸ் பல்கலைக் கழகத்தில் சேர்ந்து 1928ஆம் ஆண்டில் வணிக நிர்வாகத்தில் பிஎஸ்.சி. பட்டம் பெற்றார். அடுத்த ஆண்டில் பொது நிதி பற்றிய படிப்பிற்காகக் கொலம்பியா பல்கலைக்கழகம் சென்றார். 'இந்தியா ஏன் இன்னமும் ஏழை நாடாக உள்ளது?' என்னும் தலைப்பில் மாதாகோயில் ஒன்றில், தற்செயலாக ஜோசப் ஆற்றிய உரையைச் செய்தியாக நியூயார்க் டைம்ஸ் பத்திரிகை வெளியிட்டதை அவருடைய பேராசிரியர் டாக்டர் ஈரா செலிக்மான் பார்த்தார். இந்தப் பத்திரிகைச் செய்தியால் மிகவும் ஈர்க்கப்பட்ட டாக்டர் செலிக்மான் ஜோசப்பிடம் அவருடைய எம்.ஏ.பட்ட ஆய்வுக் கட்டுரை, 'பொதுநிதியின் காரணமாக ஏற்பட்ட இந்திய வறுமைக் கான காரணங்கள்' என்னும் தலைப்பில் அமைய வேண்டுமென்று கூறினார். பேராசிரியரின் அறிவுரைக்கு ஏற்ப ஜோசப் தன்னுடைய ஆய்வுப்பொருளை மாற்றிக்கொண்டார். இத்தகைய தலைப்பில் அமைந்த ஆய்வின் காரணமாக இந்தியாவிற்குப் பிரிட்டிஷார் இழைத்த அநீதியையும், சுரண்டலையும் பற்றி அறிந்துகொள்ள முடிந்ததுடன் தேசியவாதியாகவும் அவர் ஆனார். அவருடைய மனத்தில் ஏற்பட்ட இந்த மாற்றத்தின் விளைவாக, அவருடைய உண்மையான இந்துக் குடும்பப் பெயரான குமரப்பா என்பதைச் சூட்டிக்கொண்டார்.

பொருளாதார ஆற்றலில் குமரப்பாவிடம் ஏற்பட்ட இந்த மாற்றம் படிப்படியாகவும், வலிமை வாய்ந்ததாகவும் இருந்தது. பல்வேறு கோணங்களில் இதைப் பார்க்க அவர் தலைப்பட்டார். தொடக்க

நாட்களில் முதலாளித்துவம் சார்ந்த கோட்பாடுகளிலும் ஏகாதிபத்திய ஆதரவுத் தத்துவங்களிலும் ஈடுபாடு வருமாறு, சென்னையிலிருந்த கல்விநிலையங்களில் அவர் வளர்க்கப்பட்டார். அவருடைய பெரும்பாலான கல்விப்பருவகாலம் முழுவதும் நகர வாழ்க்கையை மையமிட்டே அமைந்தது. இந்தப் பின்னணி இங்கி லாந்தில் ஊக்கம் பெற்றது. தன்னுடைய தாயின் அரவணைப்பிலும் பாதுகாப்பிலும் மனிதகுலத்தை நோக்கிய அறஞ்சார்ந்த முறையில் அவர் பயிற்சி பெற்றார். ஆனால் லண்டன் வாழ்க்கையில் காணப்பட்ட பரபரப்பும் அவசரச் சூழலும் இதைப் பாதித்துப் பின்தள்ளின.

தனிப்பட்டவர்களின் தொழில், நாட்டின் நன்மையை அழித்து விடாமல் இருக்கவேண்டும் என்பதில் கவனம் செலுத்துவதாகத் தங்கள் வியாபார உறவில் பிரிட்டிஷார் ஒரு பொதுவிதியைக் கவனத்துடன் பின்பற்றியது ஒன்றுதான், இந்தியப் பொருளாதாரத் தொடுவானச் சூழலில் காணப்பட்ட ஒரேயொரு நம்பிக்கை ஒளியாகும். குமரப்பா பணியாற்றிய இடத்திலிருந்த தணிக்கை யாளர் ஒருவர் அடிக்கடி அவரிடம சொல்லக்கூடிய புகழ்பெற்ற வாசகம் ஒன்று, ‘அடுத்தமனிதன் வீழ்ச்சியடையும்படியாக அமையக் கூடிய தவறை ஒருபோதும் செய்யாதீர்’ என்பது. அதேபோன்று அவருடைய கல்லூரி முதல்வரின் மனைவியிடமிருந்து அவர் பெற்ற ஒரு சிறந்த கோட்பாடு, ‘எந்தப் பணியை ஒருவன் செய்தாலும் தன்னுடைய செயலால் ஏற்படக்கூடிய சமூக விளைவை எண்ணிப்பார்க்க வேண்டும்’ என்பதாகும்.

எப்பொழுது குமரப்பா கடைத்தெருவிற்குச் சென்று பொருட்கள் வாங்கி வந்தாலும், அவற்றை வேறுபாடு இல்லாமல் சோதித்துப் பார்த்து, அவை பற்றிய விமர்சனத்தையும் அப்பெண் மணி முன் வைப்பார். ஏதேனும் மட்டமான பொருளை ஜோசப் வாங்கிவந்திருந்தால், உடனடியாக அந்தப் பெண்மணி ‘அத்தகைய குறையுடைய பொருட்களை வாங்குவதன்மூலம் நாம் நமக்கு இழிவு தேடிக் கொள்கிறோம்; தரங்கெட்ட பொருட்களின் உற்பத்தியை ஊக்குவித்து அவற்றுக்குச் சந்தையை உருவாக்கிக் கொடுக்கிறோம். இத்தகைய வியாபாரத்தில் உற்பத்தியாளர்களை விடவும் நுகர்வோரிடம்தான் குற்றம் உள்ளது. ஏனென்றால், நுகர்வோர்தான் அத்தகைய வழியை அமைத்துக்கொடுத்து உற்பத்தியாளர்களை நடத்தச்

செய்கிறார். அத்துடன் தேசிய உற்பத்தியாளர்களுக்கு, இத்தகைய தரக்குறைவான பொருட்களால் மானக்கேடும் ஏற்படுகிறது' என்பார்.

இவையும், இவைபோன்ற பிற பாடங்களும், தம்முடைய பல்வேறு கருதுகோள்களை மாற்றிக் கொள்ள குமரப்பாவிற்கு உதவின. கொலம்பியா பல்கலைக்கழகத்தில் 'நிறுவனப் பொருளாதாரம்' என்னும் தலைப்பில் ஒரு கருத்தரங்கில் பங்கு பெற்றார். இப்பொருளின் பேராசிரியராக இருந்தவர் டாக்டர் எச்.ஜே. டாவன் போர்ட் என்பவர். அவர், தனிமனிதர்களின் லாபங்களே பொருளாதாரத்தை வலுவுடையயதாக ஆக்குகின்றன

என்னும் கருத்துக் கொண்டவர். வாங்கும்திறன் கூடுவதுதான் உற்பத்தியின் நோக்கம் என்பது அவர் கருத்து. குமரப்பாவிற்கு, இந்தக் கோட்பாடு முழுவதுமே தவறானது என்றுபட்டது; ஆகவே முழுமையான ஆற்றலுடன் அதை எதிர்த்தார். மிகுந்த சுதந்திரம் தந்து, அவருடைய விவாதத்தை ஏற்ற பேராசிரியர் அவருக்கு 'ஏ-1' மதிப்பு வழங்கினார். தன் சிந்தனையின் வழியில் காணப்பட்ட அற அடிப்படையில் குமரப்பா முன்னேறிச் சென்றார்.

இந்தச் சந்தர்ப்பத்திலிருந்து, மனிதன் என்பவன் செல்வத்தை மட்டுமே உற்பத்தி செய்யும் வெறும் இடைத்தரகன் அல்ல; தான் வாழும் சமூகத்தின் அரசியல், சமுதாய, அற, ஆன்மீகப் பொறுப்புக்களை உள்ளடக்கிய ஒருமுக்கிய உறுப்பினன் என்ற சிந்தனையைத் தெளிவாக மனத்தில் கொண்டார். இந்தச் சிந்தனையின் காரணமாகப் பொருளைச் சேர்ப்பதில் உள்ள விருப்பத்தை இழந்தார். தொடர்ந்து இத்தகைய கட்டுரைகளை அவர் எழுதவே, அவை மகாத்மா காந்தியின் கவனத்தை ஈர்த்தன; •அதன் விளைவாகக் குமரப்பா காந்தியடிகளின் ஆக்கப்பணிகளில் ஈடுபடுத்தப்பட்டார். இளைய ஜோசப் குமரப்பாவிடம் காணப் பட்ட இயற்கையான பொறியியல் திறமைகள், நாட்டைப் பொறியியல் நுட்பத்துடன் புனர்நிர்மாணம் செய்வதில் முழுவீச்சில் பயன் பட்டன. அதேபோன்று அவரிடமிருந்த கணக்கியல் தணிக்கை ஆற்றல், அச்சமற்ற துணிவையும், பணிந்துபோகாத விமர்சனத் திறனையும் கொண்ட அவருடைய பிற்கால வாழ்க்கையை உருவாக்கின.

காந்தியடிகளுடன் குமரப்பா பணியாற்றத் தொடங்கிய இந்த ஆரம்ப நாட்களில், பண்டித மதன்மோகன் மாளவியா, குமரப்பாவிற்குக் காந்தியடிகள் கொடுத்த அற்புதமான பயிற்சிக் காகப் பாராட்டினார். அதற்குப் பதில் அளித்து, 'ஏற்கெனவே ஆயத்தமான நியிலைல் குமரப்பா என்னிடம் வந்தார்; நான் அவருக்கு எந்தப் பயிற்சியையும் கொடுக்கவில்லை' என்று காந்தியடிகள் கூறினார்.

ஆயத்த மனிதனான குமரப்பா 1929இல் இந்தியாவிற்கு வந்தார். 'இந்தியப் பொதுநிதி' குறித்துத் தான் எழுதியதை வெளியிடுவதில் ஆர்வம் கொண்டார். சி.எச். சுபாரிவாலா என்ற நண்பர் காந்தியடிகளைத் தொடர்புகொள்ளுமாறு குமரப்பாவிற்கு அறிவுரை கூறினார். ஆகவே, காந்தியடிகளைச் சந்திப்பதற்கு அனுமதி வேண்டினார். மகாத்மாவின் செயலாளரான பியாரிலால், குறிப்பிட்ட நாளில் சபர்மதி ஆசிரமத்தில் அண்ணலைச் சந்திக்குமாறு குமரப்பாவிற்குத் தொலைபேசி வழி செய்தி கூறினார்.

அதேபோன்று குமரப்பாவும் ஆசிரமத்திற்குச் சென்று விருந்தினர் அறையில் காத்திருந்தார். அந்த வரவேற்பு அறையில் எந்தவிதமான மேஜை நாற்காலிகளும் இல்லாமல் தரையில் ஒருவிரிப்பு மட்டும் காணப்பட்டது. கழிப்பறை அமைப்புக்கள் அந்த இடத்தைவிட்டு வெளியேறிச் செல்ல வேண்டும் என்ற எண்ணத்தை அவருள் ஏற்படுத்தின. காந்தியடிகளை அவர் சந்திக்க வேண்டிய நேரம் பிற்பகல் இரண்டு மணி என்று முன்கூட்டியே திட்டமிடப் பட்டிருந்தது. சபர்மதி நதிக்கரையில் சுற்றிவருவதற்கு அவருக்கு நிறையநேரம் இருந்தது. தன்னுடைய நேரத்தை இங்குமங்குமாகச் செலவிட்ட பின்னர் காந்தியடிகளைச் சந்திக்க அவர் சென்றார்.

அவர் மேலே செல்லும் வழியில் ஒரு மரத்தின் கீழ் சுத்தமான தரையில் அமர்ந்துகொண்டு வயதான ஒருவர் நூல்நூற்பதைப் பார்த்தார். கைத்தடியினை ஊன்றி அதில் சாய்ந்து நின்றவாறு நூல்நூற்கும் முறையையும் வியப்புடன் பார்த்தார் குமரப்பா. அந்த வயதான மனிதர் ஐந்து நிமிடங்கள் கழித்து, தம்முடைய பொக்கை வாயைத்திறந்து புன்னகையுடன் அவர் குமரப்பாதானா என்று வினவினார். தம்மை நோக்கி கேள்வி கேட்பவர் மகாத்மா காந்தியடிகளே என்ற எண்ணம் விரைவாகக் குமரப்பா மனதில் உதயமாயிற்று. தம்முடைய பதிலில், 'நீங்கள் காந்தியடிகள்தானா?'' என்று குமரப்பாவும் கேட்டார். அந்த

வயதான மனிதர் 'ஆம்' என்று தலையசைத்தார்; பட்டுத்துணியால் ஆன தன்னுடைய ஆடைகள் அழுக்காகிவிடுமே என்று "கவலைப்படாமல் குமரப்பா தரையில் அமர்ந்தார். வசதியின்றி மிகுந்த முயற்சியுடன் சிரமப் பட்டுக் கொண்டு அவர் உட்கார்ந்திருக்கும் காட்சியைக் கண்ட ஒருவர், வீட்டினுள் இருந்து நாற்காலி ஒன்றைக் கொண்டுவந்து போட்டார்; அந்த மரியாதையை ஏற்க மறுத்த குமரப்பா, காந்தியடிகள் தரையில் அமர்ந்திருக்கும்போது, தாம் நாற்காலியில் அமருவதை விரும்பவில்லை என்று மறுத்தார்.

குமரப்பா எழுதிய கட்டுரையைத் தொடர் கட்டுரைகளாகத் தம்முடைய வாரஇதழான 'யங் இந்தியா'வில் வெளியிட விரும்புவ தாகக் காந்தியடிகள் குமரப்பாவிடம் கூறினார். அத்துடன், தமக்காக குஜராத்தில் கிராமக் கணக்கெடுப்பு ஒன்றைச் செய்து தரமுடியுமா என்றும் குமரப்பாவிடம் கேட்டார். குமரப்பா தனக்குள்ள மொழிப் பிரச்சினையைப் பற்றிக்கூறினார்; குஜராத் வித்யா பீடத்தின் பொருளாதாரப் பேராசிரியர்களும் மாணவர்கள் அனைவரும், இந்தக் கணக்கெடுப்புப் பணிக்காக குமரப்பாவின் பொறுப்பில் விடப்படுவதாகக் காந்தியடிகள் கூறினார். மேலும், குஜராத் வித்யா பீடத்தின் துணைவேந்தர் காகா கலேல்கர் அவர்களை உடனடியாகச் சென்று சந்திக்கும்படி அவர் குமரப்பாவிடம் கூறினார். குமரப்பா உட்காருவதற்காக நாற்காலி கொண்டு வந்தவர்தான் காகா கலேல்கர்.

பிற்பகலில் காகா கலேல்கரைச் சந்திப்பதற்குச் சென்றார். மேற்கத்திய நாகரிக முறையில் குமரப்பா உடைஉடுத்தி இருப்பதைப் பார்த்த காகா கலேல்கர், காந்தியடிகள் விரும்பிய பணியைச் செய்வதற்குக் குமரப்பா பொருத்தமானவர் அல்ல என்று எண்ணினார். மேலும் குஜராத் மொழி அறியாத குமரப்பாவின் நிலை மற்றொரு தடை எனவும் எண்ணினார். ஆகவே, அவர் குமரப்பாவை உற்சாகப்படுத்தாமலும் மிகுந்த அசிரத்தையுடனும் நடந்து கொண்டார். குமரப்பா கோபத்துடன் பம்பாய் திரும்பினார்; காந்தியடிகளிடம் முறையாக விடைபெற்றுக் கொள்ளாமலே போய்விட்டார். பம்பாயிலிருந்து, காந்தியடிகளுக்காக எந்த வேலையையும் செய்வதற்குத் தம் விரும்புவதாகவும், ஆனால் தாம் எதற்கும் பயன்படாதவர் என்று காகா சாஹேப் எண்ணுவ தாகவும் குமரப்பா காந்தியடிகளுக்கு எழுதினார். காந்தியடிகள் விரும்பிய பணியைக் குமரப்பா செய்வதில் தாம் மிகவும் மகிழ்ச்சி

அடைவதாகக் காகா சாஹேப் எழுதிய பதில் மறு அஞ்சலில் குமரப்பாவிற்குக் கிடைத்தது.

குமரப்பா தன் பணியைத் தொடங்கியபோது காந்தியடிகள் புகழ்பெற்ற தண்டி யாத்திரையைத் தொடங்கினார். காந்தியடி களின் யாத்திரையின்போது, 'பொதுநிதியும் நம்முடைய வறுமையும்' என்னும் தலைப்பிலான குமரப்பாவின் கட்டுரைகள் 'யங் இந்தியா'வில் வெளிவரத் தொடங்கின. அக்கட்டுரைகளை ஒரு சிறு.நூலாகத் தொகுத்து வெளியிடவேண்டுமென்று காந்தியடிகள் விரும்பினார். காந்தியடிகளின் முன்னுரையுடன் அது வெளிவர வேண்டுமென குமரப்பா விரும்பினார். இதைப் பற்றிக் கலந்து விவாதிப்பதற்குத் தாம் முகாமிட்டுள்ள கராடி என்னும் இடத்திற்கு வருமாறு காந்தியடிகள் குமரப்பாவை அழைத்தார்.

தம்முடைய திறமை மிகுந்த சொந்தவழியில் தாமே ஒரு முன்னுரையை எழுதி, அதைத் தட்டச்சும் செய்து ஆயத்தமாக அண்ணலின் கையெழுத்துக்காகக் குமரப்பா எடுத்துச் சென்றார். இதைப் பார்த்து நகைப்புடன் 'என் முன்னுரை என்னுடையதாகவே இருக்கவேண்டும்; அதைக் குமரப்பா எழுதக் கூடாது' என்று காந்தியடிகள் கூறினார். இந்த முன்னுரையை எழுதுவது பற்றி விவாதிப்பதற்காகத் தாம் அவரை அழைக்கவில்லை என்றும், ஒருவேளை தாமும் மகாதேவ தேசாயும் கைது செய்யப்பட்டால் 'யங் இந்தியா' இதழுக்குத் தொடர்ந்து எழுதுவதற்குக் குமரப்பாவால் முடியுமா என்று கேட்பதற்காகவே தாம் அவரை அழைத்ததாகவும் கூறினார். தூசிபடிந்த பேரேடுகளைப் புரட்டிப்பார்த்து கணக்கு தணிக்கை செய்யும் தன்னால் ஒருபொழுதும் பத்திரிகையாளர் பணியைச் செய்ய இயலாது என்று குமரப்பா பதில் கூறினார். 'உன்னுடய கல்வித் தகுதியின் காரணமாக, பத்திரிகையின் ஆசிரியர் என்ற முறையில், உன்னால் எழுதமுடியுமென்று தீர்ப்புக் கூறவேண்டியவன் நான்தான்; நீ அல்ல. இந்தப் பத்திரிகைக்கு எழுதவேண்டுமென்று உன்னை அழைத்தது நான்தான்' என்று காந்தியடிகள் பதில் கூறினார். குமரப்பா, பத்திரிக்கைக்காக எழுதினார். இனிமேல் பம்பாயில் கணக்குத் தணிக்கையாளராகத் தொழில் செய்யக்கூடாதென்று கூறி அரசாங்கம் அவரைச் சிறையில் அடைத்தது. சிறையிலிருந்து விடுதலை ஆனதும், கதர் ஆடைகளை வாங்குவதற்காக மட்டும் அவர் பம்பாய் சென்றார்.

கேதா மாவட்டத்தில் மடார் தாலுகாவில் விரிவான பொரு ளாதாரக் கணக்கெடுப்பு ஒன்றைக் காந்தியடிகளின் விருப்பத்தின் படி 1939இல் குமரப்பா மேற்கொண்டார். 1931ஆம் ஆண்டில் அகமதாபாத்தில் ஒன்றரை ஆண்டுக்காலம் கடுமையான சிறைத் தண்டனையைப் பெற்ற தம்முடைய முதல் சிறைவாசத்தை அனுபவித்தார். அதே ஆண்டில் காந்தி-இர்வின் ஒப்பந்தத்தின்படி அவர் சிறையிலிருந்து வெளி வந்தார். அதே ஆண்டில் நடைபெற்ற கராச்சி காங்கிரஸ் மகாநாட்டில், இந்தியாவிற்கும் பிரிட்டனுக்கும் இடையிலான பொருளாதார உறவுகள் பற்றிய விவரங்களைத் தேர்வு செய்யும் குழுவின் அமைப்பாளராகக் குமரப்பா தேர்வு செய்யப்பட்டார். காந்தியடிகள் மகாதேவ தேசாய் மற்றும் பலர், வட்டமேசை மாநாட்டிற்கு இங்கிலாந்துக்குச் சென்றபோது, குமரப்பா மீண்டும் 'யங் இந்தியா' இதழின் ஆசிரியர் பொறுப்பை ஏற்றார். அந்த இதழில் அவர் எழுதிய காரசாரமான எழுத்துக் களால் இரண்டாம் முறையாகச் சிறைவாசம் பெற்றார். இந்த முறை இரண்டரை ஆண்டு காலத்திற்குக் கடுந்தண்டணையை அவர் பெற்றார்.

சிறையிலிருந்து விடுதலை பெற்று வெளிவந்ததும், அவருக்கு வேறுபட்ட வேலை ஒன்றுகாத்திருந்தது. 1934ஆம் ஆண்டு பீகாரில் ஏற்பட்ட பூகம்பத்தின் காரணமாக விளைந்த மிகப்பெரிய துயர் துடைப்புப் பணியை ஏற்று நடத்த வேண்டியிருந்தது. டாக்டர் ராஜேந்திர பிரசாத், அப்பணியின் மிகுந்த சுமை காரணமாக திணறுவதைக் கண்ட காந்தியடிகள், ஜம்னாலால் பஜாஜிடம் அங்கு சென்று ராஜேந்திர பிரசாத்துக்கு உதவுமாறு கூறினார். ஜம்னாலால் இதனைத் தொடர்ந்து, அப்பணியில் பொருளாதார ஆலோசகராகப் பணியாற்றுமாறு குமரப்பாவை வேண்டிக் கொண்டார். உடனடியாகப் பாட்னாவிற்குச் செல்லுமாறு குமரப்பாவிடம் கூறப்பட்டது. இந்தப் பணியை மிகவும் திறம்படச் செய்ததற்காக, டாக்டர் ராஜேந்திர பிரசாத்திடமிருந்து குமரப்பா பாராட்டுதல்களைப் பெற்றார்; குமரப்பாவின் இடைவிடாத கணக்குத் தணிக்கை அலுவலின் காரணமாகப் பீகாரின் பெருமை காப்பாற்றப்பட்டது என்று ராஜேந்திர பிரசாத் கூறினார். இந்த அனுபவத்திலிருந்து, 'துயர் துடைப்புப் பணியின் கணக்கிடுதலும் திட்டமிடுதலும்' என்ற சிறிய நூலினைக் குமரப்பா எழுதினார்.

குமரப்பா மிகவும் கண்டிப்பான முறையில் விதிமுறைகளைப் பின்பற்றுபவர். துயர் துடைப்புப் பணியின்போது, பணியாளர்களுக்கு, ஒருநாளின் உயர்ந்தபட்ச உணவும் செலவிற்காக நாள் ஒன்றுக்கு 3 அணா மட்டுமே கொடுத்தார். கொடுக்கப்பட்ட வரையறைக்குள் ஒரு பொதுவான சமையலறையை உருவாக்கி நடத்தினார்.

கார்களில் பயணம் செய்வோருக்கும் இதேபோன்ற விதிகளை உருவாக்கினார். துயர் துடைப்பு நிதிக்குழு கூட்டத்தில் கலந்து கொள்வதற்காகக் காந்தியடிகள் ஒருமுறை பாட்னாவிற்கு வந்தார். அவரோடு உடன் வந்த பரிவாரம், காய்கறிகள், பழங்கள் பால் போன்ற நாள்தோறும் பழக்கப்பட்ட உணவுப் பொருட்களை வேண்டினர். மூன்று அணா எல்லையை மீறி இது சென்றது. துயர் துடைப்பு நிதியிலிருந்து இந்தச் செலவுகளைச் செய்வதற்குத் தான் மிகவும் துன்பப்படுவதாக மகாதேவ தேசாயிடம் குமரப்பா விளக்கினார். அத்துடன் காந்தியடிகளின் மோட்டார் கார் உபயோகத்திற்கு ஆகும் பெட்ரோல் செலவை அவரையே பார்த்துக் கொள்ளுமாறு காநதியடிகளிடம் கூறுமாறு மகாதேவ தேசாயிடம் கூறினார். இச்செய்தி காந்தியடிகளின் காதுகளை எட்டியது. காந்தியடிகள் குமரப்பாவை அழைத்தார். தாம் அந்தக் குழுக் கூட்டத்திற்காக வந்திருப்பதாகவும், எந்த அடிப்படையில் தம்முடைய ரசீதுகளைக் குமரப்பா மறுப்பதாகவும் காந்தியடிகள் அவரிடம் வினாவினார். பொதுமக்களிடமிருந்து தாம் வசூல்செய்த பணத்தை ஆடம்பரம் ஏதுமின்றி எளியமுறையில் செலவு செய்ததில் கண்டிப்பாக ஒரே விதமான முறையினைப் பின்பற்ற வேண்டு மென்று தாமே உருவாக்கிக் கொண்ட விதிமுறைகளை குமரப்பா காந்தியடிகளிடம் விளக்கினார். இந்த விதிகளிலிருந்து விலக்கு அளித்து யாரையும் சிறப்பிக்கத் தம்மால் முடியாது என்றும் கூறினார். காந்தியடிகள் இதற்கு உடன்பட்டார். மகாதேவ தேசாயிடம், குழுக் கூட்டத்தில் தம்முடைய இத்தகைய செலவு ரசீதுகளைச் சமர்பிக்க வேண்டாமென்று காந்தியடிகள் கூறினார்.

ஒருமுறை, குமரப்பாவிடம் கலந்து ஆலோசிப்பதற்காக பாட்னாவிற்கு வருவதாகக் காந்திடியகள் தந்தி கொடுத்தார். அதன்படி இரவு 10 மணிக்குப் பாட்னா வந்து சேர்ந்த காந்தியடிகள், குமரப்பாவிடம் தம் வருகையைச் சொல்லுமாறு ராஜேந்திர பிரசாத்திடம் கூறினார்.

துயர்துடைப்பு நிவாரணப் பணி கணக்கு களைச் சரிபார்க்கும் கூட்டம் மறுநாள் நடக்க இருப்பதாகவும், கணக்கில் சில அணாக்கள் வேறுபாடு காணப்படுவதாகவும் ராஜேந்திரபிரசாத் கூறினார். தணிக்கையாளர்கள் இந்தத் தவறைக் கண்டுபிடிக்கத் தவறி விட்டனர். இரு இளைஞர்களுடன் குமரப்பா ஒரு அறையில் அமர்ந்து கதவைச் சாத்திக்கொண்டு இதைச் சரிபார்ப்பதாகவும், மறுநாள் ஆண்டுக்குழுக் கூட்டம் நடைபெற இருப்பதாகவும் அவர் கூறினார். இந்தத் தவறைக் கண்டுபிடித்து சரிசெய்யும்வரை, இரவு முழுவதும் விழித்திருக்கப் போவதாகவும் குமரப்பா முடிவு செய்துள்ளதாகத் தெரிகிறது. இப்படிப்பட்ட கவனமான பணிகளில் இருக்கும்போது குமரப்பா ஒரு சிங்கம்போல இருப்பாரென்றும், அவரைத் தொல்லை செய்ய ஒருவரும் துணிய மாட்டார்கள் என்றும் ராஜேந்திரபிரசாத் கூறினார். இதைக்கேட்ட காந்தியடிகள், ‘அவரைத் தனியே விட்டுவிடுங்கள்’ என்று கூறினார். மறுநாள் காலை அவரைச் சந்தித்த காந்தியடிகள், அவருடன் விவாதிப்பதற்குத் தமக்குச் சிறிதுநேரம் ஒதுக்குமாறு குமரப்பாவிடம் கேட்டார். ‘இன்று முடியாது. ஒருவேளை நாளை முடிந்தால் பார்க்காலாம்’ என்று குமரப்பா பதில் கூறினார். ‘ஆனால் இன்றிரவே நான் வார்தாவிற்குச் செல்லவேண்டுமே’ என்றார் காந்தியடிகள். அப்படியானால் தம்மைப் பார்க்காமலே, அவர் திரும்பிச் செல்ல வேண்டியிருக்கும் என்று காந்தியடிகளிடம் கூறினார் குமரப்பா. ‘வாரணாசியிலிருந்து உன்னைப் பார்ப்பதற் காகவே தான், வந்துள்ளேன். எனக்கு நேரம் தரமறுக்கிறாயே’ என்றார் காந்தியடிகள். ‘ஆனால், முன்கூட்டியே நீங்கள் என்னிடம் நேர ஒதுக்கீடு பெறவில்லை. வேலையின்றி இருந்திருந்தால், திம்புக்டூவிற்கு நானே வந்து உங்களைப் பார்த்திருப்பேன். ஆனால் துயர்துடைப்புக்குழுவின் ஆண்டுக்கூட்டம் இன்று நடைபெற இருப்பதால் நான் மிகவும் கடுமையாக அதில் ஈடுபட்டுள்ளேன்’ என்று கூறினார். காந்தியடிகள், குமரப்பாவின் பார்வைக்குத் தாம் கொண்டுவந்துள்ள தாள்களை வைத்துவிட்டு வருமாறு தேசாயிடம் கூறினார். 15 நாட்கள் கழித்து குமரப்பா, வார்தா சென்று இந்த விஷயங்களைக் காந்தியடிகளிடம் கலந்து ஆலோசித்தார். குமரப்பா விடமிருந்த கண்டிப்பான இந்த நடைமுறை காந்தியடிகளின் நெருங்கிய உள்வட்டத்தில் ‘கலோனல் சாஹிப்’ (சிறிய படைத் தலைவர்) என்ற பெயரைக் குமரப்பாவிற்குப் பெற்றுத்தந்தது.

பெரிய மனிதர்களும் மக்கள் தலைவர்களும்கூட இந்தப் பொதுவிதிக்கு உட்பட்டு நடத்தப்பட்ட பல நிகழ்ச்சிகள் உண்டு. குமரப்பாவின் அன்றாட நிகழ்ச்சிகள் காலந்தவறாமல் திட்டமிட்டு நடைபெற்றன; எல்லாவிதமான சந்திப்புகளும் முன்கூட்டியே உறுதி செய்யப்பட்டு நிகழ்ந்தன. அவருடைய சகோதரர்களும், சகோதரிகளும் அவரைப் பார்ப்பதற்காக அங்கு வந்தபோது, அவர் களுக்கும் சந்திப்பிற்கு நேரம் ஒதுக்கப்பட்டது; ஒருவேளை கேட்பதற்கு இது ஆச்சரியமாக இருக்கலாம்; ஆனால் உண்மை. அவருக்கென்று தனிப்பட்ட, சொந்தமான நேரமென்று ஒரு நிமிடம்கூட இல்லை.

1934ஆம் ஆண்டு அக்டோபர் மாதம் 27ஆம் நாள், அகில இந்தியக் காங்கிரஸ் மகாசபை கூடி அனைத்திந்தியக் கிராமியக் கைத்தொழில் சங்கம் ஒன்றை உருவாக்குவது என்று தீர்மானம் செய்தது. இந்தப் புதிய சங்கத்தின் செயலாளராகக் குமரப்பா நியமிக்கப்பட்டார். காந்தியடிகளின் ஆலோசனையின்படியும் வழிகாட்டுதலிலும், இப்பணியைக் குமரப்பா செய்யவேண்டி யிருந்தது. இந்தச் செய்தியை நாளிதழ் வாயிலாகக் குமரப்பா பாட்னாவில் அறிந்தார். அவருடைய முன் இசைவு கேட்காமல் இந்த முடிவு மேற்கொள்ளப்பட்டது. குமரப்பா இதனால் சிக்கலுக்கு ஆளாகி, காந்தியடிகளுக்குக் கடிதம் எழுதினார். ‘உன்னுடைய சைவைக் கேட்காமல் இந்த முடிவை எடுத்தது, தவறாக இருக்கலாம்... ஆனால் இப்போது என்ன செய்வது?... இந்த நடைமுறைகளை மறந்து விட்டு தயவுசெய்து வேலையைத் தொடங்கு’ என்று காந்தியடிகள் அவருக்கு பதில் எழுதினார்.

காந்தியடிகளைப் பின்னர் குமரப்பா சந்தித்தபோது, ‘இதற்கான நிதி எங்கே? பணியாளர்கள் எங்கே?” என்று குமரப்பா அவரிடம் கேட்டார். உடனே காந்தியடிகள் சிரித்துக்கொண்டே, ‘நிதியைப் பற்றி கவலைப்படாதே. உனக்கு என்ன தேவையோ அது கிடைக்கும். பணியாளர்களைப் பற்றிக் கேட்டாய்; என்னை முதல் ஆளாக வைத்துக்கொண்டு வேலையைத் தொடங்கு’ என்று பதில் கூறினார்.

காங்கிரஸ் கமிட்டியின் தீர்மானத்தின்படி, குமரப்பா இந்தப் பணியில் ஈடுபட்டு நாடு முழுவதும் பயணம் செய்தார். வார்தா விலுள்ள மகன்வாடி என்ற இடம் அனைத்திந்தியக் கிராமியக் கைத்தொழில் சங்கத்தின் தலைமை இடமாக ஆயிற்று. அதன் செயற்பாடுகள் ஐந்து

வகையில் அமைந்தன; ஆராய்ச்சி, உற்பத்தி, பயிற்சி, தொடர்பணியும் திட்டமிடலும், பிரசாரமும் வெளியீடும் ஆகியன. இவை யாவும் மகன்வாடியிலிருந்து நடைபெற்றன. கிராமக் கைத்தொழில் ஆய்வுக்கூடம் ஒன்றும் கிராமக் கைத்தொழில் அருங்காட்சியகம் ஒன்றும் நிறுவப்பட்டன.

இந்த அமைப்பு திட்டமிட்டு உருவாக்கப்பட்ட பின்னர், 1934இல் காந்தியடிகள் 'அனைத்திந்தியக் கிராமியக் கைத்தொழில் சங்கம் (AIVIA) என்பது நடைமுறை நிர்வாகம் சம்பந்தப்பட்ட அமைப்பு அல்ல. இந்தியா முழுவதற்கும் வழிகாட்டும் கலங்கரை விளக்கம் அது. நிர்வாகம் முழுவதையும் மையப்படுத்தி ஒரே இடத்தில் குவிப்பதை நாம் விரும்பவில்லை. ஆனால் எண்ணங் களையும், சிந்தனைகளையும், அறிவியல் ஞானத்தையும் ஒரே இடத்தில் ஒருசேர மையப்படுத்த விழைகிறேன்' என்று எழுதினார்.

இந்த அமைப்பின் வழியாகக் காந்தியடிகளின் வழிகாட்டு தலின்படி ஆக்கபூர்வமான பணி மிகச்சரியாக நடைமுறைப் படுத்தப்பட்டு முழுமையாக செயற்படுத்தப்பட்டால், பொது வுடமை முழுமையாக நடைமுறைக்கு வந்து, ஒவ்வொரு தனிமனி தனுக்கும் இன்னும் கூடுதலான மதிப்பு கிடைக்கும் என்பதைக் குமரப்பா செய்து காட்டினார். அறம்சார்ந்த மதிப்புக்களும் அஹிம்சையும் செயல்படக்கூடிய மனித சமுதாயத்தை இந்த ஆக்கபூர்வமான திட்டம் உருவாக்கவல்லது. குறிக்கோள் மிக்க சமூகத்தை உருவாக்குவதை நோக்கமாகக் கொண்டு, கிராமியக் கைத்தொழில் இயக்கம் அமைந்தது. தன்னிறைவும் தொடர்ந்த அமைதியும் நிறைந்த பொருளாதாரப் பரவலாக்கலை மையமாகக் கொண்டதாக இது அமைந்தது.

பெரிய தொழிற்சாலைகளைக் குறித்த தன்னுடைய கருத்தை இந்திய தேசிய காங்கிரஸ் திட்டவட்டமாகச் சொல்லாத போது குமரப்பா அன்றைய தலைவரான டாக்டர் ராஜேந்திர பிரசாத் திடம் இதை விவாதித்தார்; அவரிடமிருந்து தெளிவான வழி காட்டுதலைப் பெற்றார்.

கல்விமுறையைச் சீர்திருத்தி மாற்றி அமைப்பது பற்றி வினா எழுந்தது. 'நயீ தலிம்' என்று புதிய கல்விக்கொள்கை பெயரிடப் பட்டது. திட்டமிட்ட புதிய அமைப்பிற்கான இந்தக் கல்விக்

கொள்கையை உருவாக்க டாக்டர் ஜாகிர் ஹுசேன் தலைமையில் குழு ஒன்று அமைக்கப்பட்டது. குமரப்பா இதில் உறுப்பினராகச் செயற்பட்டார். அடிப்படைக் கல்வியின் பொருட்டாக, தம்முடைய செயற்கோட்பாட்டை இரு பகுதிகளாகக் குமரப்பா முன்மொழிந்தார். மீண்டும் மீண்டும் செய்யக்கூடிய கடுமையான உழைப்பு என்பதும், அதன் விளைவுகளை அனுபவிக்கும் இன்பம் என்பதும் ஆகும்.

1937இல் தேசியத் திட்டக்குழு உருவாக்கப்பட்டது. ஜவஹர்லால் நேருவின் வேண்டுகோளின்படி அக்குழுவில் பணியாற்றுமாறு குமரப்பாவைக் காந்தியடிகள் கேட்டுக் கொண்டார். ஆனால் தம்முடைய நேரம் வீணாவதாக உணர்ந்த அவர் தேசியத் திட்டக்குழுவிலிருந்து விலகினார்.

மத்திய மாகாண மைய அரசாங்கம், குமரப்பாவின் தலைமையில் தொழிற்துறைக் கணக்கெடுப்புக் குழு ஒன்றை உருவாக்கியது. நம்முடைய நாட்டின் முன்னேற்றத்திற்கு ஏற்ற வகையில் தேசியத் திட்டமிடல் ஒன்றை எவ்வாறு உருவாக்கிச் செயற்படுத்துவது என்பதை இப்பணியின் வழியாக வெளிப்படுத்த குமரப்பா இப்பொறுப்பை ஏற்றார். இதன்பின்னர் இதுபோன்ற பல்வேறு குழுக்களில் அவர் பொறுப்பேற்று, மிகத்துல்லியமான கணித அறிவுடனும், மிகச்சரியான ஒழுங்குமுறைகளுடனும் அப்பணியைச் செய்தார். வடமேற்கு எல்லை மாகாணங்களில் இத்தகைய சர்வே ஒன்றைக் குமரப்பா செய்து முடித்தவுடன் அவர் சர் மிர்ஜா இஸ்மாயிலிடமிருந்து பாராட்டுக் கடிதம் பெற்றார். அதில் ‘தொல்துறை வளர்ச்சியில் தொடர்புடைய பல்வேறு சிக்கல்களையும் மனதில் கொண்டு மிகச் சரியான முறையில் அவற்றை நீக்கி இத்திட்டத்தை உருவாக்கியதற்காக, உங்களை நான் பாராட்ட வேண்டும். சிக்கல் முழுவதையும், உண்மையின் அடிப்படையில் ஆராய்வது என்ற ஒரே நோக்கத்தில் அணுகி, மிகச் சிறந்த நடைமுறைவழியில் தீர்வு கண்டுள்ளீர்கள்’ என்று அந்த மடலில் அவர் எழுதினார்.

‘ஸ்டோன் ஃபார் பிரெட்’ என்னும் கட்டுரையை எழுதியதற் காக குமரப்பா 1942இல் மீண்டும் சிறையில் அடைக்கப்பட்டார். தம்முடைய சிறைவாசத்தை, படிப்பதற்கும் எழுதுவதற்கும் செலவிட்ட அவர் சிறையிலிருந்து வெளிவரும்போது ‘ஏசுவின் நடைமுறைகளும் ஆற்றல்களும்,’ ‘நிலையான பொருளாதாரம்’ என்ற இரண்டு

புத்தகங்களை எழுதி முடிந்ததார். 1945இல் விடுதலை பெற்று வந்தவுடன் இந்த இரு நூல்களின் கையெழுத்துப் பிரதிகளை அவர் காந்தியடிகளுக்கு அனுப்பி வைத்தார். குமரப்பா, காந்தியடிகளின் பார்வைக்காக அனுப்பினாரே அன்றி, அந்த நூல்களுக்கு அவரிடம் முன்னுரை கேட்டு அனுப்பவில்லை. ஆனால் குமரப்பா ஆச்சரியப்படும்படி இரு நூல்களுக்குமே காந்தியடிகள் முன்னுரை எழுதியிருந்தார். அத்துடன் குமரப்பா விற்கு 'தெய்வீகத்தன்மையின் மருத்துவர்' (Doctor of Divinity), 'கிராமக் கைத்தொழில் டாக்டர் (Doctor of Village Industry) என்ற இரு பட்டங்களைச் சூட்டி, குமரப்பாவைப் பாராட்டியிருந்தார்.

பின்னர் ஒருமுறை காந்தியடிகளைச் சந்தித்தபோது, அவரிடம் 'உங்களுக்குப் பிடித்தவர்களுக்கெல்லாம் டாக்டர் பட்டம் கொடுக்க ஆரம்பித்துவிட்டீர்கள். இது ஏன்? என்று குமரப்பா கேட்டார். இதைக்கேட்டதும் கடகட என்று சிரித்த காந்தியடிகள் 'டாக்டர் பட்டம் கொடுக்கும் என்னுடைய அதிகாரத்தை நீ ஏன் கேள்வி கேட்கின்றாய்? நான் புதிய பட்டங்களை உருவாக்குவதை நீ ஏன் வினவுகிறாய்? குஜராத் வித்யாபீடத்தின் வேந்தர் நான் அல்லவா? என்று பதில் கூறினார்.

காந்தியடிகள் விரும்பிய கிராம முன்னேற்றத்தை மிகச் சரியாக புரிந்து கொண்டவர் குமரப்பா. ஆகவே கிராம முன்னேற்றம் குறித்து குமரப்பா எதை முன்மொழிந்தாலும் அதைக் காந்தியடிகள் உடனே அனுமதித்தார்.

1946இல், கிராம முன்னேற்றத்திற்காக மிகவிரிவான திட்டம் ஒன்றைக் குமரப்பா உருவக்கினார். இந்தத் திட்டத்தின் அடிப் படைகளாக, தன்னம்பிக்கை, உணவு உற்பத்தியில் தன்னிறைவு, எல்லையற்ற மனித ஆற்றல் வளங்களை மிகச்சரியாகப் பயன் கொள்ளல் ஆகியவை அமைந்தன. இந்தத் திட்டத்தைச் செயல் படுத்தும் பணியில் முனைந்ததன் காரணமாக மந்திரி பதவியை அவர் மறுத்தார். காங்கிரஸ் காரியக் கமிட்டி உறுப்பினர் பதவியையும் அவர் நிராகரித்தார்.

1948இல் காந்தியடிகள் கொலை செய்யப்பட்ட செய்தியறிந்த போது அதிர்ச்சியில் இரு கண்களின் பார்வையையும் இழந்தார்.

நல்லவேளையாக இரண்டு நாட்கள் கழித்து அவர் மீண்டும் பார்வை பெற்றார்.

காந்தியடிகளின் மறைவிற்குப்பின் சில நாட்களில் குமரப்பாவை டாக்டர் ராஜேந்திரபிரசாத் டில்லிக்கு அழைத்தார். காந்தியடிகள் நினைவு நிதி உருவாக்குவதன் பொருட்டு ஆலோசனை செய்வதற்காகவே அவர் அழைக்கப்பட்டார். இப்பணிக்குப் பொறுப்பேற்குமாறு குமரப்பா அழைக்கப்பட்டார்.

தன்னுடைய சக ஊழியர்களிடம், நினைவு நிதியை உருவாக்கும் சிந்தனை அந்த நேரத்திற்கு ஏற்றது அல்ல என்று குமரப்பா விளக்கினார். இந்தியாவில் மக்களால் தேர்ந்தெடுக்கப் பட்ட அரசாங்கம் இருந்தது. அந்த அரசு, காந்தியடிகளுக்கு நினைவுச் சின்னம் எழுப்பும் திட்டத்தை விரும்பினால், அது தானாகவே செய்யலாம். கா நினைவு நிதி என்பது தனித் தன்மை வாய்ந்த ஓர் அமைப்பாக இருக்கவேண்டுமென்று குமரப்பா கருத்துரைத்தார். ஆகவே, 'ஆளுமைத்திறன்மிக்க மனிதர்களின் கூட்டத்திலிருந்து மிகப்பெரிய நிதி உருவாக்கப்பட வேண்டும். அந்த நிதி என்பது தேசப்பற்றும், ஈடுபாடும், தன்னலம் துறந்த தொண்டு மனப்பான்மையும், நிறைந்த ஆண்களும் பெண்களுமாக, காந்தியடிகள் விரும்பிய பண்பு நலன்களை உடையவர்களாகவும் காந்தியக் கொள்கைகளின் வழியில் நடப்பவர்களாகவும் இருக்க வேண்டுங் காந்தியடிகளால் சொல்லப்பட்ட, நடந்துகாட்டப்பட்ட அஹிம்சை, சத்தியம் ஆகிய கொள்கைகளில் முதிர்ச்சி பெற்ற ஆண்களும் பெண்களும் கூடிய மனிதகுலப்படை ஒன்றுதான் அந்த நிதியாகும். உலகிற்கு எடுத்துக்காட்டாக இந்தக் கொள்கைகளை, தங்களுடைய சொற்களால் பேசுபவர்களாக அன்றி, தங்களுடைய செயல்களால் வாழ்ந்து காட்டுபவர்கள் தேவை' என்று குமரப்பா விளக்கினார்.

'இந்த நிதிக்கு இத்தகைய ஒருலட்சம் ஆன்மாக்கள் திரட்டப் படவேண்டுமென்று' கூறினார். இந்த மனிதச் செல்வங்களை நிர்வகிக்க, ஜவஹர்லால் நேரு, சர்தார் வல்லபாய்படேல், ராஜ குமாரி அமிரித கௌர் ஆகிய மூன்று கொடையாளர்கள் வேண்டுமென்றும் அவர் கூறினார். இந்த மூன்று கொடையாளர் களும் தங்களுடைய அலுவலகத்தையே துறந்து, முழுமூச்சாக இந்த உயர்வேள்வியில் தங்களை ஈடுபடுத்திக்கொள்ள வேண்டு

மென்றும் குமரப்பா கருத்துரைத்தார். ஜவஹர்லால் நேரு, கல்லூரி களுக்கும் பல்கலைக்கழகங்களுக்கும் சென்று இளைஞர்களைத் திரட்ட வேண்டுமென்று அவர் எதிர்பார்த்தார். இதே முறையில் ராஜகுமாரி பெண்களைத் திரட்டவேண்டும். வித்யா பீடங்கள் போன்ற நிறுவனங்களை உருவாக்கி அரசியலாளர்களுக்குப் பயிற்சி கொடுக்க சர்தார் படேல் கவனம் செலுத்தவேண்டுமென்றார்.

இந்த எண்ணங்களை அவர்கள் மூவரும் ஏற்கவில்லை. ஆகவே பணத்தை பாதுகாப்பதற்குக் கிருபளானியை விட்டுவிட்டு, ஏமாற்றமடைந்து குமரப்பா திரும்பினார்.

விடுதலை பெற்ற காலத்திற்குப் பின், பல்வேறு தூதுக்குழுக் களில் இடம் பெற்று, இங்கிலாந்து, சோவியத்யூனியன், ஜெர்மனி, சீனா, ஜப்பான் போன்ற நாடுகளுக்கு அவர் சென்று வந்தார். ஆனால் தேசநலனுக்காக அவர்-தொடர்ந்து மிகுதியாக உழைத்தார். இதன் விளைவாக அவர் உடல்நலம் இழந்தார். ஆகவே, பொது வாழ்க்கையிலிருந்து ஓய்வு பெற்ற அவர், மதுரை மாவட்டத்தில் காந்தி நிகேதன் ஆசிரமத்தில் தங்கினார்.

1956இல் பூதான இயக்கத்தின் பொருட்டு சுற்றுப்பயணம் மேற்கொண்ட வினோபா பாவே அவரைப் பார்க்கச் சென்றார். தன்னுடைய குடிசைக்குள் வினோபாஜியைக் குமரப்பா அழைத்துச் சென்றார். அந்தக் குடிசையில் மகாத்மா காந்தியின் படம் ஒன்று இருந்தது. மிகுந்த பாசத்துடனும், ஆழ்ந்த ஈடுபாட்டுடனும் அப்படத்தையே வினோபா பார்த்துக் கொண்டிருந்தார். ‘அவர் என்னுடைய தலைவர்’ என்று அமைதியைக் கிழித்துக் கொண்டு குமரப்பாவின் குரல் ஒலித்தது. ‘இதோ என்னுடைய தலைவரின் தலைவர்’ என்று மற்றொரு படத்தைச் சுட்டிக்காட்டிக் கூறினார். அந்தப் படத்தில் ஓர் ஏழை விவசாயி இருந்தார்.

1960ஆம் ஆண்டு ஜனவரி 30ஆம் நாளில், குமரப்பாவைச் சந்திப்பதற்காக ஒரு பெண் வந்தார். உரையாடி விடைபெற்றுச் செல்லும்போது, ‘இன்று காந்தியடிகளின் நினைவுக் கூட்டத்தில் கலந்துகொள்ள வேண்டும்’ என்று அப்பெண் குமரப்பாவிடம் கூறினார். ‘நானும் அந்தக் கூட்டத்தில் பங்கு பெறவேண்டும்’ என்று குமரப்பா உடனடியாக விடை கூறினார். இந்தப் பதில் அப்பெண்ணைக்

குழப்பமடையச் செய்தது. நலிவுற்ற அந்த உடல்நிலையில், குமரப்பாவால் எவ்வாறு அக்கூட்டத்திற்கு வரமுடியும்!

அன்று மாலை, தன்னுடைய இறுதி மூச்சுக்காற்றைச் சுவாசித்த குமரப்பா தன்னுடைய தலைவருடன் இரண்டறக் கலந்தார்.

13. ஜுகத்ராம் தவே

“வேட்ச்சியிலுள்ள ராணிபராஜ் பள்ளியைப் பற்றி மகிழ்ச்சிதரும் விளக்கத்தை நான் வெளியிட்டுள்ளேன்; அதனை எவ்வாறு நான் பெற்றேனோ அதில் ஒரு எழுத்தும் மாற்றமுமின்றி அப்படியே வெளியிட்டுள்ளேன். அப்படியே இருக்கவேண்டுமென்று தெரிந்தே நான் விட்ட சில வெளிப்படையான இலக்கணத் தவறுகளை வாசகன் அதில் காணலாம். இந்த நிறுவனத்தில், உடல் பயிற்சி மரியாதைக்குரியதாக இயற்கையாகவே கருதப்படுகிறது. கடும் பணியாக இல்லாமல், மனமகிழ்வு தருமாறு வாசித்தல், கற்றல், கணக்கு ஆகியவை கற்றுத்தரப்படுகின்றன. இவை அனைத்திலும் ஜுகத்ராம் தவேயின் கலைமனம் தெளிவாக வெளிப்படுகின்றது. முழுமையுடையதான் அவருடைய கலையுடன் போட்டிபோட நம்மால் முடியாது. பொங்கிவழியும் அவருடைய அன்புடன் போட்டி போட்டு நாமும் செயற்பட்டால், அவருடைய முன்மாதிரியான சிறிய கல்வி நிறுவனங்களைப் போல் ஏராளமானவற்றை நாடு முழுவதும் செயல்படுத்தலாம். தன்னுடைய நிலையை மாற்ற வேண்டிய கடும் தேவையை உடைய நம்முடைய பெருகிவரும் விவசாய மக்கள் கூட்டத்திற்கு அத்தகைய கல்வியைக் கொடுக்கலாம். பண்பாடு, நடத்தை, சுகாதாரமும் ஆரோக்கியமும் உடல்நலமும் பற்றிய அறிவு, சுயஉதவி, சுதந்திரமான அன்பு ஆகியவற்றை இந்த நிறுவனம் மனத்தில் அழுத்தமாகப் பதியவைக்கிறது. ராணிபராஜ் குழந்தைகளுக்கு மட்டுமே அந்தக்

• மேரி ஜீவன் கதா’ என்ற பெயரில், குஜராத்தியில் ஜுகத்ராம் தவே எழுதி, 1975இல் அகமதாபாத் நவஜீவன் பப்ளிஷிங் ஹவுஸ் வெளியிட்ட தன் வரலாற்று நூலை அடிப்படையாகக் கொண்டது. வெளியீட்டாளரின் அனுமதி பெற்றது.

• நாராயணன் தேசாயால் பதிப்பிக்கப்பெற்று 1984இல் வியாராவிலுள்ள கிராம சேவாசமாஜம் வெளியிட்ட, ‘வேட்சின்னோ வாட்லோ’ என்னும் தலைப்பிலான ஜுகத்ராம் தவே நினைவு மலர்.

கல்வி நிறுவனம் போதுமானது என்றும், ஏனைய வசதியும் வளமுமிக்க குழந்தைகளுக்கு அக்கல்வி வேண்டாமென்ற தவறான எண்ணம் நம்மில் ஒருவருக்கும் இருக்கமுடியாது. இன்றைய நம்முடைய கோடிக்கணக்கான பிள்ளைகளின் மூச்சுத்திணறும் கல்விக்கூடச் சூழலிலிருந்து விடுபட்டவர்களாக, சுதந்திரமாகச் சுவாசிப்பவர்களாக ராணிபராஜ் சிறுவர்கள் உள்ளனர் என்று எளிதில் காட்டலாம். ராணிபராஜ் பிள்ளைகளுக்குக் கடுமையாக இருப்பது, ஏனைய சிறுவர்களை மேம்படுத்த உதவாது. மாறாக, கோடிக்கணக்கில் உள்ள ஏனைய பள்ளிப் பிள்ளைகள், வேட்ச்சி யிலுள்ள ராணிபராஜ் பள்ளியில் சேர்ந்து கல்வி கற்றால், அவர்களும் அந்தச் சுத்தமான, வலுவான தேசிய உணர்வு என்னும் உயிர்ச்சத்துமிக்க ஓஸோன் காற்றை நன்கு சுவாசிக்க முடியும்; உழைப்பின் உயர்வைக் கற்றுக்கொள்ள முடியும். இன்றைய சூழலில் மிகவும் பெருத்த அளவில் உடல் உழைப்பின் மேன்மை தேவையாக உள்ளது. மாணவர்களுக்குத் தனிச்சலுகையாக அது அப்பள்ளியில் கற்றுத்தரப்படுகிறது; அந்த உழைப்பு மற்றவர்களின் பொறாமை யைத் தூண்டவல்லது."

-யங் இந்தியா, *05.09.1929*

அப்பள்ளியில் ஜுகத்ராம் தவே ஆசிரியராக இருந்தார்.

வேட்ச்சி மிகச்சிறிய ஒரு கிராமம். ஒப்பனை செய்து கொள்ளாத, புற அழகு இல்லாத, தன்னடக்கமுடைய, எளிமை யான ஆதிவாசிப் பெண்ணைப் போன்றது அந்தக் கிராமம். மலை, பள்ளத்தாக்கு, ஏரி, கடற்கரை போன்ற எதையும் சீதனமாக அந்தக் கிராமத்திற்கு இயற்கை கொடுக்கவில்லை. ஜாஞ்ஜ்ஹிரி என்னும் சிற்றாறுகூட அக்கிராமத்திற்கு இரண்டு கிலோமீட்டர் அப்பால் தான் சென்றது. ஓரிடத்தை அழகுபடுத்தும் புற அணிகலன்கள் எதுவுமே வேட்ச்சி கிராமத்திற்கு இல்லை. ஆனால், தனிச் சிறப்பைக் கொடுக்கக்கூடிய அக அழகை அது உருவாக்கிக் கொண்டது.

1949ஆம் ஆண்டு ஏப்ரல் மாதம் 17ஆம் நாளன்று வேட்ச்சி ஆசிரமத்திற்கு வருகை தந்தபோது, அதில் யாரோ ஒருவர் பணியாற்றிக் கொண்டிருப்பதாக தாம் உணர்வதாக அங்குள்ள ஆசிரமவாசிகளிடம் வினோபா கூறினார். ‘குருபக்தியில் நம்பிக்கை உள்ளவர்கள் அவரைக் குரு என்று அழைக்கலாம். மகன் (அல்லது மகள்) உறவு

மனநிலையுடையவர்கள், அவரைத் தந்தை என அழைக்கலாம். தங்களுக்குள் கடவுள் இருப்பதை உணர்பவர்கள், கடவுள் அவதாரம் இங்கு இருப்பதைக் காணலாம். நீங்கள் என்ன பெயரிட்டு அவரை அழைத்தாலும் சரி, அவருடைய ஆசிகள் நம்முடன் உள்ளன; நம்முடைய தலையின்மீது அவருடைய பேரானந்தம் தரும் கரம் உள்ளது. நீங்கள் இங்கு தவம் செய்துள்ளீர்கள். தவத்தின் மூலமே எதையும் நாம் அடைய முடியும்' என்றார் வினோபா.

ஒருவேளை மகாத்மா காந்தியடிகளைப் பற்றி வினோபா கூறியிருக்கலாம்; சுனிபாய் மேத்தா, சிமன்லால்பட், நரஹரிபரிக், மகாதேவதேசாய், உத்தம சந்த்ஷா, தில்குஷ்பாய் திவான்ஜி, ரவிசங்கர் மகராஜ், பாபல்பாய் மேத்தா, நாராயணன் தேசாய், மோகன் பரிக், அன்னபூர்ணா மேத்தா ஆகியோரையும் இன்னும் தெரிந்தவர்களையும் பெயர் தெரியாதவர்களையும் தவம் செய்தவர் களாக வினோபா ஒருவேளை குறிப்பிட்டிருக்கலாம். ஆனால் வேட்ச்சி என்றாலே ஜுகத்ராம் தவே என்று பொருள்படுமாறு ஆகிவிட்டது.

19ஆம் நூற்றாண்டின் பின்பகுதியிலும் 20ஆம் நூற்றாண்டின் முற்பகுதியிலும் தீவிரமான செயற்பாடு நம்நாட்டில் காணப் பட்டது. நம்நாட்டின் மூலைமுடுக்குகளில் எல்லாம் உருவாகிய புகழ்பெற்ற நெருப்பின் ஒளிவெள்ளம் பாயாத ஒரு சிறிய துறைகூட இல்லை. அந்த ஒளி வெள்ளத்தில், ராமகிருஷ்ண பரமஹம்சர், விவேகானந்தர், ராம்மோகன்ராய், கேசவ சந்திரசென், ரவீந்திரநாத் தாகூர், சுப்பிரமணிய பாரதி, ரவிவர்மா, குமாரசாமி, ரானடே, திலகர், கோகலே, காந்தியடிகள் ஆகியோரைக் காண்கிறோம். குஜராத்திலும் இதே நிலைதான். நர்மத், கோவர்த்தனராம், சர்தார், தக்கர் பாபா, ரவிசங்கர் மகராஜ், வினோபா பாவே, காகா கலேல்கர், மஷ்ருவாலா, மகாதேவ், நரஹரிபரிக், ஜுகத்ராம் தவே ஆகியோரை நாம் பார்க்கிறோம். மகாத்மா காந்தியடிகளால் தூண்டப்பட்டு மனமாற்றம் பெற்றவர்களின் குழுவில் இவர்கள் உள்ளனர்.

தம்முடைய சரியான பிறந்தநாள் எதுவென்று தமக்குத் தெரியாது என்றும், உத்தேசமான பிறந்தநாள் 1.9.1892 என்றும் மேரி ஜீவன் கதா' என்னும் தம்முடைய வாழ்க்கை வரலாற்று நூலில் ஜுகத்ராம் தவே கூறுகிறார். அவருடைய குடும்பம், விரம்கம் என்னும் இடத்தில் இருந்து குடிபெயர்ந்து லக்தருக்கு வந்தது. லக்தரின்

ஆட்சியாளர் பணியில், ஜுகத்ராமின் தாத்தா கணபத்ராம் தவே இருந்தார். பொதுவாக, அவர் 'பாபா' என்று அழைக்கப் படுவார். அந்தப் பாட்டனாரும் தன் பேரப் பிள்ளைகளிடம் மிகுந்த அன்பும் மரியாதையும் கொண்டிருந்தார். தன்னுடைய ய பேரனை நீச்சல் பழக மோதிசருக்கு அவர் அழைத்துச் செல்வது வழக்கம். ஜுகத்ராமும் நீச்சலில் எப்போதும் விருப்பம் கொண்டிருந்தார். அதற்குக் காரணமான தன் பாட்டனாரை அவர் நன்றியுடன் நினைவுகூர்ந்தார்.

குழந்தைகளால் 'காக்காபாய்' என்று அன்புடன் அழைக்கப் பட்டு வந்த ஜுகத்ராம் தவேயின் தந்தை சிமன்லால் தவே, பம்பாயில் பிளேக் நோயில் காலமானார். ஆகவே, தந்தையின் அன்பையும் அரவணைப்பையும் ஜுகத்ராம் பெறவில்லை. அவருடைய தாய் நானுபாய், பாட்டனார் கணபத்ராம் ஆகிய இருவரே, ஜுகத்ராமின் இளம்பருவ வாழ்வில் அவரைப் பாதித்த வர்கள். அந்தணர் குடும்பத்தில் பிறந்த ஜுகத்ராம் தவே இயல் பாகவே பண்பாடும் நன்னடத்தையும் கொண்டிருந்தார். சிறு வயதிலே அவர் நன்கு ஊட்டம் பெற்றார். அவருடைய இளம் பருவத்தின் பெரும்பாலான காலத்தை அவர் கழித்த வாதவான், டிரங்கத்ரா ஆகிய இரு நகரங்களும் அவரைப் பெரிதும் பாதித்தன.

மெட்ரிகுலேஷன் தேர்விற்காக அவர் பம்பாய் சென்று, பீபல்வாடியில் உள்ள தன்னுடைய மூத்த சகோதரர் மாதவ லாலுடன் தங்கினார். அத்தேர்வில் முதல் முயற்சியில் அவர் தோல்வியுற்றதால், அமெரிக்க நிறுவனம் ஒன்றில் ஜுகத்ராமை எழுத்தர் பணிக்கு அவருடைய சகோதரர் சேர்த்துவிட்டார். பீபல்வாடியில் தங்கியிருந்த சமயம், நரஹர் சாஸ்திரி கோட்சே என்பவர் நிகழ்த்திய கீதை, உபநிடதங்கள் குறித்த பேருரைகளை ஜுகத்ராம் கேட்டார். அவருடைய புரிதல் திறனையும் மொழி வெளிப்பாட்டையும் அவ்வுரைகள் செழுமைப்படுத்தின. இங்கேயும், தன்னைவிட வயதில் சிறிது மூத்தவரான இளம் துறவியை அவர் சந்தித்தார். அத்துறவி, இளந்தாடியும் ஊடுருவும் ஒளி மிக்க கண்களும், அழகும் நல்ல நகைச்சுவையுணர்வும் உடையவராக இருந்தார். குஜராத்தி, மராத்தி, இந்தி, ஆங்கிலம் ஆகிய மொழி களைச் சரளமாகப் பேசும் ஆற்றலுடைய அத்துறவி, லோக்மான்ய திலகர் போன்ற தலைவர்களுடன் நன்கு தொடர்பு கொண் டிருந்தார். அந்த இளந்துறவிதான் சுவாமி ஆனந்த் ஆவார்.

அவர்தான் ஜுகத்ராம் தவேயை 'வீஸ்மி சதி' இதழின் ஆசிரியர் ஹாஜிமுகம்மது அலாரகியாவிடம் அறிமுகப்படுத்தினார். வீஸ்மி சதி இதழ் அலுவலகத்தில் ஜுகத்ராம் தவேக்கு வேலை கிடைத்தது. அவரும் அச்சுக்கலையை அங்கு நன்கு கற்றார். பம்பாயில் ஜுகத்ராம் தவேயின் உடல்நிலை மிகவும் சீர்கெட்டது, ஆகவே, சுவாமி ஆனந்த், அவரை ஒரு அறிமுகக் கடிதத்துடன் காகாசாகேப் கலேகரிடம் பரோடாவிற்கு அனுப்பிவைத்தார். தவேக்கு அங்கு காகாசாகேப் தவிர வேறு ஒருவரையும் தெரியாது; எனவே, புத்தகங் களைப் படிப்பதிலும் காகாசாகேப்பின் இரு பிள்ளைகளான சங்கர், பால் ஆகிய இருவருடனும் விளையாடுவதிலும் தன் பொழுதைக் கழித்தார். ஓவியரும் வண்ணந்தீட்டுபவருமான ரவிசங்கர் ராவலைச் சந்தித்தது ஜுகத்ராமின் வாழ்க்கையில் மேலும் ஒரு பரிமாணத்தைக் கூட்டியது. இதையும்விட மேலாக, வங்காளி மொழியைத் தவே கற்றார். அம்மொழியிலுள்ள பங்கிம்சந்திர சட்டோபாத்யாவின் உள்ளுணர்வைத் தூண்டும் நாவல்களைப் படித்தார். அதன் பின்னர், சயோஜிராவ் அதிகாரியையும் அவர்கள் வட்டத்தில் சாகேப் என்று அழைக்கப்பட்டவருமான ஸ்ரீ தேஷ்பாண்டேவையும் ஜுகத் ராமிற்குக் காகா கலேகர் அறிமுகப்படுத்தினார். சயோஜிபுராவில் கோயில் ஒன்றைக்கட்ட தேஷ் பாண்டே விரும்பினார். அக் கோயிலில் நாள்தோறும் அனைத்துச் சடங்குகளையும் செய்வதற்கு ஓர் அந்தணர் அவருக்குத் தேவைப்பட்டார். இப்பணிக்கு ஜுகத்ராம் தவேயைக் காகாசாகேப் பரிந்துரைத்தார். அதனால் கிராம வாழ்க்கையை அறிந்துகொள்ள தவேக்கு உதவினார்.

இங்கிலாந்தில் சட்டக்கல்வி படித்த காலத்தில் காந்தியடி களுடன் படித்த வகுப்புத்தோழர் தேஷ்பாண்டே சாகிப். ஆகவே, அகமதாபாத்திற்கு வந்து கோச்ரப் ஆசிரமத்தில் மகாத்மா காந்தி தங்கும் போதெல்லாம், காந்தியடிகளை அவருடைய இருப்பிடத்தில் சென்று தேஷ்பாண்டே சந்தித்து வந்தார். தேஷ்பாண்டேயும் சுவாமி ஆனந்தும் இவ்வாறு சந்தித்து வந்தனர். தன்னுடைய வலையை விரித்து, உரிய ஆட்களைப் பிடிக்கும் கலையில் காந்தியடிகள் வல்லவர். இந்த இரு இளைஞர்களின்மீது காந்தியடிகளின் பார்வை விழுந்தது. சிறிது காலத்தில், காந்தியடிகள் கல்வித்துறையில் தம்முடைய சோதனைகளைத் தொடங்கினார். காகாசாகேப்பின் கல்வித்துறை

ஆர்வத்தை அறிந்து கொண்ட காந்தியடிகள், காகா கலேகரைத் தம்மிடம் அனுப்பிவைக்குமாறு தம் நண்பர் தேஷ்பாண்டேயிடம் கேட்டார்.

நவஜீவன் இதழின் பொறுப்பை மகாத்மா காந்தியடிகள் ஏற்றவுடன், சுவாமி ஆனந்தை அவர் நினைத்தார். சுவாமி ஆனந்தைத் தம்மிடம் அழைத்துக் கொள்வதற்கு அவர், தேஷ்பாண்டே, காகா கலேகர் ஆகிய இருவரின் உதவியையும் பயன்படுத்தினார். குளிர்காலத்தை அடுத்து இளவேனில்காலம் தொடர்ந்து வருவதைப்போல, சிறிதுகாலம் கழித்து ஜுகத்ராம் தவேயும் சுவாமி ஆனந்துடன் இணைந்து நவஜீவனில் பணியாற்றத் தொடங்கினார். ஆனால், நாள்தோறும் காலையிலும் மாலையிலும் ஆசிரமத்தில் உள்ள காகா சாகேப் வீட்டில் தன்னுடைய பொழுதைக் கழித்தார். காந்தியடிகளின் தூண்டுதலால் 1917ஆம் ஆண்டில் ஆசிரமத்தில் 'ராஷ்டிரிய சாலா (தேசியப்பள்ளி) தொடங்கப்பட்டது. அந்தச் சோதனையில், குறிப்பாக சிறுவர்களுக்குப் பயிற்சி அளிப்பதில் ஜுகத்ராம் தவே ஆர்வம் காட்டினார். 'நவஜீவன்' பத்திரிகை அச்சுப்பணி எவ்வளவு கடுமை யானதாக இருந்தாலும், அதில் முழுமையாக ஈடுபட்டாலும், பள்ளியில் பணிசெய்து கல்வி கற்பிக்கவே அவர் மனம் நாட்டம் கொண்டது. இந்த உத்தேச கல்விப் பணியில் தவேக்கு இருந்த ஈடுபாட்டையும் ஆர்வத்தையும் சோதித்து அறிந்துகொண்ட காந்தியடிகள் ஜுகத்ராமை அப்பள்ளியில் கல்வி கற்பிக்க அனுமதித்தார். பள்ளியில், சங்கல்சத்த் ஷா, நரஹரிபாய் பரிக், காகாசாகேப் கலேகர், வினோபா பாவே, கிஷோரிலால் மஷ்ரு வாலா ஆகியோருடன் இணைந்து, ஜுகத்ராம் தவே பணியாற்றி னார். உலகத்தில் எந்த ஊரிலும் காணப்படாத அளவிற்கு இந்தத் தொடக்கப்பள்ளி ஆசிரியர்களின் கற்பிக்கும் தரம் உயர்ந்து இருந்தது. உண்மையில், மகாத்மா காந்தியடிகளின் நடமாடும் பல்கலைக்கழகமாக இப்பள்ளி இருந்தது. கல்வித் துறையில் காந்தியடிகள் செய்ய விரும்பிய சோதனைகளைச் செய்துமுடிக்கும் ஆற்றல்மிக்க மூவராக, காகா சாகேப், மகன்லால் காந்தி, வினோபா ஆகியோர் இருந்தனர். தேசியக் கல்வியின் முன்னோடிகளாகவும் ஒளிவிளக்குகளாகவும் அவர்கள் மூவரும் இருந்தனர்.

இந்த வேளையில், மற்றொரு பக்கத்தில், ஒத்துழையாமை இயக்கத்திற்கான ஆரம்பப்பணிகளைப் பாபு தொடங்கியிருந்தார்.

ஒத்துழையாமை இயக்கத்தில் பங்குபெற விரும்பிய மாணவர்களுக்காக, 1920ஆம் ஆண்டு அக்டோபர் 18ஆம் நாளன்று காந்தியடிகள் குஜராத் வித்யாபீடத்தைத் தொடங்கினார். ஒத்துழையாமை இயக்கத்தின் செயற்பாட்டிற்குரிய இடமாகப் பர்தோலி கிராமத்தை அவர் தேர்ந்தெடுத்தார். 1922ஆம் ஆண்டு பிப்ரவரி மாதம் 1 ஆம் நாள் அன்று, வைசிராயிடம் இந்த ஒத்துழையாமை இயக்கத்திற்காக இறுதி அறிவிப்பு ஒன்று கொடுக்கப்பட்டது. பர்தோலிக்குச் சென்று, அங்கிருந்து செய்திகளை உடனுக்குடன் நவஜீவன் இதழுக்கு அனுப்பி வைக்குமாறு ஜுகத்ராம் தவேயிடம் சுவாமி ஆனந்த் கூறினார். கிராமம் ஒன்றிற்குச் சென்று அங்கேயே தங்கியிருந்து, கிராமத்தின் மாற்றத்திற்காகவும் மேன்மைக்காகவும் வாழ்நாள் முழுவதும் உழைக்கவேண்டும் என்ற சிந்தனைத் தாக்கத்தை பர்தோலி கிராம வாழ்க்கை ஜுகத்ராமிடம் ஏற்படுத்தியது. இந்த எண்ணத்தை அவரால் உடனடியாகச் செயல்படுத்த முடியவில்லை. ஏனென்றால், அடுத்தடுத்து மிக வேகமாக எல்லா விஷயங்களின் வடிவையே மாற்றுகின்ற நிகழ்ச்சிகள் நாட்டில் நடந்தன.

1922ஆம் ஆண்டில் சுவாமி ஆனந்த் கைது செய்யப்பட்டதும், நவஜீவன் இதழை நடத்தும் பொறுப்பு ஜுகத்ராம் தவேயின் தோள்களில் விழுந்தது. 1923ஆம் ஆண்டில் சுவாமி ஆனந்த் விடுதலை பெற்று வெளிவரும்வரை அவர் இப்பொறுப்பை ஏற்றுச் செயற்பட்டார். காந்தியடிகள் கூறிய 'கிராமத்திற்குத் திரும்புவோம்' என்னும் அழைப்பைக்கேட்டு அதில் தன் ஆன்மாவைக் கண்டதால் அதற்காக அவர் நவஜீவன் இதழ் பணியை விட்டார். இடைப் பட்ட காலத்திற்காக, பர்தோலி கிராமத்திலே ஜுகத்ராம் தவே தங்கினார்.

1922ஆம் ஆண்டு மார்ச் 18ஆம் நாளன்று, ஆறாண்டுக் கடுங்காவல் தண்டனையை மகாத்மா காந்தி பெற்றார். அடுத்த செயல் என்ன என்பதில் ஒவ்வொருவருக்குள்ளும் குழப்பம் காணப்பட்டது. இந்தியாவிலுள்ள கிராமங்களில் ஆக்கபூர்வமான பணிகள் செய்வதன் மூலமே சுயராஜ்யம் அடைய முடியும் என்பதைக் காந்தியடிகள் மிகவும் தீவிராக நம்பினார். இதனைக் காந்தியடிகளின் சீடர்களும் அறிந்திருந்தனர். ஆகவே, தம்முடைய செயல்பாடுகள் அனைத்திற்கும் அடிப்படையான மக்கள் கூட்டத்தைக் காந்தியடிகள் ஏற்கெனவே தேர்ந்தெடுத்திருந்தார். சான்றாக, திலகர் நிதி என்ற பெயரில் தான்

திரட்டும் நிதிக்கு ஒவ்வொரு மனிதரும் ஆளுக்கு ஒரு ரூபாய் தரவேண்டும் என்று காந்தியடிகள் விரும்பினார். இந்த நிதி உதவியைக் கொண்டு நம்கிராமங்கள் அனைத்திலும் பத்துலட்சம் ராட்டைகள் இயங்க வேண்டும் என்று அவர் விரும்பினார். அதேபோன்று, காங்கிரஸ் கட்சியின் உறுப்பினர் பட்டியலில் ஒருகோடி பேருக்குக் குறை வின்றி இடம்பெற்றிருக்க வேண்டும் என்று அவர் விரும்பினார். இந்தியக் கிராமங்களை இந்தச் சந்தர்ப்பத்தில் விழிப்படையச் செய்வதன் மூலமே இது முடியும். 'கிராமங்களுக்குத் திரும்புவோம்' என்ற காந்தியடிகளின் அழைப்பின் பின் உள்ள கோட்பாடு இதுவே. மகாத்மாவின் இந்த அறைகூவலைக்கேட்டு, நரஹரிபாய்பரிக், தன் மனைவி மணிபென், பிள்ளைகள் வனமாலா, மோகன் ஆகியோருடன் சங்கர்லால் பங்கர், அனுசுயாபென் ஆகியோரும், சகன்லால் ஜோஷி, டாக்டர் திரிபோவன்தாஸ், உத்தம்சந்த்ஷா ஆகியோரும் சர்பன் கிராமத்திற்குச் சென்று அங்கு ஆசிரமம் ஒன்றைத் தொடங்கினர். 1924ஆம் ஆண்டில் ஜுகத்ராம் தவேயும் சர்பன் சென்றார். மகன்லால் காந்தியும் ஆர்வத்துடன் இந்தச் சந்தர்ப்பத்தில் பர்தோலிக்குச் சென்றார். போதுமான கதராடை களை உற்பத்தி செய்வதன்மூலம் பர்தோலி கிராமத்து விவசாயி களைத் தங்களின் உடைத்தேவைகளில் தன்னிறைவு பெறச் செய்ய

அவர் விரும்பினார். பஞ்ச்மகால் மாவட்டத்திலுள்ள பவகத் என்னும் இடத்திற்கு லட்சுமிதாஸ் ஆஷர் தன் மனைவி வேலா பென்னுடன் சென்றார். இந்த ஆசிரமங்களை முன்னிருந்து நடத்திய முதன்மை மனிதரின் விருப்பங்களுக்கும் அழுத்தத்திற்கும் ஏற்பச் சிற்சில வேறுபாடுகள் காணப்பட்டாலும், இந்த ஆசிரமங்கள் அனைத்தும் ஏறத்தாழ சபர்மதி ஆசிரமத்தை முன்மாதிரியாகக் கொண்டு நிறுவப்பட்டன.

ஆசிரமப் பண்பாட்டின் முன்னோடிகளான இவர்கள், இந்திய விடுதலைப் போராட்டத்தில் ஒருபோதும் பின்னடைந்ததில்லை. அரசாசங்கத்தை நிலைகுலையச் செய்யுமாறு அவர்கள் ஈடுபட்ட போராட்டங்களுக்காக அனேகமாக அவர்கள் அனைவருமே சிறைத்தண்டனை பெற்றார்கள். ஆனால், மக்களுக்கு விழிப்புணர்வு ஊட்டி, எதிர்காலத்தில் தங்கள் நாட்டை வழிநடத்திச் செல்லுமாறு அவர்களுக்குக் கல்விகற்பிப்பதையே தங்களின் முதன்மைப்பணி

என்று அவர்கள் கருதினர். மனிதனின் முழுமையை திட்டமிட்டு உருவாக்க வேண்டும் என்று காந்தியடிகள் கனவு கண்டதற்கு ஏற்ப ஆசிரமவாசிகள் செயல்பட்டனர். மனிதனை மிகுதியும் பண் பட்டவனாகவும், மிகவும் சுதந்திரம் பெற்றவனாகவும், மிகவும் பண்பார்ந்தவனாகவும், மொத்தத்தில் மிகச்சிறந்த மனிதனாக உருவாக்க முழு அமைப்பும் திட்டமிட்டுச் செயலாற்றியது. ஆனால் துரதிர்ஷ்டவசமாக, விடுதலைப்போராட்ட அரசியல் பிரிவினரான நம்முடைய அரசியலாளர்கள் இதனை மனமார செயற்படுத்த வில்லை. அவ்வாறு அவர்கள் செயல்பட்டிருந்தால் நம்மைச் சுற்றிலும் இன்று நாம் காணும் வடிவம் இப்போதுள்ளதைவிடவும் இன்னும் மிகச்சிறந்ததாக உருப்பெற்றிருக்கும்.

காந்தியடிகளின் பெரிய குடும்பத்தைச் சார்ந்த ஆக்கப்பணி யாளர்கள், இயற்கையின் சீற்றங்களான பெருவெள்ளம், வறட்சி, பஞ்சம், இனக்கலவரம் போன்றவை ஏற்பட்ட சமயங்களில் எல்லாம் முன்னணியில் நின்று துயர்துடைப்புப் பணியாற்றினர். காந்தியடிகள் தலைமை ஏற்று நடத்திய போராட்டங்கள் அனைத்திலும் ஈடுபட்டு, தங்கள் வாழ்க்கையின் பொன்னான நேரத்தில் சில ஆண்டுகளைச் சிறைக்கம்பிகளின் பின்னே அவர்கள் கழித்தார்கள். ஜுகத்ராம் தவேயும் அனைத்திலும் பங்கேற்றார். ஆனால் அவற்றை எல்லாம் இங்குக் கணக்கிட வேண்டியதில்லை. குஜராத்தில் மிகவும் பின்தங்கிய நிலையில் இருந்த உறங்கிக் கொண்டிருந்த வேட்ச்சி கிராமத்தை ஜுகத்ராம் தவே எவ்வாறு உருப்பெறச் செய்தார் என்று நாம் காண்போம்.

சபர்மதி ஆசிரமத் தேசியப்பள்ளியில் (ராஷ்டிரிய சாலாவில்) ஜுகத்ராம் கற்பித்துவந்தபோது ஸ்ரீ கிஜுபாய் படேகாவைச் சந்தித்தார். குஜராத்தில் சிறுவர் கல்வியின் முதலாமவரான அவர், சில சமயங்களில் ஆசிரமத்திற்கு வருகை தருவார். இந்த வருகைகள், ஜுகத்ராம்-கிஜுபாய் இருவரிடையிலும் நட்பை வளர்த்தது. இலக்கியத்திலும், குறிப்பாகக் கவிதையிலும் ஜுகத்ராமிற்கு உயிர்த் துடிப்பான ஈடுபாடு இருந்தது. ஆகவே, ஜுகத்ராம் குழந்தைப் பாடல்களை இயற்றினார். அத்துடன், மிகுந்த ஈடுபாட்டுடன் குழந்தைகளுக்கான நூல்களை இயற்றினார். காந்தியடிகளின் பள்ளியிலிருந்த மூவராட்சியில் இருந்து, மூன்று போக்குகளை ஜுகத்ராம் தேடிப்பெற்றார். அவை:

காகாசாகேபிடமிருந்து இலக்கியம்; மகன்லால்காந்தியிடமிருந்து இயந்திரத்தொழில் நுட்ப உத்திகள்; வினோபாவிடமிருந்து நம்முடைய பழமையான செவ்வியல் கால நாகரிகமும் பண்பாட்டு மரபுமான செல்வம். வேட்ச்சி கிராமத்திற்கு அருகில் ஓடும் ஜாஞ்ஜ்ஹிரி நதியின் கரையில் இந்த மூன்று நதிகளின் சங்கமத்தைக் கொண்டுவர ஜுகத்ராம்/ விரும்பினார்.

பர்தோலியிலிருந்து ஆசிரமத்தின் எளிமையான தொடக்கத்தை அவர் செய்தார். ஆதிவாசிகளின் நடுவில் பணிபுரிவதற்கு அவர் பெருவிருப்பம் கொண்டிருந்தார். ராணிபராஜ் என்ற பெயரே ஆதிவாசியைக் குறிக்கும் பெயராக இருந்தது. பெரும்பாலும் டாக்டர் சுமந்த் மேத்தாவால் அது கொடுக்கப்பட்டிருக்கக்கூடும். அந்தக் கிராமத்து மக்களின் வறுமையாலும், அவர்கள் சுரண்டப் படும் அவலத்தாலும் ஜுகத்ராம் பெரிதும் ஈர்க்கப்பட்டார். உள்ளத்தில் உண்டான இந்த வேதனை உணர்விலிருந்துதான், வேட்ச்சி கிராமத்திலே இனி தங்கி, வாழ்ந்து, அக்கிராமத்தைக் காந்தியடிகளின் ஆதாரக் கல்விக்குரிய தனித் தன்மைமிக்க மையமாக உருவாக்க வேண்டும் என்ற உறுதி அவருள் பிறந்தது. அனேகமாக அறுபது ஆண்டுக்கால பக்தியின் விளைச்சலில் வேட்ச்சி கிராமம் உருவாகியுள்ளது. ஆதிவாசி மக்களுக்காகத் தொண்டாற்ற வேண்டும் என்பதும் அம்மக்களிலிருந்தே ஆசிரியர்களையும் உழைப்பாளிகளையும் உருவாக்கி, அவர்கள் காந்திய வாழ்க்கைமுறையை இலக்காகக் கொண்டு, நடைமுறையில் வாழ்ந்து காட்டி உருவாக்கிக் காட்டுவர் என்பதும் அதன் நோக்கங்களாகும். அந்த வாழ்க்கைநெறி, மரியாதையும் எளிமையும் நிறைந்த முன்மாதிரியான வாழ்க்கையைத் தரும்; தொண்டின் மூலம் தன்னிறைவை அடைவதையும் அது தரும். இந்த நோக்கங்கள் யாவும் முழுமையாக வெற்றி பெற்றிருக்காது. கிராமத்தின் அருகிலுள்ள பல பகுதிகளிலும் இது தாக்கத்தை ஏற்படுத்தி, வேட்ச்சிக்கு இணையாகத் தாங்களும் வளரவேண்டும் என்ற எண்ணத்தைப் பிற கிராமங்களில், ஏற்படுத்தியது. வியாரா, சொங்கத், மாண்ட்வி, மகுவா, தரம்பூர், டாங் போன்ற குஜராத்தின் பலமாவட்டங்களுக்கு இந்தச் சிந்தனைகள் பரவின. வேட்ச்சி ஒரு பெரிய ஆலமரம்போல வளர்ந்திட, அதன் நிழலிலே ஏராளமான எண்ணற்ற விழுதுகள் வளர்ந்தன.

அவை யாவும் காந்தியடிகளின் கிராமக்குடியரசு முறைக் கனவை ஒத்திசைப்பனவாக ஒலித்தன. ஆக்கபூர்வமான செயல்பாடு என்னும் துறையில் செயற்கரிய செயலுக்கான ஜம்னாலால் பஜாஜ் விருதை ஜுகத்ராம் தவே பெற்றார். குடியரசுத் தலைவர் ராஜேந்திர பிரசாத், பிரதமர் ஜவஹர்லால் நேரு, டாக்டர் ஜாகிர் ஹுசேன், இந்திராகாந்தி ஆகியோர் பர்தோலி, வேட்ச்சி ஆசிரமங்களுக்கு வருகை தந்தனர். வேட்ச்சி கிராமத்தில் ஆதாரக்கல்வி என்னும் கோட்பாடு அவதாரம் எடுத்துள்ளதைப் பார்த்து டாக்டர் ஜாகிர் ஹுசேன் மிகவும் மகிழ்ந்தார். மனத்தில் படைப்பாளனாக விளங்கும் ஒரு மனிதனின் படைப்பாக வேட்ச்சி இருப்பதைக் கண்டு அவர் மகிழ்ந்தார். பொறுமையுடன் ஒரே இடத்தில் விடாப்பிடியாக இருந்து பணிசெய்தல், புறக்கணிக்கப் பட்ட ஒடுக்கப்பட்ட மக்களுக்காகப் பாடுபட வேண்டும் என்ற விருப்பம், தாம் பணிசெய்யும் மக்களோடு இரண்டறக் கலந்து பணிசெய்யும் கலை, காந்தியடிகளின் நோக்கத்தை அளவுகோலாகக் கொண்டு தன்னுடைய பணிகளைச் சோதனை செய்து அளந்து பார்க்கும் திறன், தான் வேலைசெய்யும் மனித இனத்திலிருந்தே வேலையாட்களை உருவாக்கும் கலை, பெரிய பொறுப்புக்களை அவர்களே சுமக்கும்படியாக அவர்களை ஊக்கப்படுத்தும் திறன், பொதுமக்கள் மொழியில் பேசவும் எழுதவும் கூடிய ஆற்றல், சிறந்ததும் மேன்மையானதுமான சமூகத்திற்கு மக்களை வழி நடத்திச் செல்லும் ஆற்றல் ஆகியன ஜுகத்ராம் தவேயிடம் காணப்பட்ட சீரிய பண்புகள் ஆகும்.

ஆசிரியர், சமூகப்பணியாளர் என்ற முறையில் ஜுகத்ராம் தவே தன்னுடைய வேலையை அடக்கத்துடனும் ஆன்ம நிறைவுடனும் செய்தார். வாழ்க்கைக்குத் தேவையான கலைகள் பலவற்றிலும் வல்லவர்களான பல ஏகலைவர்களை உருவாக்கிய துரோணாச்சாரியராக விளங்கியதில் அவர் நிறைவு அடைந்தார். நவீன யுகத்தில் வாழ்ந்த துறவியாக அவர் இருந்தார். அவர் இருந்த குடிசையின் பெயர், ‘பிராச்சி’. இந்தப் பெயரை அவர் ஏன் தேர்ந்தடுத்தார் என்று தெரியவில்லை. ஆனால், அந்தப் பெயர் பொருளுடையதாக உள்ளது. ‘பிராச்சி’ என்ற சொல்லிற்குக் கிழக்குப் பக்கம், சூரியன் உதிக்கும் திசை என்று பொருள். அந்தத் திசையின் விடிகாலை நேர விழிப்புணர்வுடன், பறவைகளின்

இனிய ஓசையான மந்திர உச்சாடன ஒலிகள் காற்றை நிரப்பத் தொடங்கும். ஒருவேளை, ஜுகத்ராம் இப்பணிகள் அனைத்தையும் மனமறிந்து செய்திருக்கலாம். 1922ஆம் ஆண்டில் அவருடைய தாயார் காலமான பின்னர், ஜுகத்ராம் தவே முற்றிலும் வேறுபட்ட உலகத்தைத் தன்னுள் உருவாக்கிக் கொண்டார். அந்த உள்உலகில் காந்தியடிகளின் உருவத்தைத் தன் இதயத்தில் செதுக்கி வைத்து வழிபாடு செய்யும் ஏகலைவனாக அவர் ஆனார். பள்ளிகள், தங்கு மிடங்கள், பால்வாடிகள், கதர் உற்பத்தி நிறுவனங்கள், பல்வேறு வெற்றிடங்களில் பயிற்சிமையங்கள் என அனைத்தையும் ஜுகத்ராம் உருவாக்கினார். இருந்தபோதிலும், அவரைப் பாராட்டிப் புகழ்ந்துரைத்தால், "நான் என்ன செய்துவிட்டேன்? முள்வேலியில் நான் ஒரு எளிமையான கொடியாக இருந்தேன்" என்று மிகவும் எளிதாகப் பதில் கூறிவிடுவார். ஜுகத்ராம் தவேயின் சொற்கள் செயற்கையானதாகவோ, போலியான தன்னடக்கமுடையதாகவோ இல்லை. இயற்கையாகச் சொல்லப்பட்ட, இயல்பான, அலங்காரம் ஏதுமற்ற இதயத்திலிருந்து வந்த சொற்கள் அவை. ஜுகத்ராம் தவே மனநிறைவுடன் 1985ஆம் ஆண்டில் இறந்தபோது, பூமித்தாயின் பெரிய உடம்பில், அந்த மனிதனும் பொருளும் ஒருசேர ஒன்று கலந்தனர்.

துணைநூற்பட்டியல்

அலுவாலியா, பி.கே: டாக்டர் ஜாகிர் ஹுசேன்-ஓர் ஆய்வு, ஸ்டெர்லிங் பப்ளிஷர்ஸ் (பி), தில்லி, 1970.

தவே, ஜுகத்ராம்: மேரி ஜீவன் கதா, குஜராத்தி மொழியில் எழுதப்பட்ட தன் வரலாறு, நவஜீவன் பப்ளிஷிங் ஹவுஸ், 1975.

தேசாய், வனமாலா: நரஹரிபாய், குஜராத்தி மொழியில் எழுதப்பட்ட வாழ்க்கை வரலாறு, பால்கோவிந்த பிரகாசன், அகமதாபாத், 1977.

ஜோஷி சகன்லால்: சத்தியாக்கிரக ஆசிரமம்-அனே காந்தி பரிவார், சபர்மதி ஆசிரமம் சமாரக் அனே சுரக்ஷா டிரஸ்ட், அகமதாபாத், 1975.

கிருபளானி,ஜே.பி.: காந்தி- அவர் வாழ்வும் சிந்தனையும், பப்ளிகேஷன்ஸ் டிவிஷன், இந்திய அரசு, புது தில்லி, 1970. மேகானி ஜாவர்சந்த், மனசைனா தீவா, நாதலால் எம்.ஷா, கதியாவாட் லிட், ரான்பூர், 1945.

முஜிப் எம்.: டாக்டர் ஜாகிர் ஹுசேன், நேஷனல் புக் டிரஸ்ட், இந்தியா, புதுதில்லி, 1970.

நரங்க், கே.பி.: 'என்னுடைய வாழ்வும் போராட்டமும்' - பாதுஷா கானின் தன் வரலாறு, ஹிந்த் பாக்கெட் புக்ஸ் லிமிடெட், புதுதில்லி, 1969.

நாராயண், ஸ்ரீமன்: வினோபா-அவருடைய வாழ்வும் பணியும் பாப்புலர் பிரகாஷன், பம்பாய், 1970.

நூரானி, ஏ.ஜி.: ஜாகிர் ஹுசேன்-மேன்மையை நோக்கிய தேடல், பாப்புலர் பிரகாஷன், பம்பாய், 1967.

பாண்டியா, ஜெயந்த்: மீராபென்-சுருக்கமான வாழ்க்கை வரலாறு, மகாதேவ தேசாயின் பிறந்தநாள் நூற்றாண்டுவிழாக்குழு, ஹரிஜன் ஆசிரமம், அகமதாபாத், 1992.

பரிக், நரஹரி, டி: சிரேயர்த்தினி சாதனா, நவஜீவன் பப்ளிஷிங் ஹவுஸ், இரண்டாம் பதிப்பு, 1992.

ஸ்லேட் மெடலீன் (மீராபென்), ஆன்ம யாத்திரை (*The Spirit's Pilgrimage*). லாங்மென்ஸ் கிரீன் அன் கோ, லிமிடெட், லண்டன், 1960.

டாண்டன், பி.டி., ஆச்சார்ய, ஜே.பி. கிருபளானி-ஒரு கருத்துக் கோவை, ஹிந்த் கிதாப்ஸ் லிமிடெட், பம்பாய், 1948.

டெண்டுல்கர், டி.ஜி., 'அப்துல் கபார்கான்- போராட்டமே நம்பிக்கை', பாப்புலர் பிரகாஷன், பம்பாய், 1967.

வினாயக், எம்., ஜேசி. குமரப்பாவும் உலக அமைதிக்கான அவரது தேடலும், நவஜீவன் பப்ளிஷிங் ஹவுஸ், அகமதாபாத், 1956.

யூனுஸ் முகம்மது, 'எல்லைப்பகுதி பேசுகிறது, மினர்வா புக் ஷாப், அனார்கலி,லாகூர்.

சிறப்புத் தொகுதிகள்

மகாத்மா காந்தியின் தொகுப்பு நூல்கள், பப்ளிகேஷன்ஸ் டிவிஷன், இந்திய அரசு, புதுதில்லி.

மூதி உன் சரோ மான்வி, ரவிசங்கர் மகராஜின் நினைவுத் தொகுப்பு, அம்தவாத் ஜில்லா சர்வோதய மண்டல், அகமதாபாத், 1974.

சுக்ர தரக் சம மகாதேவபாய், மகாதேவ தேசாய் பிறந்தநாள் நூற்றாண்டு விழாக்கமிட்டி, அகமதாபாத், 1992.

வேட்ச்சினோ வாடுலோ, ஜுகத்ராம் தவே நினைவுத் தொகுப்பு, கிராம சேவா சமாஜம், வியாரா, 1984.

இதழ்கள்

ஐ.ஏ.எஸ்.எஸ்.ஐ- காலாண்டிதழ்-தொகுதி 10, எண்.1, ஜூலை-செப்டம்பர் 1991, பயன்பாட்டு மனித ஆற்றல் ஆய்வு நிறுவனம், புதுதில்லி - பேராசிரியர் எம்.எல். தந்த்வாலாவின் "அறங் காவலர் கோட்பாடு - மாறுபட்ட கருத்துநிலை".

டிரான்ஸ்நேஷனல் பெர்ஸ்பெக்டிவ்ஸ், தொகுதி 12, எண் 2, 1986, கே.ஜே. சார்லஸின், 'காந்தியப் பொருளாதாரம் பற்றிய புனைவுகள்',

குறிப்புக்கள்

இயல் 1 மகாத்மா காந்தி

1. ஜே.பி. கிருபளானி எழுதி, புதுதில்லி இந்திய அரசின் பப்ளிகேஷன்ஸ் டிவிஷன் வெளியிட்டுள்ள 'காந்திஅவருடைய வாழ்வும் சிந்தனையும்' என்னும் நூலில் இருந்து சுருக்கியும் பதிப்பித்தும் அமைக்கப்பட்டன.

2. எம்.எல். தந்த்வாலா எழுதிய அறங்காவலர் கோட்பாடுமாறுபட்ட கருத்துநிலை.

3. கே.ஜே. சார்லஸ் எழுதிய 'காந்தியப் பொருளாதாரம் பற்றிய புனைவுகள்'.

இயல் 2 மகன்லால் காந்தி

1. சகன்லால் ஜோஷி எழுதி, அகமதாபாத் சபர்மதி ஆசிரமம் சமாரக் அனே சுரக்ஷா டிரஸ்ட் வெளியிட்டுள்ள 'சத்தியாக்கிரக ஆசிரம் அனே காந்தி பரிவார்' நூலைத் தழுவியது.

2. மகாத்மா காந்தியின் தொகுப்பு நூல்களிலிருந்து மேற் கோள்கள் எடுக்கப்பட்டன.

இயல் 3 ஆச்சார்ய வினோபா

ஸ்ரீமந் நாராயணன் எழுதி, பம்பாய், பாப்புலர் பிரகாஷன் வெளியிட்ட 'வினோபா-வாழ்வும் பணியும்' என்னும் நூலைச் சுருக்கியும் புதுப்பித்தும் அமைக்கப்பட்டது.

இயல் 4 நரஹரி பரிக்

வனமாலா தேசாய் எழுதி, அகமதாபாத் பால்கோவிந்த பிரகாசன் வெளியிட்டுள்ள நரஹரிபரிக் என்னும் குஜராத்தி மொழியில் அமைந்துள்ள வாழ்க்கை வரலாற்று நூலை அடிப்படையாகக் கொண்டது.

இயல் 5 மகாதேவ தேசாய்

அகமதாபாத், நவஜீவன் பப்ளிஷிங் ஹவுஸ் வெளியிட்டுள்ள நரஹரி டி பரிக் எழுதிய 'மகாதேவ தேசாயின் இளம் பருவ வாழ்க்கை' நூலைச் சுருக்கியும் பதிப்பித்தும் அமைக்கப் பட்டது. மகாதேவ தேசாய் பிறந்தநாள் நூற்றாண்டுவிழாக் கமிட்டி, அகமதாபாத் வெளியிட்டுள்ள

‘சுக்ர தரக் சம மகாதேவபாய் நூலில் பியாரிலால், டாக்டர் சுசீலா நய்யார் எழுதிய கட்டுரைகள்.

இயல் 6 கிஷோரிலால் மஷ்ருவாலா

நரஹரி டி பரிக் எழுதி, அகமதாபாத் நவஜீவன் பப்ளிஷிங் ஹவுஸ் வெளியிட்ட, ‘சிரயர்த்தன சாதனா’ என்னும் நூலையும் குஜராத்தியில் எழுதப்பட்ட பல்வேறு கட்டுரைகளையும் அடிப்படையாகக் கொண்டது.

இயல் 7 ரவிசங்கர் மகராஜ்

1. ஜவேர்சந்த் மெகானி குஜராத்தியில் எழுதி, ரான்புர், நாதலால் எம். ஷா. கதியவாட் லிமிடெட் வெளியிட்ட ‘மனசைன தீவா நூலின் முதல் மூன்று கிளைக்கதைகளைச் சுருக்கியும் தொகுத்தும் வடிவமைக்கப்பட்டது.

2. சர்வோதய மண்டல் அகமதாபாத், அம்தாவாத் ஜில்லா வெளியிட்ட ரவிசங்கர் மகராஜின் நினைவுத் தொகுதியான ‘மூதி உன் சரோ மான்வி.

இயல் 8 மீராபென்

1. மேடலின் ஸ்லேட் (மீராபென்) எழுதி லண்டன் லாங்மென் கிரீன் அண்ட் கம்பெனி லிமிடெட் வெளியிட்டுள்ள, ‘ஆன்ம யாத்திரை’ நூலின் சுருக்கமாகவும் பதிப்பாகவும் அமைந்தது.

இயல் 9 பாதுஷாகான்

பின்வரும் நூல்களிலிருந்து தொகுத்தும் பதிப்பித்தும் அமைக்கப்பட்டது.

1. டி.ஜி.டெண்டுல்கர் எழுதி, பம்பாய், காந்தி அமைதி நிறுவனம் பாப்புலர் பிரகாஷன் வெளியிட்டுள்ள ‘அப்துல் கபார்கான்: போராட்டமே நம்பிக்கை’ என்ற நூல்.

2. லாகூர், அனார்கலி, மினர்வா புக் ஷாப் வெளியிட்டுள்ள

3. முகம்மது யூனுஸ் எழுதிய ‘எல்லைப்பகுதி பேசுகிறது. பாதுஷாகான் எழுதி, தில்லி-32 ஹிந்த் பாக்கெட் புக்ஸ் (பி) லிமிடெட் வெளியிட்டுள்ள பாதுஷாகானின் தன் வரலாறான ‘என்னுடைய வாழ்வும் போராட்டமும்’ நூல்.

இயல் 10 ஜீவத்ராம் கிருபளானி

பம்பாய், ஹிந்த் கிதாப்ஸ் லிமிடெட் வெளியிட்டுள்ள, பி.டி டாண்டன் எழுதிய ‘ஆச்சாரிய ஜே.பி. கிருபளானி – ஒரு கருத்துக் கோவை’ என்ற நூலிலிருந்து தொகுத்து, பதிப்பிக்கப்பட்டது.

1. சரோஜினி நாயுடு

2.3 கிருஷ்ணா கிருபளானி

4. . சி.கே. நாராயணசுவாமி

5. கே.கே. பட்டாச்சாரியா

6. மோகன்லால் சக்சேனா

7. ஜார்ஜ் மத்யூ பதிப்பித்த 'ஜார்ஜ் பெர்னாண்டஸ் பேசுகிறார்' என்ற நூலிலிருந்து, தில்லி-7, அஜந்தா பப்ளிகேஷன்ஸ் (இந்தியா) வெளியிட்டது.

இயல் 11 டாக்டர் ஜாகிர் ஹுசேன்

பி.கே. அலுவாலியா எழுதி, தில்லி ஸ்டொலிங் பப்ளிஷர்ஸ் (பி) வெளியிட்டுள்ள 'டாக்டர் ஜாகிர் ஹுசேன்-ஓர் ஆய்வு' நூல். எம்.எம். முஜிப் எழுதி, புதுதில்லி-16, நேஷனல் புக் டிரஸ்ட் வெளியிட்டுள்ள 'டாக்டர் ஜாகிர் ஹுசேன் வாழ்க்கை வரலாறு' நூல். ஏ.ஜி. நுரானி எழுதி, பம்பாய் பாப்புலர் பிரகாஷன் வெளி யிட்டுள்ள, 'குடியரசுத்தலைவர்-ஜாகிர் ஹுசேன்', 'மேன்மையை நோக்கிய தேடல்' நூல் ஆகிய நூல்களிலிருந்து தொகுத்து, பதிப்பிக்கப்பெற்றது.

இயல் 12 ஜே.சி.குமரப்பா

எம். வினாயக் எழுதி, அகமதாபாத், நவஜீவன் பப்ளிஷிங் ஹவுஸ் வெளியிட்ட 'ஜே.சி. குமரப்பாவும் உலக அமைதிக் கான அவரது தேடலும்' நூலிலிருந்து சுருக்கப்பட்டது.

இயல் 13 ஜுகத்ராம் தவே

அகமதாபாத், நவஜீவன் பப்ளிஷிங் ஹவுஸ் வெளியிட்டுள்ள குஜராத்தியில் எழுதப்பட்டுள்ள, 'மேரி ஜீவன் கதா' வாழ்க்கை வரலாறு நூலை அடிப்படையாகக் கொண்டது. நாராயணன் தேசாய் பதிப்பித்து வியாரா கிராம சேவா சமாஜம் வெளியிட்டுள்ள 'வேட்ச்சினோ வாடுலோ'-ஜுகத்ராம்தவே நினைவுத் தொகுப்பு நூல்.

www.ingramcontent.com/pod-product-compliance
Lightning Source LLC
LaVergne TN
LVHW101422051026
849519LV00005BC/1850
9789391480912